நீலப்படம்

நீலப்படம்

லஷ்மி சரவணகுமார்

எழுத்து
பிரசுரம்

Title: Neelappadam
Author's Name: Lakshmi Saravanakumar

Published by Ezutthu Prachuram

Ezutthu Prachuram
(An imprint of Zero Degree Publishing)
No.75 & 76, I Floor, Kuppusamy Street,
Balaji Nagar, Padi,
Chennai - 600050

Website: www.zerodegreepublishing.com
E Mail id: zerodegreepublishing@gmail.com
Phone: 89250 61999

Ezutthu Prachuram First Edition: January 2026
ISBN: 978-93-47206-85-6
TITLE NO EP:620

Rs.310 /-

Layout: Vijayan, Creative Studio
Printed at Rathna Offset, Chennai, India

கேத்தி ஆக்கரின் Blood and guts in high school நாவலுக்கு

நன்றி

பீதாவன்
இளையராஜா
ஹெட்ரோவ்ஸ்கி
தகாஷி மிகே
மர்லின் மன்றோ
தஞ்சை ப்ரகாஷ்
நா.முத்துக்குமார்
சாரு நிவேதிதா
மருத்துவர் சுஜாதா
இல.சுபத்ரா

திருத்தப்பட்ட புதிய பதிப்பிற்கான

முன்னுரை

ஒவ்வொரு நாவலையும் எழுதுவதற்குத் தூண்டுதலாக ஏதேனும் சம்பவங்களோ செய்திகளோ அமையும். இந்த நாவல் ஒரு நடிகையுடனான உரையாடலின் நீட்சியாக உருவானது. 2016ஆம் வருடம் திரு பாலநந்தகுமார் அவர்களின் வேண்டுகோளை ஏற்று நடிகை ஷகிலா அவர்களோடு ஒரு உரையாடலை மேற்கொண்டேன். நான்கு மணி நேரத்திற்கும் அதிகமாக நீண்ட அந்த உரையாடலின் வழியாக பாலியல் குறித்த அதீத கற்பனைகள் இந்தச் சமூகத்தை எவ்வாறு அழுத்தத்திற்குள்ளாக்குகிறது என்பதைத் தெரிந்துகொள்ள முடிந்தது. அதனை உரையாடல் நூலாகவே கொண்டுவர முயன்று, பின் கைகூடாமல் போனதால் நாவலாக எழுதினேன்.

தலைப்பின் காரணமாக அதிகம் வாசிக்கப்படாமல் போன இந்த நாவல் எனக்கு அந்தரங்கமாகப் பிடித்தமான ஒன்று. கொமோரா, ரூஹ், நாவல்களைப் போலவே தொந்தரவிற்குள்ளான பால்ய காலம் தான் இந்த நாவலிலும் ஓர் இழையாகக் கையாளப்பட்டுள்ளது. சொல்லப்போனால் அந்த மையப்புள்ளியிலிருந்து எழுந்த விவாதமே இந்த நாவலின் கதைக்களம். மனிதர்கள் புரிந்துகொள்ள முடியாத அளவிற்குச் சிக்கலான மனம் கொண்டவர்கள். சரி தவறுகளுக்கு அப்பால் அவர்களை அவர்களாகவே ஏற்றுக்கொள்ள, தனித்த மனப்பக்குவம் தேவைப்படுகிறது.

நான் எனது கதைகளின் வழியாகவும் நாவல்களின் வழியாகவும் சிக்கலான மனம் கொண்டவர்களை எழுதக் காரணம் இன்னும் கூடுதலான கரிசனங்களோடு அவர்களை நாம் கையாள வேண்டும் என்பதற்காகத்தான்.

திரைப்படங்கள் குறித்த ஒவ்வாமை நமது இலக்கியச் சூழலில் மிகுதியாக இருப்பதால், அந்தத் துறைசார்ந்து எழுதப்படும் கதைகள் வெகு சொற்பமே. நூற்றாண்டு வரலாறு கொண்ட தமிழ் சினிமா இந்தச் சமூகத்தின் எல்லாவற்றுக்குமான ஆதாரமாக மாறியிருக்கிறது. நமது கலாச்சாரத்தையும் வாழ்வையும் தீர்மானிக்கக் கூடிய பெரும் சக்தியாக விளங்கக்கூடிய அந்தத் துறை குறித்து, கலை இலக்கியத் துறையில் விவாதிக்க வேண்டியது அவசியம்.

பெரும் பணமும் புகழும் வெளிச்சங்களும் புழங்கும் அந்த உலகின் பின்னால் இருக்கும் கசப்பான நிஜங்களையும், எளிய மனிதர்களின் கனவுகளையும் ஒரு எழுத்தாளன் தேடிச் சென்று ஆவணப்படுத்த வேண்டும். சினிமாவை ஒரு பொழுதுபோக்கு என்பதையும் தாண்டி பார்வையாளன் அதீதமாக நேசிக்கக் காரணம், சராசரி வாழ்க்கையில் தன்னால் செய்ய முடியாதவற்றையெல்லாம் திரையில் யாரோ செய்வதைப் பார்ப்பதால் உருவாகும் நிறைவினால்தான். ஆனால், அவன் பார்க்கும் பெரும்பாலான திரைப்படங்கள் அவனைப் பண்படுத்துவதில்லை. இதனாலேயே சினிமாவைக் குறித்து நல்ல புனைவுகள் எழுதப்பட வேண்டியதும் கட்டாயமாகிறது.

இந்த நாவலின் நாயகி ஒரு நடிகை. தொண்ணூறுகளிலும் இரண்டாயிரத்தின் ஆரம்ப வருடங்களிலும் பி க்ரேட் படங்கள் கோலோச்சிக்கொண்டிருந்த காலகட்டத்தில் அதில் வெற்றிகரமாக இருந்தவர். அன்றைக்குப் பெரிய நடிகர்களின் திரைப்படங்கள் எல்லாம் வீழ்ந்து இவரது படங்கள் திரையரங்கில் கொண்டாடப்பட்டதை நாம் எளிதாகக் கடந்து செல்ல முடியாது. மிகச் சிறிய தொழில்நுட்பக் குழுவோடு இயங்கிய அந்த உலகம் எவ்வாறு இயங்கியது என்பதன் பதிவாக இந்த நாவலை எடுத்துக் கொள்ளலாம். அதனையும் தாண்டி இந்த நாவலில் நான் உருவாக்கிய ஆனந்தி எனது மற்ற பெண் கதாபாத்திரங்களை விடவும் எனக்குப் பிடித்தமானவள். அதனாலேயே இந்த நாவலைத் திருத்தங்கள் செய்து புதிய பதிப்பாக வெளியிட விரும்பினேன்.

இந்த நேரத்தில் திரு பாலநந்தகுமார் அவர்களுக்கும் நடிகை ஷகிலா அவர்களுக்கும் நன்றி சொல்ல கடமைப்பட்டிருக்கிறேன். முதல் பதிப்பை சிறப்பாக வெளியிட்ட நண்பர் வேடியப்பனுக்கும் நன்றி. இந்தத் திருத்தப்பட்ட பதிப்பின் செம்மையாக்கத்தில் உதவிய எழுத்தாளர் ஷாலினிக்கும் நூலை சிறப்பாக வெளியிடும் ஸீரோ டிகிரி பதிப்பகத்தின் ராம்ஜீ மற்றும் காயத்திரிக்கும் எனது நன்றி. எல்லாமுமாக என்னைச் சூழ்ந்திருக்கும் கார்கிக்கு அன்பு.

லஷ்மி சரவணகுமார்
சென்னை

प्रपत्र V/FORM V — नियम 35 (1) देखिए/See Rule 35 (1)

भारत सरकार/GOVERNMENT OF INDIA

केन्द्रीय फिल्म प्रमाणन बोर्ड/CENTRAL BOARD OF FILM CERTIFICATION

यह प्रमाणपत्र केवल थियेटर में प्रदर्शित करने बाबत विधिमान्य है

THIS CERTIFICATE IS VALID FOR THEATRICAL RELEASE ONLY

भाग-I / Part-I

0357

DIL/17/2013-HYD Feature

Certificate No. DIL/3/10/2013-HYD Dated 18/02/2013 Category व / A ADULTS ONLY **Novel**

Film **நீலப்படம்**
(தமிழ்)(கலர்)(சினிமாஸ்கோப்)

Duration 129:00 min:sec

[illegible]

After examination of the film by the members of the **Examining Committee** mentioned below and on the recommendations of the said **Examining Committee** the Board hereby certifies that the film is fit for **public exhibition, restricted to adults only,** subject to excisions and modification listed in part II on the reverse

1. GANGULA ARUNA
2. K. VIDYASAGAR
3. PAIDIRAJU GARIKINA
4. Y. PRABHAVATY
5. **A. DHANALAKSHMI (E.O.)**

[illegible]

Further certified that the excisions and modifications imposed by the Board have actually been carried out.

Name of the Applicant G.UMARANI MANLY FILMS ENTERTAINMENTS VISHAKHAPATNAM

Name of the Producer G.UMARANI MANLY FILMS ENTERTAINMENTS INDIA For Chairman

(A. DHANALAKSHMI)
Regional Officer,
CBFC,HYDERABAD

DISCLAIMER

'smoking causes cancer; smoking kills.'

புகைப்பிடித்தல் புற்று நோயை உண்டாக்கும்; உயிரைக் கொல்லும்.

'liquor drinking is injurious to health.'

மது அருந்துதல் உடலுக்கு தீங்கு விளைவிக்கும்.

"குடி, புகை, புணர். நூறு வருடங்கள் உடல் அழுகி வாழ்வதற்கல்ல,
கொண்டாடவே வாழ்க்கை."

- ஆனந்தி.

ஆனந்தி தான் இயக்கி நடிக்க இருக்கும் திரைப்படத்திற்கு அவளே வரைந்துகொண்ட ஸ்டோரி போர்டின் சில பக்கங்கள்.

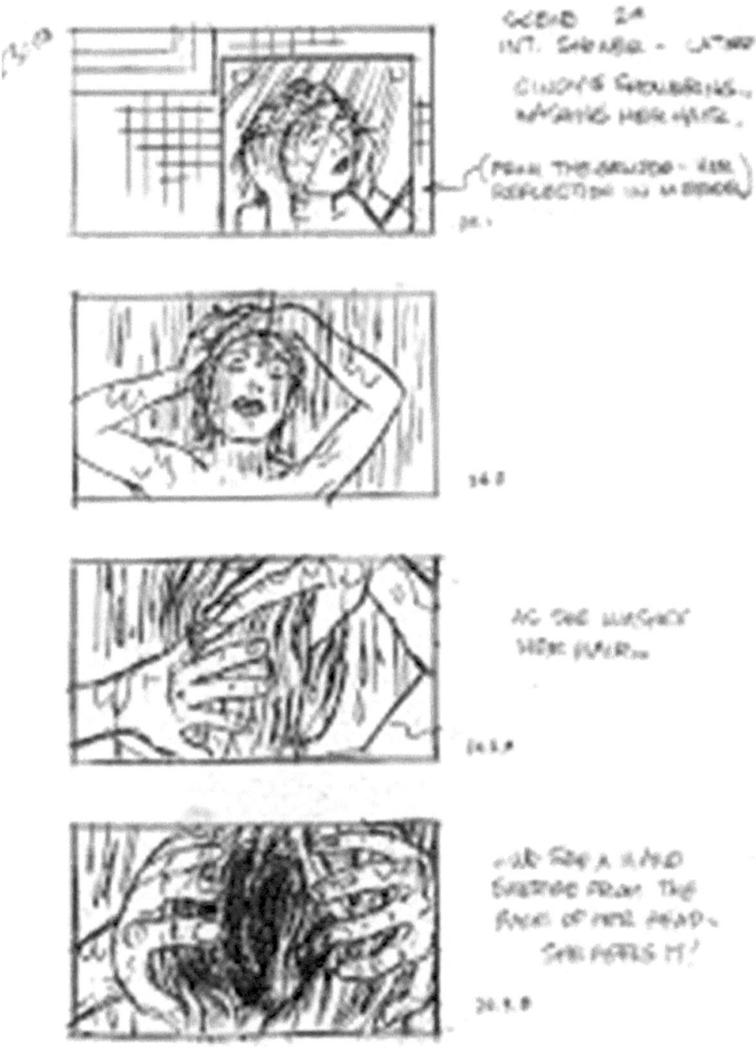

1
EYE OPENS
FLASHING RED LIGHTS (SLOW STROBE)
(RED LIGHT SHADING)
2
SHUT EYE
LIGHT FLASHES OFF
3
CAMERA ON SIDE
CHARACTER IN BED
CAMERA ROTATES
4
GETS OUT OF BED
5
MAKE LESS MEAN LOOKING, MORE PRETTY
SHIT
LIGHTS TURN OFF
LIGHTS GLOW RED
6
POWER
MAIN
SHIT
CAMERA MOVES BACK
ANOTHER VIEW
7
POWER CUT TO MAIN REACTOR
QUARANTINE FAILURE
EVACUATION ORDERED 0800
QUARANTINE ORDERED EFFECTIVE 0100
GOOD MORNING, THE TIME IS
09:23
DIRECTIVE: DETERMINE SITUATION
REPORT TO ATRIUM ROOF BY 0900
FULL COOPERATION OF CIVIL
SHIT.

1994 ஜனவரியில் வெளியான ஆனந்தியின் முதல் படத்தில் கதாநாயகியின் தங்கை வேடம் அவளுக்கு.

நான்காவது படத்தில் முக்கிய கதாநாயகியாக வளர்ந்து இதுவரை நாற்பத்தி எட்டு படங்களில் நடித்திருக்கிறாள். (வயது வந்தோருக்கான திரைப்படங்கள்)

சில வெகுஜன படங்களில் நடிக்க வாய்ப்பு வந்த போதும் மறுத்துவிட்டாள். தற்போது தனது வாழ்க்கையின் பின்னணியைக் கொண்ட ஒரு திரைப்படத்தை உருவாக்குவதற்கான முயற்சியில் இருக்கிறாள்.

1

கடலூர் மத்திய சிறைச்சாலை.

(முக்கிய கைதிகளுக்கான பிரிவு பெண்கள் வளாகம்.)

அகன்று விரிந்த சிறைச்சாலையின் நுழைவு வாயில்களைத் தாண்டி கால் வைத்ததும் வறண்ட ஒளி மங்கிய கட்டடங்களும் இரும்புக் கம்பியிட்ட ஜன்னல்களுமாய் நிலவிய இறுக்கமான சூழல் அவளை மூச்சுத்திணறச் செய்தது. உடல் லேசாக நடுங்கியது. இதற்கு முன் ஆனந்தி கைதியாய் எந்தப் படத்திலும் நடித்ததில்லை. இந்தச் சூழலுக்குள் தன்னை எப்படிப் பொருத்திக்கொள்வதென்கிற குழப்பம் அவள் மனத்திலும் முகத்திலும் வியர்வையாய்த் துளிர்த்தது.

அவளுடன் வந்த காவலர்களுக்கும் சிறைச்சாலை மருத்துவருக்கும் தினம் அவளைப்போல் சிலரைப் பார்த்துப் பழகிப் போனதால் இயல்பாகப் பேசிக்கொண்டு வந்தனர். பனிக்காலத்தின் குளிர் நிரம்பிய மாலை நேரத்தில் கடலூர் மத்திய சிறைச்சாலைக்குள் தனக்கு ஒதுக்கப்பட்ட அறை நோக்கி நடந்தபோது, கறுத்த இரும்புக் கம்பிகளுக்குப் பின்னால் மௌனமாய் விலங்குகளைப்போல் பதுங்கிக்கொண்டு பார்த்த பெண்களின் முகங்கள் அவளை அச்சுறுத்தின.

அவளுக்கு ஒதுக்கப்பட்டிருந்த தனியறைக்கு வந்து சேர்ந்தபோது முழுமையாக இருள் சூழ்ந்திருந்தது. சிறையின் பிரம்மாண்டமான

சோடியம் விளக்குகளின் வெளிச்சம் காரிடார் முழுவதும் நிரம்பியிருந்தது. சிறை மருத்துவர் பணி முடிந்து போக வேண்டிய அவசரத்தில் வெறுமனே நாடி பார்த்துவிட்டு "உங்களுக்கு வேற எதுவாச்சும் வேணும்னா நீங்க எங்கிட்ட கேக்கலாம்" என்றார்.

அமைதியாக யோசித்தாள். வெளி உலகின் மீது நாட்டம் கொள்ளாத ஒருவருக்கு இந்த இடம் போதுமானதுதான். ஆனால் இரவுகளில் மதுவருந்தாமல் அவளால் உறங்க முடியாது. அதை எப்படி மருத்துவரிடம் கேட்பது? "டாக்டர் எனக்கு நைட் தூக்கம் வராது. ஸ்லீப்பிங் பில்ஸ் ஏதாச்சும் குடுத்தீங்கன்னா நல்லா இருக்கும்."

அவள் சொல்லவந்ததைப் புரிந்துகொண்ட மருத்துவர் "நீங்க என்ன கேக்க வர்றீங்கன்னு புரியுது. டோண்ட் ஒர்ரி. நான் காஃப் சிரப் குடுத்துவிடறேன். குடிச்சிட்டுப் படுத்தா தூக்கம் வரும்."

அவளிடமிருந்து விடைபெற்றுக்கொண்டவர், இரும்புக் கதவைக் கடந்து வளாகத்தில் நடந்தார். வாசலில் நின்றிருந்த பெண் காவலர் கதவைப் பூட்டி சாவியை எடுத்துக்கொண்டுபோக, தனித்து விடப்பட்ட அறையில் ஓரமாக அமர்ந்தாள்.

பண மோசடி செய்ததாகப் புகார் இருக்கிறதெனச் சில நாட்களுக்கு முன் ஒரு வழக்கறிஞர் அவளை மொபைலில் அழைத்திருந்தார்.

"நான் யாருகிட்டயும் காசு வாங்கி ஏமாத்தலையே ஸார்."

விசயம் புரியாமல் கேட்டாள்.

"நீங்க படம் இயக்கப்போறதா சொல்லி கடலூர்ல இருக்கற ஒரு டிஸ்ட்ரிபியூட்டர்கிட்ட நாலு மாசத்துக்கு முன்னால பணம் வாங்கினீங்க இல்லையா?"

"ஆமா வாங்கினேன்."

"அதான். நீங்க படத்த பாதில நிறுத்திட்டதால பணம் குடுத்த பார்ட்டி இப்போ வட்டிகூட வேணாம் அசல் வேணும்னு கேக்கறாரு."

"ஸார்... படத்த நிறுத்தல. சின்ன பிரேக் எடுத்துருக்கோம். ரெண்டு மாசமாத்தான வட்டி குடுக்கல. வேற ஒருத்தர்கிட்ட ஃபைனான்ஸ் கேட்டு இருக்கேன். வந்ததும் குடுத்தடறேன்."

"இல்லம்மா அது சரியா வராது. நீங்க அக்ரிமெண்ட்ல மூணு மாசம் மட்டும்தான் அவகாசம் கேட்டு இருக்கீங்க. பணத்த குடுங்க, இல்லைன்னா அப்பறம் உங்களுக்குத்தான் சங்கடம்..."

திடீரென நாற்பது லட்சத்திற்கு எங்கு போவது? பதில் சொல்ல முடியாமல் நின்றவளின் காலுக்குக் கீழே நிலம் மெல்ல நழுவியது. சில நிமிட யோசனைக்குப் பிறகு,

"சரி ஸார்... ரெண்டு நாள்ல ஒரு அமௌன்ட் செட்டில் பண்றேன். அப்பறம் கொஞ்சம் அவகாசம் குடுத்தார்னா பேலன்ஸயும் குடுத்துடறேன்."

பேசத் தொடங்கியபோது இருந்த வேகம் முடிக்கும்போது இல்லை. அன்றைய தேதியில் வங்கிக் கணக்கில் மூன்று லட்ச ரூபாய்க்கும் குறைவாகத்தான் இருந்தது. வேறு நிலப் பத்திரங்களுமில்லை. இந்தச் சூழ்நிலையில் தன்னை நம்பி இத்தனை பெரிய தொகையை யார் கொடுப்பார்கள்?

இரண்டு நாட்களுக்குப் பின் அவர் பெயருக்குப் பதினைந்து லட்ச ரூபாய்க்கு ஒரு காசோலை கொடுத்தாள். வெள்ளிக்கிழமை என்பதால் அந்தக் காசோலை வசூலாக மூன்று நாட்களாவது ஆகும். அதற்குள் யாரிடமாவது பணமாக வாங்கிக் கொடுத்துச் சமாளித்துவிடலாம் என்பது அவள் எண்ணம். கூடுதலாக மூன்று நாட்கள் அவகாசம் கிடைத்தும்கூட பதினைந்து லட்சத்தை அவளால் புரட்டமுடியவில்லை. அந்தக் காசோலை பவுன்ஸ் ஆனதும் பணம் கொடுத்தவருக்கு இவள்மீது இரக்கம் காட்டவோ கூடுதலாகச் சில நாட்கள் காத்திருக்கவோ விருப்பமில்லாமல் போயிற்று.

ஏற்கனவே நீதிமன்றத்தில் பிடிவாரண்ட் வாங்கி கைது செய்ய காவல்துறையும் தயாராக இருந்தது. இன்று பிற்பகல் வீட்டில் வைத்து அவளைக் கைது செய்தபோது அத்தனை வருடங்களில் இல்லாமல் அங்கு காவலர்கள் வந்ததால் ஃப்ளாட்டில் இருந்த எல்லோரும் ரகசியமாக எட்டிப் பார்த்தனர். ஒருவேளை விபச்சார வழக்கில் கைது செய்யப்பட்டிருக்கலாம் என்று சிலர் தங்களுக்குள் கிசுகிசுத்துக்கொண்டனர். ஆனந்தி கையிலிருந்த அலைபேசியையும் பர்ஸையும் சக்தியிடம் கொடுத்துவிட்டு யாரையும் பார்க்காமல் அவசரமாக காருக்குள் உட்கார்ந்துகொண்டாள்.

பணத்தை எப்படியாவது புரட்டிவிட வேண்டுமென பத்து நாட்களாகத் தவித்த தவிப்பெல்லாம் அடங்கியது. அவமானத்தின் கடைசி மிடறுவரை குடித்தாயிற்று. இனி என்ன மிச்சம் இருக்கிறது? மிஞ்சிப்போனால் இவர்களால் என்ன செய்துவிட முடியும்? சில நாட்களுக்குச் சிறை. நாளை இது செய்தியாகும். தன்மீது பரிதாபமோ மோகமோ கொண்ட யாராவது ஒருவர் நிச்சயம் வந்து தன்னை மீட்கப் போகிறார் அவ்வளவுதானே.

கடலூர் நீதிமன்றத்திற்கு வரும்வரை அவள் யாரிடமும் பேசிக் கொள்ளவில்லை. வழியில் காவலர்கள் தேநீர் குடித்தபோதுகூட தனக்கு வேண்டாமெனச் சொல்லிவிட்டாள். நீதிமன்றத்திற்கு வருவது புதிதில்லை என்பதால் அவளிடம் பதற்றமில்லை. பொதுவான சில அடையாள விசாரணைகள் முடிந்து நீதிமன்றத்திலிருந்து வெளியே வந்தபோது அன்றைய செய்தித் தொலைக்காட்சிகளின் மாலை நேரத் தலைப்புச் செய்தியாக இருந்தாள்.

அந்த அறையின் சுவர் முழுக்கக் கோடுகளும் எழுத்துகளுமாய் கிறுக்கப்பட்டிருந்தன. சில ஓவியங்களும் கூட. நீண்ட ஆண் குறி வரைந்து அதற்கு மேல் அதைவிடச் சிறிதாக ஓர் உடல் வரையப்பட்டிருந்தது. அந்த உடலின் தலைக்கு மேல் எண்பதுகளில் பிரபலமாக இருந்த ஒரு நடிகரின் பெயரைப் பார்த்தாள். சிரிப்பு வந்தது. நிஜம் தெரியாத யாரோ ஓர் அப்பாவிப் பெண்தான் இந்த வேலையைச் செய்திருக்க வேண்டும். ஆண்குறியை நீளமாகவும் உருவத்தைக் குட்டையாகவும் வரைபவளை அப்பாவி என்று கூற முடியுமா? கற்பனைத் திறன் அதிகம் கொண்டவள் போல.

முக்கியஸ்தர்களுக்கான அறையென்பதால் அவளுக்கும் ஏதாவது முக்கியத்துவம் இருக்கும். சுவரைச் சுற்றிப் பார்த்துக்கொண்டே யோசனையில் ஆழ்ந்தாள் ஆனந்தி. ‘இங்கிருந்து வெளியேறிப் போகும் நாள்வரை என்ன செய்யலாம்? இதேபோல் சுவர் முழுக்கக் கிறுக்கலாமா?

மின்விசிறியும், குழல் விளக்கும், அறையின் ஓரத்திலேயே மல ஜலம் கழிக்க சின்னதொரு கழிவறையும் இருந்தன. பதினான்கு வயதிற்கு முன்பு வாழ்ந்த இடத்தைவிடவும் சிறப்பானதாகவே இருந்தது அந்த அறை.

'தாயே தெய்வம், நல்லதே நடக்கும்', 'பாப்பா உன் நெனப்பாவே இருக்குடா', 'ஓம் சாய்ராம். சாய்ராம்'. இன்னும் நிறைய வாசகங்கள் எழுதப்பட்டிருந்தன. அழுக்குப் படிந்த சுவரில் ஒவ்வொரு வரியாக நிதானமாகப் படித்தாள். நடுவே நிறைய ஆண்குறிகளும், சில பெண்ணுறுப்புகளும் வெவ்வேறான அளவுகளிலும் வடிவங்களிலும் வரையப்பட்டிருந்தன.

ஒரு பெண்ணுறுப்பின் மீது கரப்பான்பூச்சி ஒன்று தயங்கி வந்து நின்றது. அதன்பிறகு அங்கிருந்து அசையவில்லை. இவளுக்கு தன் மேல் அது ஊர்வது போல் அருவருப்பாக இருந்தது. ம்...ஹூம் கரப்பான் பூச்சி அங்கிருந்து நகர்வதாக இல்லை.

கதவு திறக்கப்படும் சத்தம். கன்விக்ட் வார்டன் பெண்ணொருத்தி போர்வை மற்றும் காஃப் சிரப்புகளோடு சிரித்தபடி உள்ளே வந்தாள். அவளுக்குப் பின்னால் கதவைத் திறந்துவிட்ட பெண் காவலர் ஓரமாக நின்றிருந்தாள்.

"இந்தாங்கம்மா. டாக்டர் குடுக்கச் சொன்னாரு..."

பெட்ஷீட்டையும் சிரப்பையும் ஆன்ந்தி வாங்கிக்கொண்டாள். பெட்ஷீட்டுக்குள் எதுவோ தட்டுப்படுவது போலிருக்க கன்விக்ட் வார்டனைப் பார்த்தாள்.

"நீங்க கேட்டதுதான் உள்ள இருக்கு. குடிக்க தண்ணியும் டம்ளரும் மண்பானைல இருக்கு. இன்னைக்கு முதல் நாளுங்கறதால நைட்டு உங்களுக்கு இங்க சாப்பாடு குடுத்திருக்க மாட்டாங்க. சமாளிச்சுக்கங்க." ஆனந்தி போர்வையை விலக்கிப் பார்த்தாள். மலிவான பிராந்தி. வெளியேதான் அது மலிவு. இங்கு அதற்கு மிகப் பெரிய விலை. அதை பிளாஸ்டிக் டப்பாவில் அடைத்துக் கொடுத்திருந்தார்கள். சிறைக்குள் கண்ணாடி பாட்டில்களுக்கு அனுமதி இல்லை.

"ரொம்ப தாங்க்ஸ்ங்க." நன்றியோடு வார்டனைப் பார்த்தாள்.

"உங்களுக்கு என்ன வேணுமோ கேளுங்க. கெடைக்கும். எல்லாத்துக்கும் காசுதான். போறப்போ அப்பிடியே எங்களயும் கவனிச்சிட்டுப் போங்க." பெண் காவலர் சொல்ல, ஆனந்தி சரியெனத் தலையாட்டினாள். அவர்கள் இருவரும் கதவைப் பூட்டிவிட்டுச் சென்றார்கள்.

அன்றைய பகலின் எல்லா அவமானங்களையும் மறக்கச் செய்யும் மருந்தொன்று கையில் கிடைத்துவிட்ட நிம்மதியில் ஆனந்தி பானையிலிருந்து தண்ணீர் எடுத்து வந்தாள். ஒருநொடி சுவரில் கரப்பான் பூச்சியைப் பார்த்தாள். அது பெண்ணுறுப்பிலிருந்து சிறிதும் அசையாமல் அப்படியே அதே இடத்தில் இருந்தது. அவ்வளவு வெறுமையிலும் ஆனந்திக்குச் சிரிப்பு வந்தது.

பிளாஸ்டிக் பாட்டிலைத் திறந்து முகர்ந்து பார்த்தாள். மட்டமான நெடி. ஆனால் இப்போது அதுதான் வேண்டும். அவமானத்தின் எல்லா துர்நாற்றங்களையும் துடைத்தெறியக்கூடிய வீரியம் கொண்ட நெடி. தண்ணீர் குறைவாகச் சேர்த்து முதல் பாதி மதுவைக் குடித்தபோது உடல் எரிந்தது. நிதானமாகக் குடிக்க முடியாதளவிற்கு எரிச்சல். ஒரே மடக்கில் குடித்துவிட்டு வைத்தாள்.

சற்று நேரத்தில் உடலின் பித்தமும் சாராயத்தின் அமிலத் தன்மையும் சேர்ந்து கண்கள் சிவந்தன. சாப்பிட எதுவுமில்லாததால் மறுபடியும் கொஞ்சம் தண்ணீரைக் குடித்தாள்.

எதைப்பற்றியும் நினைக்க மனமில்லை. இந்த வெறுமைதான் இப்போது தேவை. இந்தச் சூழலுக்குள் கரைந்துபோகவேண்டும். நினைவுகள் முற்றிலுமாக அழிந்து போகவேண்டும்.

நினைவாற்றல் ஒரு முள். எல்லாவற்றையும் ஞாபகம் வைத்திருப்பது போன்ற தண்டனை வேறில்லை. கடந்த காலத்தின் எச்சங்களைத் துடைத்தெறிந்த மனிதன் எந்தச் சூழ்நிலையிலும் வாழத் தகுதியானவனாக இருக்கிறான். மிச்சமிருந்த மதுவை மூச்சை அடக்கி வேகமாகக் குடித்து முடித்தபோது உடலும் மனமும் இலகுவாகின.

இந்த இரவை இரவென்று சொல்ல முடியாது. இங்கு நிலவு இல்லை, நட்சத்திரங்கள் இல்லை, வானம் இல்லை. அவள்தான் இப்போது இரவின் வடிவம். இந்தச் சுவர்களும் இந்த அறைக்குள் இவளுக்கு முன்பாக இருந்து சென்றவர்களின் கதைகளும்தான் இரவின் பிம்பங்கள். இரவின் எல்லா உருவங்களாகவும் மாறிக்கொள்ளும் தன்மை கதைகளுக்குண்டு. இரவைப் போலவே கதைகளும் ரகசியமானவை.

மரத்துப்போவதற்காக குடித்த சாராயம், தன் சுயரூபத்தை மெல்ல காட்டத் தொடங்கியது. இறுகிப்போன நினைவடுக்குகளை

ஊடுருவிச் சென்று, பல வருடங்களுக்கு முந்தைய சம்பவங்களை யெல்லாம் குவியலாக, ஒன்றன்மீது ஒன்று அடுக்கி, பூதாகரமான நினைவுக் குன்றாக அவள்முன் நிறுத்தியது. இரவைப் போல் கருத்த உருவம் அந்தக் குன்றுக்கு. துயரங்களை அசைபோடுவது ஆறிப்போன காயங்களை வருடுவதுபோல் சுகமானது. ஆனால் சந்தோஷங்கள் அப்படி அல்ல. சந்தோஷங்கள் நிகழ்காலத்திற்கானவை. கடந்த பிறகு அவற்றிலிருந்து பெற ஒன்றுமில்லை. எண்ணங்கள் சுழலாத நிலை வேண்டும். ஒரே ஒரு எண்ணம்கூட மனதில் எழக்கூடாது. அது இந்த இரவில் சாத்தியமா?

சுவரில் கரப்பான்பூச்சி இருந்த இடம்விட்டு நகர்வதாக இல்லை.

இரண்டு மணி முடிந்து மூன்று மணியாகிவிட்டதற்கான சங்கு ஒலித்தது. காவலர்கள் மாறும் நேரம். பக்கத்தில் அமர்ந்து பேசுவதற்கு யாருமில்லை என்ற ஏக்கம் இத்தனை வருடங்களில் இல்லாமல் திடீரென எழ, அம்மா நினைவுக்கு வந்தாள். தனது வாழ்க்கையில் நிறைய ஆண்களுடன் வாழ்ந்தபோதும் மரணம் வரையிலும் தனியாகவே இருந்தவள். வாழ்வின் மீது தீராத ஆசைகளோடு மரித்துப்போகிறவர்களின் ஆன்மா இந்த பூமியில் அரூபமாக உலவக்கூடுமென்றால் அவள் இப்போது தன்னோடுதான் இருக்க வேண்டும் என நினைத்துக்கொண்டாள்.

சில வருடங்களுக்கு முன் அவளுக்கு ஒரு கடிதம் எழுதி இருந்தாள் ஆனந்தி. இதேபோல் மனம் அமைதியின்றித் தவித்த ஓர் இரவு அது. போதை மயக்கத்திலும் இப்போது கடிதத்தின் சில வரிகள் துல்லியமாக ஆனந்தியின் மனக்கண் முன் விரிந்தன. தலையை லேசாக உயர்த்தி சுவரைப் பார்த்தாள். அது, அங்கேயே அப்படியே இருந்தது. இந்தக் கோணத்தில் பார்த்தால், கரப்பான் பூச்சி ஓரிரு அடிகள் வளர்ந்து அந்த யோனியை முற்றிலும் தன்னுள் இழுத்துக் கொண்டதைப் போலிருந்தது. பாதி கண்கள் திறந்தபடியே நினைவுதப்பி உறங்கிப்போனாள் ஆனந்தி.

2

அம்மா...

‘தேவ்டியா’ என்ற வார்த்தைக்குத் தவறான அர்த்தம் இருப்பதாக எனக்கு முதலில் சொன்னது கிரி மாமாதான். பாண்டி ஆட்டத்தில் என்னை யாரோ அப்படி அழைக்க, அந்தப் பையனைத் தலையில் குட்டியவர், “சின்னப் புள்ளைங்க வாயில இந்த வார்த்தையெல்லாம் வரலாமா?” என அவனைத் திட்டினார். என்னிடம் ‘திரும்பி, யார் என்ன சொன்னாலும் தலையாட்டிட்டு கேக்கக் கூடாது... புரியுதா? வீட்டுக்குப் போ” என அங்கிருந்து விரட்டினார்.

தேவ்டியா!! கெட்ட வார்த்தையா? பிறகு ஏன் உன்னை எல்லாரும் அந்தப் பெயர் சொல்லி அழைக்கிறார்கள்? உன்னை மட்டுமா, இதோ இப்போது என்னையும்...

அந்தச் சிறிய வயதில் வசைச்சொற்களுக்கான அர்த்தங்கள் பிடிபடவில்லை. ஒவ்வொருவரும் வெவ்வேறு விளக்கம் சொன்னார்கள். நிறைய அப்பா இருக்கறவங்க தேவ்டியா பசங்க என்று கடைசியாக ஒருத்தி சொன்னாள்.

எனக்கு நினைவு தெரிந்து ஒரு சிலரை “இனிமேல் அவருதான் உனக்கு அப்பா” என்று நீ அறிமுகப்படுத்தி இருக்கிறாய். நீ உள்ளே சென்று உடை மாற்றிக்கொண்டு வரும்வரை, அந்த அப்பாக்கள் என்னுடன் பேசுவார்கள்.

"ம்ம்ம்...படிக்கிறியா பாப்பா...நல்லா படி!" என்று என் கன்னத்தில் தட்டுவார்கள், தலையில் கை வைத்து அழுத்துவார்கள். பின் அப்படியே பட்டும் படாமல் என் வாயின் ஓரம்வரை வந்து சட்டென உதடுகளைத் தொட்டு முத்தம் கொடுப்பது போல் அன்பு செய்வார்கள். அடுத்த முறை வரும்போது 'ஆசை' சாக்லேட்டுகள், ஆரஞ்சு க்ரீம் பிஸ்கெட், இப்படி ஏதாவது வாங்கி வந்தார்கள். பிறகு திடீரென அவர்கள் காணாமல் போவார்கள். புதிதாக வேறு யாராவது வருவார்கள்.

நமக்கு உடமைகள் என்று எதுவும் இருந்ததில்லை. இரண்டு சூட்கேஸ் நிறைய உடைகளும், எனது சில பொம்மைகளும் மட்டும் தான். உன்னைப் பார்த்த மாத்திரத்திலேயே மற்றவர்கள் உனக்கு உதவ முன்வருவதைப் பார்க்கப் பெருமையாக இருக்கும் எனக்கு.

எனக்கு நீ என்றால் பெருமைதான். ஒருநாள் நண்பர்களோடு விளையாடும்போது, 'எங்க அம்மாவ எனக்கு மட்டுமில்ல, எல்லாருக்கும் பிடிக்கும்,' என்று சொன்னேன்.

"ஏன்னா... உங்க அம்மா ஒரு தேவ்டியா" என்று அவசரமாகச் சொல்லிவிட்டு வாயைப் பொத்திக்கொண்டான் ஐசக்.

அது கெட்டவார்த்தை என்கிற ஞானம் அப்போது எனக்கு வந்திருந்தது. அதைச் சொல்லிவிட்டு வாயை மூடி அவன் சிரித்தபோது என் தொடையின் மீது அவன் தொடையைச் சாய்த்து வைத்திருந்தான். என் பற்களின் தடத்தை அவனது கொழுத்த தொடையில் ஆழமாகப் பதிக்க அது சாதகமாய் அமைந்தது. பெருங்குரலெடுத்து அழுதுகொண்டே வீட்டிற்கு ஓடினான்.

அன்று மாலை, அவன் பாட்டி அவனை இழுத்துக்கொண்டு நம் வீட்டுக்கு வந்தாள். அவள் வீசிய அத்தனை வசைச்சொற்களையும் ஒரு நமுட்டுச் சிரிப்போடு கடந்துவிட்டாய். கடைசியாக அவள் என்னைப் பார்த்து முறைத்தபடி 'தேவ்டியா' என்றாள்.

உன் எதிர்வினை என்ன என்று திரும்பிப் பார்த்தேன். நீயும் என்னை முறைத்தாய். வீட்டிற்குள் அழைத்துச் சென்று என் தொடையைத் திருகினாய்.

பிறகு அன்றிரவு ஊரடங்கிய பிறகு, என்னுடன் பேசினாய்.

'உன் மனசு மட்டுந்தான் அம்மா உனக்குக் கொடுத்துட்டுப் போற பெரிய சொத்து, அத பத்ரமா பாத்துக்க... இந்த உடம்பு நீ இல்ல. அதுக்காக மட்டும் உன்கிட்ட வர்ற எவனையும் நீ மதிக்கத் தேவையில்ல. வர்றவன், வந்த வழியாவே போய்ருவான். போறப்போ உன்ன கடிச்சுக் குதறிட்டுப் போகத்தான் பார்ப்பான். அது ஆம்பள புத்தி. ஆனா இந்த மனசு இருக்குல்ல...' என்று ஒரு நொடி நிறுத்திவிட்டு என் கைகளை எடுத்து உன் நெஞ்சின் மீது வைத்துக்கொண்டாய். அந்த வெப்பத்தை இன்னும் என் உள்ளங்கைகளில் என்னால் உணர முடிகிறது. விம்மித் தெறித்துவிடும் போன்ற அந்த வனப்பு, அதில் இந்த மொத்த உலகத்தையும் நீ கட்டிப்போட்டிருந்தாய்.

நீ என்னென்னவோ சொன்னாய். எனக்கு எதுவும் புரியவில்லை.

உன் பேச்சை இடைமறித்து, "எனக்கும் இதுபோல பெருசா ஆகுமா?" என்று உன் மார்புகளின் திரட்சியை பக்கவாட்டில் தொட்டுப் பார்த்துக் கேட்டேன்.

"ம்ம்ம்ம்ம்..." என்று கூறிவிட்டு சட்டென்று திரும்பிப் படுத்துக் கொண்டாய்.

என் மார்புகள் சீக்கிரம் பெரிதாகிவிடும் என்ற பரவசமான எண்ணங்கள் மனதை ஆக்கிரமிக்க, அப்படியே உறங்கிப்போனேன். கனவில், உன் முன் மண்டியிட்டுக் கிடந்த அத்தனை ஆண்களின் முகங்களும் வந்துபோயின.

எல்லோருக்கும் ஒரு வாசனை இருப்பதுபோல் உனக்கும் ஒரு வாசனை இருந்தது. தனித்துவமானது. கடலின் உப்பிலிருக்கும் அடர்த்தியைப் போன்ற தனித்துவம். எனது எல்லாமும் அதன் பிரதிதான். உன்னுடலின் அத்தனை வசீகரங்களையும் சின்னப் பிசிறுகள்கூட மாறாமல் எனக்குத் தாரை வார்த்திருக்கிறாய். உன் நினைவு வருகிறபோதெல்லாம் என் உடலின் அசாத்தியமான கண்கள் விழித்துக்கொள்கின்றன.

உனது உடல் பசுமை குறையாத கொடியென அந்த ஊரின் எல்லா வீதிகளிலும் படர்ந்து கிடந்தது. அதன் வசீகரத்திற்கு அவ்வூரிலிருக்கும் அத்தனை சர்ப்பங்களும் எழுந்தாடின. உன்னை எதிர்கொண்ட பெண்களின் கண்களில் பொசுக்கும் உக்கிரமும், பொறாமையும் சேர்ந்தே கசிந்தன. என்னிடம் எந்த நிர்ப்பந்தங்களையும் நீ வைத்திருக்கவில்லை. ஆண்கள்

பூச்சிகளைவிடவும் கோழைகள், அவர்களிடம் ஒருபோதும் பயப்படாதே என்பது மட்டுந்தான் முதலும் கடைசியுமாய் நீ சொன்ன அறிவுரை.

மிலிட்டரிக்காரனை முதல் தடவையாய் அப்பாவெனக் கூப்பிட்ட நாள் இன்னும் எனக்கு நினைவில் இருக்கிறது. இந்த அப்பா என்ற பதவி எவ்வளவு நிலையற்றது பாரேன். அம்மா யாரையெல்லாம் நேசிக்கிறாளோ, எவ்வளவு காலம் வரை ஒருவருடன் வாழ்கிறாளோ அந்தக் குறிப்பிட்ட காலத்திற்கு அவர்தான் அப்பா. ஒரு தக்கையைவிட பலவீனமான, பூஞ்சையான உறவு.

அப்போதெல்லாம் நான் பெரும்பாலும் அணிந்தது பாவாடைகள்தான். அது எவ்வளவு ஆபாசமான உடை தெரியுமா? என்னால் இயல்பாக உறங்கவும் முடியாமல் உட்காரவும் முடியாமல் எப்போதும் அவனது கண்கள் என் தொடைகளைத் துளைத்துச் செல்வது போலவே இருக்கும். அந்தக் கண்கள் எப்போதும் உடலெங்கும் ஊர்ந்து பின்பு சில நாட்களில் என் மீது சதாவும் நீந்தியலையும் மீன்களாகிவிட்டன. எனது உடலை சின்னதொரு குளமாக்கி தன் கண்களின் மூலமாய் அவன் நீந்திக் கொண்டிருந்தான்.

நாம் மூவரும் சின்னதாக ஒரு பயணம் சென்றோம். தஞ்சாவூரில் இருந்து காரைக்காலுக்குப் போன அந்த நாள் உன் முகத்தில் நான் பார்த்த சந்தோஷத்தை அதற்கு முன் பார்த்ததில்லை. அதற்குப் பிறகும் பார்க்கவில்லை. கடலைக் குழந்தையாக்கி அந்த இரவில் நீ பாடியது நினைவில் இருக்கிறது.

நீயும் அவனும் குடித்திருந்தீர்கள். பௌர்ணமிக்கு முந்தைய தினமென்பதால் கடல் அதன் பூரிப்பில் பிரம்மாண்ட அலை எழுப்பி நர்த்தனமாடியது. கடலின் நடனம் கண்ட நீயும் எழுந்து ஆடினாய். ஆடை விலகிய பிரக்ஞையோ அது கடற்கரை என்கிற கூச்சங்களோ இல்லாமல் ஆடிய உன்னை மிகுந்த சிரமத்துடன் அறைக்குக் கூட்டி வந்தோம்.

அன்றிரவு நீங்கள் உடலுறவு கொண்டபோது உண்மையில் நான் உறங்கியிருக்கவில்லை, நான் விழித்திருப்பது உன்னை சங்கடப்படுத்திவிடக் கூடாதென்பதற்காகச் சிரமத்துடன் கண்களை மூடிக்கிடந்தேன். எல்லையற்ற மகிழ்ச்சியில் சிரித்த உன்னை அவன் அடித்தான். எனக்குப் பயம் வந்துவிட்டது. பெண்ணுடலின்

மகிழ்ச்சியையோ தேவைகளையோ எதிர்கொண்டிராத அவனுக்கு உனது சிரிப்பு அச்சம் தந்திருக்க வேண்டும். மூர்க்கமாக உன்னைத் தாக்கியபோது நீ அசையாமல் அவனைப் பார்த்துக் கொண்டிருந்தாய். உன்னை எத்தனை பேர் வேண்டுமானாலும் அடிக்க முடியும். ஆனால் யாரும் காயப்படுத்திவிட முடியாது என்பதை அன்றுதான் தெரிந்துகொண்டேன். ஜன்னலைத் திறந்து வெளியில் வேடிக்கை பார்த்த நீ, படுத்திருந்த என்னை எழுப்பி அப்போதே தஞ்சாவூருக்கு அழைத்து வந்துவிட்டாய்.

அடுத்த நாள் அவன் வீட்டிற்கு வந்தபோது கோபத்தின் எந்தச் சுவடுகளையும் காட்டிக்கொள்ளாமல் உணவளித்தாய். உன்னிடம் மன்னிப்பு கேட்டவன் இன்னும் சில நாட்களில் மீண்டும் பணிக்குத் திரும்புகையில் அவனுடனேயே வர முடியுமாவெனக் கேட்டான். 'இத்தனை வருடங்களில் மனைவியைக் கூட்டிக் கொண்டுசெல்ல வேண்டுமெனத் தோன்றாத ஒருவனுக்கு உன்னைக் கூட்டிக் கொண்டு செல்லவேண்டுமெனத் தோன்றியது முதலில் உன்னை ஆச்சர்யப்படுத்தினாலும் காரணத்தை உடனே புரிந்துகொண்டாய். 'ஏன் நீ போனதுக்கு அப்பறம் இங்க நான் வேற யார் கூடயாச்சும் போயிருவேன்னு நினைக்கிறியா?' அவன் தடுமாறி சமாளித்தான் 'ச்சே ச்சே அப்டி இல்லம்மா...'

'அப்பறம்? இத்தன வருசமா பொண்டாட்டியக் கூட்டிட்டுப் போகணும்னு தோணல... ஒரு மாசம்கூட ஆகல என்னயக் கூட்டிட்டுப் போகணும்னு தோணுது... இதுக்கு நான் சரியா வரமாட்டேன்... வேற ஆளப் பாரு...' கோபமாகச் சொல்லிவிட்டுப் போய்விட்டாய். நான் அங்கு இருப்பதா போய்விடுவதா எனத் தெரியாத குழப்பத்தில் மலங்க மலங்கப் பார்த்துக்கொண்டு நின்றேன். தன் பையில் இருந்து கொஞ்சம் பணம் எடுத்து என் கையில் கொடுத்தவன், உன்னிடம் கொடுக்கச் சொல்லிவிட்டுப் போனான்.

ஊருக்குப் போவதற்கு இரண்டு நாட்கள் முன்பாக அவன் மீண்டும் நம் வீட்டிற்கு வந்தபோது, அவனுடன் இன்னொரு தடியனும் வந்திருந்தான். இருவரும் ஒரே பட்டாலியனில் வேலை செய்கிறவர்கள். விடுமுறை முடிந்து ஊருக்குப் போக இருப்பதால் விருந்துக்கு அழைத்து வந்திருந்தான். அந்தப் பிற்பகல் என் இருப்பை விரும்பியிராத நீ சினிமாவிற்கு அனுப்பினாய். நான் டிக்கட் கூட எடுக்கவில்லை தெரியுமா? ஆப்ரேட்டர் சீனு மாமாவை

உனக்குத் தெரியும்தானே? நமது வீட்டிலிருந்து இரண்டு தெரு தள்ளி இருப்பவர்... ஆப்ரேட்டர் ரூமிற்கே கூட்டிப்போய்விட்டார். அவர் மடியில் அமர்ந்துகொண்டுதான் முழு படத்தையும் பார்த்தேன். அன்று மட்டுமல்ல அதற்கு முன்பும்கூட சிலமுறை அவரின் மடியில் அமர்ந்து படம் பார்த்ததுண்டு. நான் அவ்வளவு வளர்ந்தும் என்னைக் குழந்தையைப்போல் மடியில் வைத்துக் கொள்வார். பாதிப் படம் அவர் மடியில் உட்கார்ந்திருப்பேன், திடீரென அவசரமாய் கழிவறைக்கு ஓடுவார். திரும்பி வரும்போது களைத்துப் போனவராய் மறக்காமல் இருவருக்கும் டீ கொண்டு வருவார்.

நான் படம் முடிந்து வீடு திரும்புகையில் எந்தச் சத்தமும் இல்லாமல் இருண்டிருந்த படுக்கையறையின் மூலையில் நீ சுருண்டு கிடந்தாய். நினைவுகள் இல்லாத உன்னை எழுப்ப எவ்வளவு முயன்றும் முடியவில்லை. விளக்கைப் போட்டபோது அந்த அறை முழுக்க உன் குருதி பரவிக் கிடந்தது.

முதலுதவிக்குக் கூட ஒருவரும் வரவில்லை. ஒருவழியாக அரசு மருத்துவமனைக்குச் சிகிச்சைக்காக வந்து சேர்ந்தோம். அந்த நகரம் இனி நமக்கானதில்லையென முடிவுசெய்த நீ உடல்நிலை சரியில்லாத நிலையிலும் என்னை சென்னைக்கு அழைத்து வந்தாய்.

யாரையுமே தெரியாத இந்த நகரில் நாம் ஒவ்வொரு வேளை உணவுக்கும் இன்னொருவரின் கருணையை எதிர்பார்க்கும் பிச்சைக்காரர்களானோம். நல்ல வேளையாக சர்ச்சிலிருந்து வந்த சிஸ்டர்கள் நம்மிடம் இரக்கம் காட்டினார்கள். அடிக்கொருதரம் உனக்கு உடல்நலமில்லாமல் போனதால் பெரும்பாலும் நீ மருத்துவமனையிலேயேதான் இருந்தாய். அந்த மருத்துவமனைதான் என்றென்றைக்குமாய் உன்னை என்னிடம் இருந்து பிரித்துக் கொண்டு போனது. உன்னைத் தகனம் செய்து வந்த நாளிலும் அதன் பிறகு அபூர்வமாய் உன் நினைவு வருகிற நாளிலும் தவறாது ஒன்றை மட்டுந்தான் திரும்பத் திரும்ப யோசிக்கிறேன், அம்மா உன்னையும் இந்த மரணம் விட்டு வைக்கவில்லையே, மற்றவர்கள் எல்லாம் அதற்கு எம்மாத்திரம். உன் சிதையில் பற்றி எரிந்த ஜுவாலை வேறு ஒன்றுமில்லை, அது உன் சிரிப்புதான்.

அன்புடன்
ஆனந்தி.

3

காலை ஆறு மணிக்கெல்லாம் ரோல் காலுக்காகக் கதவு திறக்கப்படும் சத்தம் கேட்டது. ஆனந்திக்கு தான் எங்கு இருக்கிறோம் என்பது பிடிபட சில நொடிகள் ஆகின. பின் மெதுவாக வந்து வாசலில் நின்றாள். பரந்த அந்த வளாகம் நேற்று மாலை பார்த்ததைவிடவும் தெளிவாக இருந்தது. காலைக் கடன்களை முடிப்பதற்காக விசாரணைக் கைதிகளும் தண்டனைக் கைதிகளும் போய்க்கொண்டிருந்தனர். சிலரது கைகளில் செங்கல்பொடி, இன்னும் சிலரது கைகளில் கோபால் பல்பொடி.

காலை உணவுக்குப் போக வேண்டிய அவசரம் எல்லோரிடமும் தெரிந்தது. இவளுக்கு அந்தப் பிரச்சினை இல்லை. "சாப்பாடு வாங்கக் கூட நீங்கள் வரவேண்டாம் கொடுத்து அனுப்புகிறேன்" என ஜெயிலர் சொல்லி இருந்தார். இவளோடு வந்து பேசுவதற்குக் கூட்டம் கூடும், கூட்டத்தில் ஏதாவது அசம்பாவிதம் நடக்க வாய்ப்பிருக்கிறதென்கிற எச்சரிக்கை.

மறுபடியும் அறைக்குள்ளேயே படுத்துக்கொள்ள அவளுக்கு விருப்பமில்லை. அந்த வளாகத்திலிருந்த காவலரிடம் செய்தித்தாள் கேட்டாள். "இங்க இன்மேட்ஸுக்கான லைப்ரைரி ஒன்னு இருக்கு. ஆனா அங்க கூட்டமா இருக்கும். அதோட சென்சார் பண்ணிக் குடுக்கறதால பாதிப் பாதியா வெட்டி வெச்சிருப்பாங்க. நீங்க கிளினிக் போங்க. அங்க டாக்டருக்கு வாங்கற பேப்பர் வெச்சிருப்பாங்க." சிரித்தபடி சொன்னவள் "இருங்க தனியாப் போக வேணாம். நான் கூட ஒரு ஆள் அனுப்பறேன்" என்றாள்.

ஆனந்தியை நிறுத்திவிட்டு அங்கு சுற்றிக் கொண்டிருந்த ஒரு விசாரணைக் கைதியைக் கூப்பிட்டாள். "இவங்கள கொஞ்சம் கிளினிக் ல போயி விட்டுடு..." அந்தப் பெண்ணுக்கு இருபது வயதிருக்கும். அப்பிராணியான முகம்.

"என்ன மேடம் நைட்டு சரியா தூங்கலையா?"

ஆமாமென தலையாட்டிவிட்டு ஆனந்தி சிரித்தாள்.

"ரெண்டு நாள் போனா பழகிடும்."

பொதுவாகச் சொல்லிவிட்டு நடந்தாள்.

"நீ என்ன கேஸ்லம்மா வந்திருக்க?"

ஆனந்தி பதிலுக்குக் கேட்டாள்.

"பிராத்தல்தான். பெரும்பாலும் கேசெல்லாம் வராது. இந்த தடவ வேற ஆள் கெடைக்கலைன்னு கூட்டிட்டு வந்துட்டாங்க மேடம்..."

அந்தப் பெண் சாதாரணமாகச் சொன்னாள். இருவரும் பேசிய படியே கிளினிக் வந்து சேர்ந்தனர். அங்கு தண்டனை சிறைவாசி ஒருவரே நர்ஸாக இருந்தார். இவளை அடையாளம் கண்டு சிரித்தாள்.

"உடம்பு சரியில்லையா? மருந்து எதும் குடுக்கட்டா?"

"இல்லைங்க... பேப்பர் பாத்துட்டுப் போகலாம்னு வந்தேன்."

"ஓ சரி வாங்க, வந்து உக்காருங்க..."

அந்த அறையிலிருந்த இரண்டு மர நாற்காலிகளில் ஒன்றில் உட்கார்ந்தாள்.

பெரிய பெரிய பீங்கான் சீசாக்களில் மருந்துகள் அடைத்து வைக்கப்பட்டிருந்தன. அந்த அறையில் மெல்லியதாய் மருந்து வாடையும், பினாயில் வாடையும் கலந்து அடித்தது.

அன்றைய தினத்தின் செய்தித்தாளில் மேக்கப் இல்லாத அவள் ஃபோட்டோவுடன் முதல் பக்கத்திலேயே செய்தி வந்திருந்தது. இதற்கு முன்பும் சிலமுறை இதேபோல் வழக்குகள் வந்திருக்கின்றன, ஆனால் அவற்றுக்காக அவள் சிறை சென்றதில்லை. கண்கள் அமைதியாக அந்தச் செய்தியைக் கடந்து மற்ற செய்திகளைப் படிக்க முயன்று தோற்றது. எதிலும் நாட்டமில்லாமல் மெறுமனே

படங்களைப் பார்த்தாள். பத்து நிமிடத்திற்குள் பேப்பரைப் பார்த்து முடித்தபின் அடுத்து என்ன செய்வதென யோசனை?

“பழைய பேப்பர் இருந்தா குடுக்கறீங்களா?”

நர்ஸ் அந்த மாதத்தில் வந்த சில செய்தித்தாள்களை எடுத்துக் கொடுத்தாள்.

எல்லாவற்றையும் அதேபோல் மேலோட்டமாகப் புரட்டினாள். பதினைந்து இருபது நாட்கள் வந்த செய்திகள் பெரும்பாலும் ஒரே மாதிரியானவையாய் இருந்தன. மாவட்டச் செய்திகள், உலகச் செய்திகள் மட்டும் கொஞ்சம் சுவாரஸ்யமாய் இருப்பதாகப் பட்டது. பதினைந்து நாட்களுக்கு முந்தைய ஒரு பழைய மாவட்டச் செய்தி அவள் கண்ணில் பட, ஆர்வமாய் வாசித்தாள். ‘வடலூர் ரத்னா டாக்கீஸில் ஆபாசப் படம் திரையிட்ட ஆப்ரேட்டர் கைது. தியேட்டருக்கு சீல்.’ செய்தியின் ஓர் ஓரமாக ஆப்ரேட்டரின் ஒடுங்கிய முகம் மங்கலாய் இருக்க அருகில் வைத்து ஒருமுறை பார்த்துக்கொண்டிருந்தபோது அவளைச் சந்திக்க ஆள் வந்திருப்பதாக ஒரு கைதி வந்து சொன்னாள்.

“பேர் என்ன சொன்னாங்க?”

“பாபு.”

ஆனந்திக்கு ஆறுதலாய் இருந்தது. அவன்மீது இவள் கொண்டிருந்த வெறுப்புணர்வை தன் கரிசனத்தால் கடந்து சென்றிருக்கிறான். இப்போதைக்குத் தன்னை மீட்க முழு மனதோடு செயல்பட இவனால் மட்டுந்தான் முடியும். செய்தித் தாள்களை நர்ஸிடம் கொடுத்துவிட்டு, “ரொம்ப தாங்க்ஸ்ங்க நான் அப்பறம் வர்றேன்...” என வேகமாக எழுந்து போனாள்.

பார்வையாளர் அறையில் பாபு காத்திருந்தான். நீண்ட தூரப் பயணத்தின் களைப்பு, கண்களைச் சுற்றி வளையங்களாக மாறி இருந்தது. அவனைப் பார்த்ததும் இறுக அணைத்துக்கொள்ள வேண்டுமென எழுந்த உணர்வைக் கட்டுப்படுத்திக்கொண்டாள். மென்மையாகச் சிரித்த அவன் முகம் பார்க்க அழகாக இருந்தது. அவர்களுக்காக ஒதுக்கப்பட்ட பதினைந்து நிமிடங்களும் கைகளைப் பிடித்துக்கொண்டு எதுவும் பேசாமல் அமைதியாய் நின்றனர்.

“எப்பிடியாவது பணம் ரெடி பண்ணிடலாம்னு ட்ரை பண்ணினேன். முடியல. சக்தி போன் பண்ணிச் சொன்னப்போ ரொம்ப கஷ்டமாகிடுச்சு...”

அவளுடைய இந்த நிலைக்கு தானும் ஒரு காரணமென்கிற குற்றவுணர்ச்சியால் அவளை எதிர்கொள்ள முடியாமல் தவித்தான்.

“ச்சே... ச்சே.. இதுல ஃபீல் பண்ண என்ன இருக்கு. படம் டைரக்‌ஷன் பண்ணணும்னு ஆசப்பட்டது நானு. நீங்க ஹெல்ப் பண்ணீனிங்க. என்னோட கெட்ட நேரம் சரியா ஃபண்ட் அமையல.”

அவள் இயல்பாக எடுத்துக்கொண்டிருக்கிறாள் என்பதில் ஆறுதலடைய முடிந்தாலும் அவளை எப்படி இதிலிருந்து மீட்பது என்பதைச் சுற்றியே அவனது யோசனைகள் அலைந்தன.

“அதிகபட்சம் பத்து நாள். அதுக்குள்ள எப்பிடியும் பணம் ரெடி பண்ணிடறேன். அதுவரைக்கும் கொஞ்சம் பொறுத்துக்கோங்க. நேத்து நைட்டு கேரளாவுல இருந்து நம்ம புரட்யூசர்ஸ் ரெண்டு பேர் பேசினாங்க. அவங்களும் கொஞ்சம் பணம் தர்றதா சொல்லி இருக்காங்க. மொத்த பணத்தையும் கண்டிப்பா நாம திருப்பிக் குடுத்துடலாம்.”

“ம்ம்... இதெல்லாம் முக்கியமில்ல பாபு. வெளில வந்து எப்படியாச்சும் ஆரம்பிச்ச படத்த முடிக்கணும். இத்தன வருசமா நடிகையா நான் பெருசா போராடல. ஆனா இப்போ ஒரு டைரக்டரா முதல் படம் எடுத்து முடிக்கிறதுக்குள்ள எவ்ளோ பிரச்சன? இதக் கடந்து போகணும் பாபு.” வருத்தத்தைவிட கோபமே அதிகமாய் வெளிப்பட்டது.

“எல்லாம் நடக்கும்... நம்பிக்கையோட இருங்க... இங்க உங்களுக்குச் சிரமம் ஒண்ணுமில்லையே. சமாளிச்சுக்குவீங்களா?”

ஆனந்தி சிரித்தாள்.

“வெளில இருக்கறதவிட நிம்மதியா இருக்கேன். ஒண்ணும் வருத்தமில்ல. கஷ்டம் வரும்போதுதான மனுஷங்களத் தெரிஞ்சுக்க முடியுது.”

அவனது கையை இறுகப் பற்றிக்கொண்டாள். நேசத்தின் வெக்கையைப் பிரதிபலிக்கும் சூடு. அந்த அறை இன்னொரு முறை நீண்ட மௌனத்தில் ஆழ்ந்தது. பாதுகாப்பிற்கு நின்றிருந்த பெண் காவலருக்கு இவர்களைப் பார்த்துச் சிரிப்பு வந்தாலும், “ஸார், சிசிடிவி கேமரா இருக்கு. கொஞ்சம் டிஸ்டன்ஸ் மெயிண்டய்ன்

பண்ணுங்க. டைம் முடியப்போகுது. ஏதாச்சும் பேசுறதுன்னா சீக்கிரம் பேசிட்டுக் கிளம்புங்க.”

வேறு எங்கோ பார்ப்பதுபோல் அவள் சொல்ல, இருவரும் நிதானித்துக்கொண்டு கேமராவைப் பார்த்தனர். வாழ்வின் சரிபாதி நாட்களில் கேமரா அவர்களைத் தொடர்ந்து பார்த்தபடியேதான் இருக்கிறது. இந்தக் கேமராவிற்கு முன்னால் தங்களிருவருக்கும் என்ன வேஷம்? ஆனந்தி அந்த கேமராவையே பார்த்தபடி நின்றாள். பாபுவிற்கு அங்கிருந்து போக மனமில்லை. அவளைத் தனியாக விட்டுச் செல்கிறோமே என்ற நினைப்பு அசட்டுத்தனமாகத் தெரிந்தாலும் அப்படி நினைப்பதைத் தவிர்க்க முடியவில்லை. அவளுக்கு நெருக்கமாகச் சென்றவன், “உங்களுக்கு எங்கிட்ட ஏதாவது தகவல் சொல்லணும்னா போன் பண்ணுங்க. இங்க இருக்கற கன்விக்ட் வார்டன்ங்ககிட்ட கண்டிப்பா மொபைல் இருக்கும். வெளிலயே என்னோட பொருள் எல்லாத்தையும் வாங்கிட்டாங்க. ஆனாலும் உங்களுக்கு செலவுக்குக் குடுக்கணும்னு ஷூல வெச்சு கொஞ்சம் பணம் எடுத்துட்டு வந்தேன். இந்த போலீஸ்காரம்மா கிட்ட குடுத்திருக்கேன். வாங்கிக்கங்க...”

ஆனந்தி சரியெனத் தலையாட்டிவிட்டு போலீஸ்காரியைப் பார்த்தாள்.

“முடிஞ்சதுங்களா? போகலாமா?”

பாபு போலீஸ்காரிக்கு நன்றி சொன்னான். ஆனந்தி தன் செல்லுக்குத் திரும்பியபோது மனம் முழுக்க வீட்டிற்குத் திரும்பிச் செல்லும் நாளை எதிர்நோக்கி நிரம்பியது. “யாருக்கும் சொல்லாத கதை.” தன் படம். தன் குழந்தை. அதைப் பெற்றுப் போட்டுவிட்டால் போதும். அதன்பிறகு செத்துப்போவதென்றாலும் சம்மதம்தான்.

பாபு கொடுத்துவிட்டுப்போன அந்தக் கசங்கிய ரூபாய் நோட்டுகளைப் பார்த்தாள். அவனைக் குறித்து அவள் எப்போதுமே அலட்டிக்கொண்டதில்லை. இன்றைக்கு அவன் மட்டும்தான் உடனிருக்கிறான். இந்த வாழ்க்கை எங்கிருந்து எங்கு வந்து அவளை நிறுத்தி இருக்கிறது என்று நினைத்துப் பார்த்தாள்.

4. மதனம்

முன்பு ஒருநாள்...

மஞ்சள் விளக்கு வெளிச்சத்தின் சூடு அவள் உடல் முழுக்கப் பரவிக்கிடக்க அந்த மரவீட்டில் தனக்கென ஒதுக்கப்பட்ட சிறிய அறையில் உடலைச் சுருட்டிக்கொண்டு படுத்துக் கிடந்தாள். ஒற்றை மரத்தில் சில கட்டைகளை மட்டும் ஊடாகக் கொடுத்து கட்டப்பட்ட வீடுகள். குளிர் நிரம்பிய அந்த மலைக்கிராமத்தில் இதுபோல் இன்னும் சில மரவீடுகள் கொண்ட ரிசார்ட்டுகள் இருக்கின்றன. ஆனால், இந்த ரிசார்ட்டை ஒட்டித்தான் பெரும் சத்தத்துடன் ஆறு ஓடுகிறது. ஆனந்திக்குப் பிடித்தமான இந்த இடத்திற்கு இதற்கு முன்பும் சில படங்களுக்காக வந்திருக்கிறாள். பெரும்பாலும் இரவு படப்பிடிப்பிற்கு அவள் ஒத்துக்கொள்வதில்லை. நாளை இன்னொரு படப்பிடிப்பிற்காக கோட்டயம் போக இருப்பதால் அவசரமாக இந்தக் காட்சிகளை முடித்துக்கொடுக்கச் சம்மதித்தாள்.

அருகிலிருந்த மூங்கில் அலமாரியில் குடித்துவிட்டு மிச்சம் வைத்திருந்த விஸ்கி அரைபாட்டிலுக்கும் மேல் இருந்தது. உறக்கம் பெரும் விலையைக் கேட்டு நின்றது. இன்று தூங்க நேரமிருக்குமோ தெரியவில்லை. அடுத்த ஷாட் ரெடியாகும்வரை கொஞ்சம் அசரலாம் என்று கண்ணை மூடினாலும் சளி நெஞ்சை அடைத்தது.

படுக்கையிலிருந்து எழுந்துகொண்டவள் ஏணியின் மீதேறி இருளில் ஆற்றையே பார்த்தபடி நின்றாள். நீரின் பெருஞ்சத்தம் வனம் முழுக்க எதிரொலித்துக்கொண்டிருந்தது. நீரின் சத்தம் எங்கிருந்து வருகிறது? என அவள் யோசித்துக்கொண்டிருந்த போதே, "மேடம் ஷாட் ரெடி..." பின்னாலிருந்து ஜோபியின் குரல் கேட்டது. இந்தப் படத்தின் பிரதான உதவி இயக்குநர். பார்க்க மெலிந்து ஒடுங்கிப் போயிருந்தாலும் வலுவானவன். இரவு பகலெனத் தனியாளாக எல்லா வேலைகளையும் செய்யக்கூடியவன் என்பதால் அவன் மீது இவளுக்கு மரியாதை உண்டு.

மெதுவாக அவனுக்குப் பின்னாலேயே மரப்படிகளில் இறங்கினாள். கீழே அவளுக்காகக் காத்திருந்த டச் அப் பாய் வேகமாக வந்து அவளுக்கு நாற்காலி போட்டான். அவள் உட்கார்ந்ததும் இயந்திரம்போல் முகத்தில் கொஞ்சம் பவுடர் ஒத்தி எடுத்தான். கண்களை மூடியிருந்தவளின் நாசிக்குள் ரோஸ் பவுடரின் பழக்கப்பட்ட வாசனை ஏறிக் கிளர்த்தியது. இந்தப் பவுடரை உடல் முழுக்கப் பூசிக்கொள்ள வேண்டுமென்கிற முட்டாள்தனமான ஆர்வத்தில்தான் சினிமாவுக்கு வந்தாள்.

"ஷாட் ரெடி ஆனந்தி..."

இயக்குநரின் சத்தம் கேட்க, சிரித்தபடியே எழுந்துகொண்டு ஒருமுறை சோம்பல் முறித்தாள். கேமராவிற்கு மிக அருகில் அந்தக் குளிரிலும், வெறும் லுங்கியுடன் பாபு ஷாட்டிற்குத் தயாராக இருந்தான். பி கிரேட் படங்களில் பிரபலமான நடிகன். ஆறடிக்குக் குறையாத உயரம். முறுக்கேறிய உடல் குளிரைப் பொருட்படுத்தாது திமிறிக்கொண்டிருந்தது. ஆனந்திக்கு அவனைப் பார்க்க பாவமாய் இருந்ததால் திரும்பி டைரக்டரைப் பார்த்தவள்,

"டைரக்டர் ஸார் இந்தக் குளிர்லயும் அந்த மனுஷன் வெறும் மேலோடதான் நிக்கணுமா? பாவம் ஸார்..." என்றவள் முடிச்சிட்டிருந்த தன் கூந்தலை அவிழ்த்து விட்டாள். ஜோபி கடைசி ஷாட்டின் ஆக்ஷன் கண்டினியூட்டி சொன்னான்.

"அவர் உங்கள லெஃப்ட் ஹேண்ட்ல அடிக்கிறாரு, நீங்க இந்த இடத்துல விழறீங்க... அதுக்கப்பறம் உங்கமேல அவர் விழுந்து புரள்றப்போ உங்க வலது கையை வெச்சு அவரத் தள்ளணும்..."

அவனே அவளுக்குப் பதிலாக நடித்துக் காட்டியிருந்தான். கவனமாகப் பார்த்துக் கொண்டவள், ஒருமுறை தான் விழப்போகும்

இடம் எல்லாவற்றையும் பார்த்து மனத்தளவில் தன்னைத் தயார்படுத்திக்கொண்டாள். டைரக்டரைப் பார்த்து ரெடி என்பதுபோல் தலையாட்ட அவ்வளவு நேரமும் அமைதியாய் இருந்த பாபு கேமராவிற்கு இடது பக்கமாய் வந்து நின்றான். ரெண்டு ஷாஃப்டி லைட் மட்டும்தான் வைத்திருந்தார்கள். அதனால் இப்பொழுது பெரிய சூடு இல்லை. லைட் வெளிச்சத்திற்கு கூட்டமாய் அப்பியிருந்த பூச்சிகள்தான் அவ்வப்போது தலையைச் சுற்றிப் பறந்து இம்சித்துக்கொண்டிருந்தன.

“சவுண்ட், கேமரா, ஆக்ஷன்.”

பாபுவுக்குத் தெரியும், டைரக்டர் கட் சொல்லும்வரைதான் இந்த வாய்ப்பு. ஆனந்தி அந்தக் காட்சியில் சிரமப்பட்டு நடிக்கத் தேவை இருக்கவில்லை. பாபு நிஜமாகவே அவளை கற்பழித்துவிடும் வெறியில் அவள் உடலைக் கீறுவதும் உடையைக் கிழிப்பதுமாய் இருந்தான். முதல் சில நொடிகள் அவன் தீவிரமாக நடிக்கிறானோ என நினைத்தவள், அவன் வெறிகொண்டு இயங்குகிறான் என்பது புரிந்ததும் சமாளிக்க முடியாமல் திணறினாள். டைரக்டர் கட் சொல்லும்வரை சமாளித்துக்கொள்ளலாமென இப்படியும் அப்படியுமாய் உருள, தான் நினைத்ததைவிடவும் காட்சி சிறப்பாக வருகிற திருப்தியில் டைரக்டர் இன்னும் கொஞ்சம் போகட்டுமென அமைதியாய்க் காத்துக்கொண்டிருந்தார்.

ஆனந்தியால் முடியவில்லை. சிறுமியாக இருந்தபோது ஐசக்கின் தொடையைக் கடித்து வைத்த அதே ஆவேசம் இப்போது அவளுக்குள். பாபு ஓர் அசட்டு மிருகம்போல் இயங்கிக் கொண்டிருக்க, கண்களை மூடி எதையோ தேடுவதுபோல் பாபுவின் கால்களுக்கு இடையில் விறைத்திருந்த ஒரு பிடி சதையை இறுக்கினாள். பாபுவின் அலறல் ரிசார்டின் அமைதியைக் கிழித்துக் கொண்டு வெளியேறியது.

டைரக்டருக்கு விபரீதம் புரிந்து அவசரமாய் “கட், கட், கட்” என்றார். தனது பிடியை விட்டவள் அவனைத் தன் மீதிருந்து விலக்கிவிட்டு எழுந்துகொண்டாள். பாபுவுக்குக் கண் மங்கலாகி எதுவும் தெரியாமல் போய்விட்டது. வலி தாளாமல் அலறியவனை யூனிட்டில் இருந்தவர்கள் வந்து தூக்கிக்கொண்டு போனார்கள்.

“தேவ்டியா முண்ட...” என்று ஆன்ந்தியைப் பார்த்துப் பற்களுக்கிடையே முணுமுணுத்தார் டைரக்டர்.

ஆனந்தி திரும்பி தன் டச்சப் பாயைப் பார்க்க அவன் ஓடிவந்து கப்பில் அவளுக்கு டீ ஊற்றிக் கொடுத்தான். வாங்கிக் குடித்தபடியே நிதானமாக உட்கார்ந்து ஆற்றின் சத்தத்தை மீண்டும் கேட்டாள். அந்த ஆறும் ஏதோ வலியில் அலறுவது போலிருந்தது.

ஆற்று நீருக்குச் சத்தம் எங்கிருந்து வரக்கூடும்?

ஜோபி அவசரமாக ஓடிவந்தான்.

"என்ன மேடம் இப்பிடி பண்ணீட்டிங்க? இப்போ எப்பிடி ஷூட் பண்றது?" ஆனந்தி சிரித்தாள்.

"ஏன் பேசாம நீ அவனுக்குப் பதிலா டூப் போடேன். பைத்தியம் புடிச்ச குரங்கு மாதிரி நடந்துக்குறான் யா. உங்க டைரக்டருக்கு தியேட்டர்ல ஆடியன்ஸ் பாத்து டெம்ப்ட் ஆகற மாதிரி ஷாட் எடுத்துடணும். அதுக்கு யார் செத்தாலும் பரவா இல்லைன்னு வேடிக்க பாத்துட்டு இருப்பாரு. த்தூ."

காறித் துப்பியவள் தன் வலது தோள் பட்டையைக் காட்டினாள்.

"நாயி எப்பிடி கடிச்சிருக்கான் பாரு..."

பாபுவின் பல் தடம் பட்டு அவளின் தோல் ரத்தமாய்ச் சிவந்து போயிருந்ததைப் பார்க்க ஜோபிக்கும் சங்கடமாய் இருந்தது. என்ன சமாதானம் சொல்வதெனத் தெரியாமல் நிற்கும்போதே டைரக்டர் எரிச்சலோடு வந்தார்.

"என்னம்மா சீக்கிரம் முடிச்சு அனுப்பணும்னுதான அவ்ளோ பேரும் கஷ்டப்படறோம். அது புரியாம இப்பிடிப் பன்றியே. ச்சே."

திரும்பி ஜோபியைப் பார்த்தவர்–

"இவங்க டூப் தேர்ட் ரூம்ல இருப்பாங்க, அவங்கள ரெடி பண்ணு, கொஞ்சம் க்ளாமர் ஷாட்ஸ் எடுத்துக்கலாம். அதுக்கு முன்னால ஆனந்தியோட ரியாக்ஷன்ஸ் மட்டும் எடுப்போம் கேமரா மேனக் கூப்புடு."

ஜோபி கேமராமேனைக் கூப்பிட ஓடினான். ஆனந்தி எதுவும் பேசாமல் டீயைக் குடித்துவிட்டுக் கப்பை வைத்தாள். கண்ணாடி பார்த்து ஒருமுறை டச்சப் செய்துகொண்டவள் ரெடியாகிப் பரந்து விரிந்த அந்த பெட்டில் போய் உட்கார்ந்தாள். கேமரா மேன் இப்போது ஒரு ஷாஃப்டியை ஆஃப் செய்துவிட்டு ஒன்றை மட்டும் ஆன் செய்து வைத்திருந்தார்.

பொதுவாக இதுமாதிரி ஷாட்களில் நடிக்கும்போது பல சமயங்களில் அவளுக்குச் சிரிப்பு வந்துவிடும். வெறுமனே முகம் மட்டும் உச்சபட்ச காமத்தை அனுபவிக்கும் பாவத்தை வெளிப்படுத்த வேண்டும். ஆனந்தியின் இதழ்களுக்கும் கண்களுக்கும் தனிப்பட்ட கவர்ச்சி இருந்ததால் பின்னணியில் கேட்கும் குரலுக்கும் இவள் முகத்திற்குமே பார்க்கிறவர்கள் கிளர்ச்சியடைந்து உச்சமடைவார்கள்.

வழக்கமான ரியாக்ஷன்ஸ் இல்லாமல் இன்று ஏதாவது புதிதாகச் செய்ய வேண்டுமென நினைத்துக் கொண்டாள். கற்பழிக்க வரும் ஓர் ஆணிடம் கொஞ்சம் கொஞ்சமாய்த் தன்னை இழக்க வேண்டும். அப்போது அவனது அதீத ஆண்மையில் தன்னை முழுதாக அவனிடம் ஒப்படைக்க வேண்டும். அந்த டைரக்டருக்குள் உறங்கிக் கொண்டிருக்கும் பெர்வெர்ஷன் விழித்துக்கொண்டு வெளியே வந்தால் ஒருவேளை அவர் பாபுவிடவும் கொடூரமானவராய் இருக்கலாமென அச்சப்பட்டாள்.

“ரெடி, ரெடி., டேக்.” டைரக்டர் சும்மாவேனும் கத்திக் கொண்டிருக்க, கேமராமேன் மெதுவாக அவரைக் கூப்பிட்டு “எல்லாம் சரி இன்னும் ஒரு மணி நேரத்துக்கு பாபு வரமுடியாது. யார டூப்பா வெச்சு ஷாட் எடுக்கப் போறீங்க?” டைரக்டர் திரும்பி ஜோபியைப் பார்த்தார். “போயி பாபு போட்டிருந்த லுங்கிய மாத்திட்டு சீக்கிரமா வா.” தனக்குக் கொடுக்கப்பட்ட கட்டளையின் உண்மைத் தன்மை புரிந்தும் புரியாமலும் அடுத்து என்ன நடக்கப்போகிறதோ என்ற சுவாரஸ்யத்தோடு ஜோபி அங்கிருந்து போனான்.

லுங்கியில் திரும்பி வந்தபோது பாபுவைப் போன்ற முரட்டுத் தோற்றம் இல்லாதுபோனாலும் கொஞ்சம் வாட்ட சாட்டமான ஆளாகவே ஜோபியும் இருந்தான். ஆனந்தி அவனைப் பார்த்துச் சிரித்தாள். ஒரு நிமிடம் யூனிட்டில் இருந்த ஆட்களைப் பார்த்தபோது எல்லோருமே சிரிப்பது போலிருந்தது. படுக்கையில் சாய்ந்து படுத்துக்கொண்டவள் எப்போதும்போல் கண்களை மூடிக்கொள்ளாமல் திறந்தே வைத்திருந்தாள்.

“ஓகே ரெடி டேக். ஆனந்தி ரெடி, ஜோபி ரெடி.” என எல்லோருக்கும் ரெடி சொல்லிவிட்டு டைரக்டர் ஆக்ஷன் சொல்ல, ஜோபி அவள் மீது பாய்ந்து புரளத் தொடங்கினான். அவன் உடல்

சாவி கொடுக்கப்பட்ட பொம்மையைப் போல் இயங்கினாலும் உள்ளூர அவன் பயந்துகொண்டிருந்ததால் அவனால் சரியாக இயங்க முடியவில்லை. அவள் அவனை இன்னும் மூர்க்கமாய் நடிக்கச் சொல்லி காதுக்குள் கிசுகிசுத்தாள். அதைக் கேட்டதும் முன்னைவிடவும் பயம் அதிகமாக அவனது வேகம் குறைந்தது.

டைரக்டர் எரிச்சலோடு, “கட் கட் கட்” எனக் கத்தினார். “என்னடா பிரச்சின உனக்கு, முழுசா ஒரு பொம்பள பக்கத்துல இருக்கா... டவுசர் போட்ட பையன் மாதிரி முழிக்குற...”

ஆனந்தி சற்று சத்தமாகவே சிரித்துவிட்டாள்.

மீண்டும் ஷாட் ரெடியானது.

ஆனந்தியின் கண்களை மட்டும் பார்க்காமல் இருந்தால் போதும் என்று தனக்குள் சொல்லிக்கொண்டு, ஜோபி அவளை நெருங்கினான். அவளுடைய கண்களைத்தான் முதலில் எதிர்கொண்டான். புள்ளிமானின் கண்கள் அவை. அதற்குப் பிறகு ஜோபியின் கட்டுப்பாட்டில் எதுவுமே இல்லை. அவளை நிஜமாகவே முத்தமிட்டான். நீண்ட காலம் அடைத்துக் கிடந்த வீட்டிலிருந்து வெளியேறும் ஜன்னல் காற்றைப்போல் அவளுக்குள் ஊடுருவியவனை ஆனந்தி ரசித்தாள்.

கேமராவிற்குத் தன் உணர்வுகளைத் தாரைவார்த்தாள். கண்களை மூடி கழுத்தைப் பின்னால் இழுத்து காமம் பொங்குவதுபோல் காட்டுவது, பின் உதட்டைக் கடித்து காம வேதனையில் உடலை நெளிப்பதென மிக அழகாக எல்லா உணர்ச்சிகளையும் வெளிப்படுத்திக்கொண்டிருந்தாள். உடலிலிருந்து முக்கால்வாசிக்கும் மேல் உடைகள் கலைந்து போயிருந்ததை அவள் பொருட்படுத்தியிருக்கவில்லை. முழுமையாக அவனோடு முயங்கிப்போனவளை கேமரா பெரும் பசியுடன் பதிவுசெய்தது.

திருப்தியோடு டைரக்டர், ‘கட்’ சொல்ல ஜோபி அவசரமாக அவளில் இருந்து பிரிந்தான். லுங்கியைப் பிளந்து வெளியேறும் மூர்க்கத்துடன் விறைத்திருந்தவனை அப்போதைக்கு ஆனந்தி மட்டுமே கவனித்திருக்க நல்ல வேளையாக லைட்மேன் லைட்டை ஆஃப் செய்திருந்தார். காதலைத் தேக்கி வைத்திருக்கும் ஒருவனோடு நிகழ்ந்த மகரந்தசேர்க்கை அது. அவளது இதயத்தின் சுவரெங்கும் துளிர்த்திருந்த நேசத்தின் நீர்த்துளிகள் கடலாகப் பொங்கின.

ஆனந்திக்கு நிம்மதியாக இருந்தது. ஒரே நாளில் இரண்டு வெவ்வேறு ஆண்கள். இரண்டு வெவ்வேறு அனுபவங்கள்.

அவளுக்கு வழக்கமாக டூப் போடும் பெண் உடலில் ஒரு டர்க்கி டவல் மட்டும் கட்டியிருந்தாள். கடும் குளிருக்கு ஈடுகொடுக்க முடியாத அவள் உடலின் ரோமங்கள் புல்லரித்துப்போய் எழுந்து நின்றன. நெற்றியில் இன்னுமேகூட சந்தனம் அழிந்திருக்கவில்லை. ஆனந்தியின் நிழலைப்போல் அவளது எல்லாப் படப்பிடிப்புத் தளங்களிலும் டூப்பாக வருகிறவளுடன் அவள் அதிகம் பேசியதில்லை. அவளுக்கு தமிழ் சரியாகப் பேச வராது, ஆனந்திக்கு மலையாளம் சரியாகப் பேச வராது. அதனால் இருவரும் சிரித்துக் கொள்வது ஓரிரு வார்த்தைகளைப் பரிமாறிக்கொள்வது என்கிற அளவிலேயே இருப்பார்கள்.

அவளோடு நடிப்பதற்கு பாபு தயாராகி வந்திருந்தான். ஆனந்தியைப் பார்த்து முறைத்தவன் கேமராவிற்கு அருகில் போய் உட்கார்ந்து கொண்டான். கால்களை அருகருகே வைக்க முடியாத அளவிற்கு இன்னும் வலி இருந்ததால் கொஞ்சம் அகட்டியே நின்றிருந்தான். ஆனந்தி தனக்கு டூப் போடும் பெண்ணைப் பார்த்துப் புன்னகைக்க, பதிலுக்கு அவள் காற்றில் அசைந்தாடும் இளம் நெல்வயலைப் போல் அழகானதொரு புன்னகையைத் தந்தாள். எல்லாம் தயாராகி ஷாட்டிற்காக மேலாடையை விலக்கி அரை நிர்வாணமாய் அவள் படுக்கையில் வந்து படுத்தாள். பாபு அந்த வலியையும் மீறி அவளுடன் இயங்கத் தயாரானான். தன் ஆண்மைக்குச் சின்னதொரு அங்கீகாரம் கிடைத்தால் போதும். ஆனந்தி கொடுத்த வலியைச் செரித்துவிடலாம்.

அந்தப் பெண் செயற்கையாகச் சில சத்தங்களை எழுப்ப இருவரும் மூர்க்கமாக உருண்டுகொண்டிருந்தனர். அவ்வப்போது கேமரா பொசிஷன் மாறுகிற பொழுதெல்லாம் ஜோபி மறக்காமல் பாபுவின் மீதும் அந்தப் பெண்ணின் மீதும் ஸ்ப்ரே அடித்தபடியே இருந்தான்.

மிச்சமிருந்த விஸ்கியை ஒரு கோப்பையில் ஊற்றிக்கொண்டு ஆனந்தி தன் அறையின் ஜன்னலருகே நின்றிருந்தாள். கீழே ஆற்றங்கரையில் எதிர்ப்புறத்தில் ஒரு பெரிய யானையும் குட்டியானையும் நிதானமாக நீர் அருந்திக்கொண்டிருந்தன. யானைகளை இப்படிப்பட்ட ஒரு சூழலில் இதற்கு முன் பார்த்திராதவளுக்கு அந்தக் கணம்

அற்புதமாக இருந்தது. மரங்களுக்குப் பின்னால் எங்கோ ஒளிந்து கொண்டிருந்த நிலா மெதுவாக நகர்ந்து வந்து யானைகளுக்கு மேல் எட்டிப்பார்த்தது. நிலா வெளிச்சம் பட்ட யானைகளின் பிம்பங்கள் ஆற்று நீரில் மிளிர்ந்தன. தீட்டி முடிக்கப்பெறாத ஓவியம் போல் அந்த யானைகள் எந்தவிதமான சலனமுமில்லாமல் மிக அமைதியாய் ஆற்றங்கரையிலேயே உட்கார்ந்திருக்க, இவளும் அவற்றைப் பார்த்தபடியே உட்கார்ந்தாள்.

அந்த இருட்டில் எப்படியும் யானையின் கண்களைப் பார்த்துவிட வேண்டுமென விரும்பியவளுக்கு அது சாத்தியப்படவே இல்லை. பெரிய யானை ஒருமுறை வாலை ஆட்டிக் கொண்டதைப் பார்க்க வினோதமாயிருந்தது. எதற்காக யானைகள் வாலை ஆட்டுகின்றன? எச்சரிக்கை உணர்வா? அல்லது சந்தோஷமா? குட்டியானை தனது துதிக்கையால் பெரிய யானையின் வயிற்றில் தடவிக் கூப்பிட்டது. இரண்டு யானைகளும் மெதுவாக அங்கிருந்து நடந்தன. ஜோபியின் நறுமணம் தன்னைச் சுற்றிப் படர்ந்து விரிவதுபோல் இருந்தது. அவசரமாகக் கையிலிருந்த மதுவைக் குடித்துவிட்டு இன்னொரு கிளாஸ் ஊற்றினாள். தன்னைவிட வயதில் ரொம்பவும் சிறியவன். விஸ்கியை ஒரே மடக்கில் குடித்தாள்.

பின்னிரவு படப்பிடிப்பு முடிந்தபிறகு குளிருக்கு சால்வையைப் போர்த்திக்கொண்ட ஆனந்தி, டச்சப் பாயிடம் இருந்து தன் செருப்பை வாங்கிப் போட்டுக்கொண்டு நடந்தாள். கோட்டயத்திற்கு இவளுக்கு முன்பாகவே சக்தி போய்விட்டாள். இவளுக்குத் தேவையான எல்லாமும் இந்நேரம் அங்கு தயாராகி இருக்கும். அலுப்போடு ஆனந்தி உடலை நெட்டி முறிக்க, பாபு தயக்கத்துடன் வந்தான்.

“ஸாரிம்மா... ரொம்ப ரூடா நடந்துகிட்டேன்...” மன்னிப்பு கேட்டான். குரல் மன்னிப்பு கேட்டாலும் உடல் விறைப்போடிருந்தது. இயல்பிலேயே அவன் அப்படித்தானென்றால் எத்தனை பரிதாபத்திற்குரியவன்? வெறுமனே அவனைப் பார்த்துச் சிரித்தபடி இவளும் மனிப்பு கேட்டுவிட்டு ஜோபியைத் தேடினாள். யூனிட்டில் எப்போதுமில்லாத கவனிப்பு அன்று ஜோபிக்கு. அவனுமே நிதானமாக இல்லை. வழக்கத்தை மீறின உற்சாகத்தில் சுற்றியவன், ஆனந்திக்கு டூப் போட்ட பெண்ணின் உடைகளை எடுத்துக் கொடுத்து அவளை அனுப்பிவிடப் போயிருந்தான்.

நிதானமாக தனது மரவீட்டிற்குப் படியேறிப்போனவளை வெறித்துப் பார்த்தபடி நின்றிருந்த பாபு, அன்றும் அவளுடன் உறங்க முடியாது போன ஏக்கத்தில் கண்கள் கலங்கிப்போயிருந்தான். தன்னை யாரோ வற்புறுத்தி அழைப்பதுபோல் தோன்றவே திரும்பிப் பார்த்த ஆனந்திக்குத் தெரிந்ததெல்லாம் பாபுவின் கனல் போன்ற கண்கள் மட்டும்தான். நீரருந்திய யானையிடம் இவள் பார்க்க விரும்பிய கண்களாகவோ அந்த வனத்தின் ஏதோவொரு மூலையில் ஏதோவொரு மிருகத்தை வேட்டையாடத் துரத்திக் கொண்டிருக்கும் கறுஞ்சிறுத்தையின் கண்களாகவோதான் அந்தக் கண்கள் தெரிந்தன.

ஒரு மனிதனின் உடல் பற்றி எரிகிறதை அதிகமும் பிரதிபலிப்பது கண்களாகத்தான் இருக்கின்றன. உள்ளாடையின் தோள்பட்டை ஸ்ட்ராப்பை இறுக்கியபடியே அவனைத் திரும்பிப் பார்த்தாள். உன்னால் என்னை என்ன செய்துவிட முடியும் என்ற தினவு அது. காற்றுக்கு லேசாக சேலை விலகியது. அவளுக்கு எந்தத் தயக்கமும் இல்லை. தன் உடலின் சின்னதொரு கனலைக் கூடத் தாங்கக்கூடியவனல்ல அவன். பெண்ணுடலை அணுகத் தெரியாத கோழை. பெண் உடல் என்பது ரகசியக் கதவுகளால் மூடப்பட்ட வனம். அந்தக் கதவுகளின் சாவி நிச்சயம் ஓர் ஆணிடம்தான் இருக்கின்றன. அதை அவன் எப்படியாவது திறந்துவிட வேண்டும் என்றுதான் ஒரு பெண் தவித்துக் கிடக்கிறாள். ஆனால் அது எல்லா ஆண்களாலும் முடிவதில்லை.

ஆண்மையில் பூஞ்சை படிந்துபோனவர்களே இங்கு அதிகம். பாபு அப்படிப்பட்ட ஒருவன். அந்தக் குளிர்ப் பொழுதில் ஆனந்தியின் வனப்பைப் பார்த்த பிறகும் அவளை நெருங்கிச் செல்லும் துணிச்சலற்று அவசரமாகத் தன் அறைக்குத் திரும்பி நடந்தான். எதிரில் வந்த ஜோபியைப் பார்த்ததும் வெறுப்பில் அவன் உடல் பற்றி எரிந்த்து. "மேடம் கூப்ட்டீங்களா?" எனத் தயக்கத்தோடு படியேறிய ஜோபியை இழுத்து அணைத்துக் கொண்ட ஆனந்தி பாபு பார்க்கும்படி அவனை முத்தமிட்டாள். கீழே நின்று உடல் கொதிக்க அதைப் பார்த்துக்கொண்டிருந்த பாபு எதுவும் செய்ய முடியாத ஏமாற்றத்தில் சிலமுறை காறித் துப்பிவிட்டு இருளுக்குள் வேகவேகமாய் நடந்து மறைந்தான்.

5

படப்பிடிப்பு முடிந்து ஊர் திரும்பிய பிறகும் பாபுவின் மனத்திலிருந்து அன்றைய நாளின் சம்பவங்கள் மறையவில்லை. தன்னுடைய எந்த விஷயத்தை அவள் அவமதிக்கிறாள் என்று புரியாததால் விளைந்த கோபம் அது.

ஆனந்தியின் மீதான வெறுப்பு, கசந்த வேரென அவன் உடல் முழுக்க கிளைவிட்டுப் பரவியது. வன்மம் என்பது வேறொன்றுமில்லை அது ஒரு பரிசுத்தமான ஆற்றல். அந்த ஆற்றலை என்ன செய்தாலும் அழிக்க முடியாது. அதன் வடிவங்களை வேண்டுமானால் மாற்றிப் பார்க்கலாம். ஆனால், மூலம் ஒன்றுதான். ஒன்று அதற்கு உடன்பட வேண்டும், அல்லது அதை ஆயுதமாக்கிக்கொள்ளவேண்டும்.

ஆனந்தியிடம் பிரமாதமாகச் சொல்லிக்கொள்ள ஒன்றுமில்லைதான், ஆனாலும் அருகில் செல்லும்போது தன்னை மீறிப் புலன்களைக் கிளர்த்தும் ஒரு மாயம் அவளிடம் இருக்கிறது. எதையும் அசட்டையாக நினைக்கும் அந்தப் பார்வை.

“பாபு... அவளா விருப்பப்பட்டா மட்டுந்தான் அவள தொட முடியும், சும்மா அத்துமீறி எதுவும் செஞ்சிடலாம்னு நெனச்சிடாத...” ஷூட்டிங் முடிந்து கிளம்பும்போது அந்தப் படத்தின் டைரக்டர் அன்பாகச் சொல்லி அனுப்பினான்.

பாபு, ஆனந்திக்குச் சில பரிசுகளை அனுப்பி வைத்தான். அவள் அதனை வாங்கிக்கொண்டாளா? இல்லையா? இன்னும் படப்பிடிப்பில்தான் இருக்கிறாளோ? எந்தப் பதிலும் இல்லாமலிருந்தது. அவள் எண்ணுக்கு அழைத்தான்.

“ஹலோ…”

சக்திதான் இணைப்பில் வந்தாள். ஆனந்தியின் அசிஸ்டெண்ட்.

”நான் பாபு பேசறேன்…”

“ம்… சொல்லுங்க…” பாபுவுக்குப் பதற்றமாக இருந்தது. கேட்கலாமா? வேண்டாமா? ஃபோனை கட் செய்ய முடியாமல் தயங்கியபடியே,

“நான் அவங்களுக்குக் கொஞ்சம் கிஃப்ட்ஸ் அனுப்பி இருந்தேன். கிடைச்சதா?”

“ஓ… அது நீங்கதானா? யாரோ அவங்களோட ரசிகர் அனுப்பி இருப்பாங்கன்னு நெனச்சோம்… ஆனந்திம்மா இன்னும் ஷூட்டிங்லதான் இருக்காங்க. ஊருக்குப் போனதும் கண்டிப்பா பிரிக்கச் சொல்றேன்.” பாபுக்கு அதற்கு மேல் பேசத் தோன்றவில்லை.”

“சரிங்க சக்தி… நான் அப்பறமா பேசறேன்…”

இணைப்பைத் துண்டிக்கப் போனான்…

“ஏதாச்சும் பரிசு குடுக்கறதுன்னா நீங்க நேர்லயே வந்து கொடுக்கலாமே? எதுக்கு கூரியர் எல்லாம்? ஏதும் பிரச்சினையா? இல்ல பயமா?”

பாபு அவசரமாக மறுத்தான், “ச்சே ச்சே அப்பிடி எல்லாம் இல்ல… ஒரு சின்ன மிஸ் அண்டர்ஸ்டேண்டிங்… அதனாலதான்…”

“ஓ… சரி சரி… ஆனந்தியம்மாகிட்ட நான் விஷயத்த சொல்றேன்…” சக்தியின் சிரிப்பில் ஒருவித கேலி தொனித்தது.

“சரிங்க தாங்க்ஸ்…” பாபு அவசரமாக இணைப்பைத் துண்டித்தான். கடைசியாக சக்தி ‘மாதர்சோத்’ என மெல்லிய குரலில் சொன்னது அவனுக்குக் கேட்கவே செய்தது. அவமானம் வியர்வைத் துளிகளாக அவன் முகத்தில் துளிர்த்தது.

இவள் எதற்குத் தன்னைத் திட்டினாள்?

ஒரு பெண்ணை அவளின் விருப்பம் தாண்டி அடைவதுதான் தனக்கு விதிக்கப்பட்டிருக்கிறதோ? ஏதேதோ யோசனைகள் மனத்தை ஆக்கிரமிக்க, சட்டை அணியாத தன் உடலை ஒருநொடி கண்ணாடியில் பார்த்தான்.

அவனுடலுக்கு மிருகங்களின் சாயல். தாபத்தை ருசிக்கக் காத்திருக்கும் உமிழ்நீர் சுரந்தபடி இருக்கும் நாவு. செய்யத் தயங்கும் எல்லாவற்றையும் செய்பவனாக கேமரா அவனை இயக்கிக்கொண்டிருந்தது. பெண்களும் இதைக் குறித்துப் பெரிதாக அலட்டிக்கொள்வதில்லை. ஆனந்தி மட்டும் விதிவிலக்கு.

"bitch...."

ஆயிரம் ஆயிரம் வார்த்தைகளால் அவளைச் சுக்குநூறாய்க் கிழித்துப் போடவேண்டும். தன் முன்னாலிருக்கும் எல்லாமும் ஆனந்தியாக உருமாறி நிற்க, அத்தனையையும் புணர்ந்துவிடும் வெறியுடன் அவற்றைச் சிதைத்து சுக்குநூறாய் உடைத்துப் போட்டான். வன்முறையின் எல்லா அடையாளங்களையும் போதையின் வழியாகவே பார்க்கத் தொடங்கினான். இப்போது அவனுடைய வன்மம், தாபம் எல்லாமே அவள்மீதுதான். மகிழ்ச்சியின் சுவடுகள் இல்லாத தன் ரத்த நாளங்களில் சாராயத்தை ஊற்றி நிரப்பினான்.

6. கோட்டயம்

கோட்டயத்தில் படப்பிடிப்பிற்கு வந்து சேர்வதற்குள் ஆனந்தி களைத்துப் போயிருந்தாள். பெரும்பாலும் வாகனங்களில் உறங்கிப் பழகியவளுக்குச் சில நேரங்களில் வீட்டில் படுக்கையறையில் படுத்திருக்கும்போதுகூட சாலைகள் அவளைக் கடந்து செல்வதுபோல் இருக்கும். கனவில் வாகனங்கள் தலைகீழாய்ச் செல்லும்.

ஜூன் மாதத்து மழை வெளியே அடித்துப் பெய்தபடி இருக்க கோட்டயத்திலிருந்து வாகமன் செல்லும் சாலையில் இருக்கும் ஒரு சிறிய கிராமத்தில் படப்பிடிப்பு ஏற்பாடு செய்யப்பட்டிருந்தது.

படப்பிடிப்பு ஒரு பழைய தரவாட்டில் நடக்கவிருந்தது. ஊர் ஆட்கள் சிலருக்கு எப்படியோ விசயம் தெரிந்து, அந்த மழையிலும், ஒளிந்து நின்று வேடிக்கை பார்க்க வந்திருந்தனர். பார்ப்பதற்குப் பெரிய மனிதர்கள்போல் தோன்றினாலும் ஒவ்வொருவரின் கண்களுக்குள்ளும் எரிந்தடங்க முடியாத காமம் கனன்று கொண்டிருப்பதைக் கண்டவளுக்கு ஒரு நொடி, தான் பெரும் பசி கொண்ட மிருகங்களுக்கு மத்தியில் நிற்கிறோமோ என்ற அச்சம் தோன்றியது.

சிறுநீர் கழிப்பதற்காக எழுந்து வீட்டிற்குள் போனாள். நூறு வருடங்களைத் தாண்டிய வீடு என்பதன் அடையாளமாகச் சில பழைய ஓவியங்கள் சுவரெங்கும் தொங்கிக்கொண்டிருந்தன.

முண்டு உடுத்திய கிழவியொருத்தி தேக்கு மேசைகளைத் துடைத்துக் கொண்டிருந்தாள். முகத்தில் எந்தவிதமான உணர்ச்சியும் காட்டாமல் வேலை செய்து கொண்டிருந்தவளிடம் கழிப்பிடத்திற்கு வழி கேட்டாள் ஆனந்தி. இடது பக்கமாய் கையைக் காட்டிய கிழவி அதற்கு மேல் அவளைப் பொருட்படுத்தாமல் தொடர்ந்து மேசையைத் துடைத்துக்கொண்டிருந்தாள்.

“ஆனந்தி நீங்க வீட்டுக்குப் பின்னால இருக்கற குளத்துல குளிக்கிறீங்க, அந்தப் பையன் மறைஞ்சிருந்து பாக்கறாரு… முதல்ல உங்களோட மிட் ஷாட் ஒண்ணு எடுத்துடலாம்… அப்பறம் க்ளோஸ் அப்ஸ் எடுத்துக்கலாம்… ஓகேவா?”

அவள் சரியெனத் தலையாட்டினாள். இதழோரத்தில் சின்னதாய் எட்டிப் பார்த்த புன்னகையைக் கவனித்த டைரக்டர் “என்னாச்சு? எனி கன்ஃப்யூசன்?” ஆனந்தி சிரித்தபடியே இல்லையென்று மட்டும் தலையாட்டினாள். அவனும் சிரித்தான். பாதி மார்பை வெளிக்காட்டியபடி சற்றே லூசான மார்புக்கச்சை. மெல்லிசான புடவை உடலில் நிற்க மறுத்து நழுவியபடி இருந்தது. அதன் ஒரு நுனியைக் கவனமின்றிப் பிடித்திருந்தாள். வெயில் பிரம்மாண்டமான பறவையைப்போல் அவர்களைப் போர்த்தியிருக்க சற்றுத் தள்ளி நின்றிருந்த இளைஞனின் முகத்தில் பதற்றத்தின் வியர்வைத் துளிகள் அரும்பியிருந்தன.

“டைரக்டர் ஸார்…” ஆனந்தி ஷாட்டிற்குத் தயாராகி எழுந்து நின்றாள்.

“சொல்லுங்க மேடம்…” டைரக்டர் அவளுக்கு அருகில் வந்தார். “இவ்ளோ தூரத்துல குளிக்கிற ஒரு பொம்பளையப் பாத்து எப்பிடி ஒருத்தருக்கு மூட் வரும்? அந்தப் பையன் பக்கத்துல நின்னு பாக்கற மாதிரியே ஷாட் வெக்கலாமே?” சந்தேகத்தோடு கேட்டாள்.

“இல்ல மேடம், லாங் ஷாட் வெய்க்கும்போது அந்தப் பையனோட எடத்துல ஆடியன்ஸே பார்த்த மாதிரி ஃபீல் ஆகிடறான். மறஞ்சிருந்து பாக்கறதுதான் நம்ம ஆட்களுக்குப் பெரிய காமத் தூண்டுதலா இருக்கு. மத்தவங்கள விடுங்க, எனக்கே கூட அப்பிடிப் பாக்கும்போதுதான் உடம்பு பயங்கரமா சிலுத்துக்கும்.”

ஏதோ பெரிய ரகசியத்தை உதிர்த்த பெருமிதம் அவரது முகத்தில்.

ஆனந்தி சிறிதும் ஆர்வம் காட்டாமல் அவரைப் பார்த்துக் கொண்டிருந்தாள்.

“நீங்க சொல்றது புரியுது மேடம், ஆனா ஆடியன்ஸுக்கு இப்பிடி எடுத்தாத்தான புடிக்குது...”

“ச்சே... ச்சே... நான் சும்மாதான் கேட்டேன்... நீங்க சீரியஸா எடுத்துக்காதீங்க...” சேலை நுனியை நழுவவிட்டபடி ஆனந்தி குளத்தில் இறங்கினாள்.

“மயிரு....” வாய்க்குள் முனகிய வார்த்தைகளைச் சத்தமில்லாமல் அப்படியே விழுங்கிக்கொண்டு “ஓகே... ரெடி... ரெடி... டேக்...” எனக் கத்தினான்.

கிளாப் அசிஸ்டெண்ட் கேமரா உதவியாளனிடம் என்ன லென்ஸ்? எந்த இடத்திலிருந்து கிளாப் அடிக்க வேண்டுமெனக் கேட்டுக் கொண்டிருந்தான்.

“டேய் மாண்டாஜ் தாண்டா... நம்பர் மட்டும் குடுக்க வேணாம். என்ன ஷாட் எடுக்கறோம்? எங்க நின்னு நம்பர் குடுக்கணும்னு கூட தெரியல. இந்த லட்சணத்துல வாயி மயிரு வேற?” என்று சொன்னவர் அப்படியே ஆனந்தியையும் ஒரு பார்வை பார்த்தார்.

ஆனந்திக்கு அது புரியவே செய்தது.

அந்தக் காட்சியில் நடிப்பதற்காக நின்றிருந்த இளைஞன் அவனுக்குக் கொடுக்கப்பட்ட இடத்தில் போய் மறைந்து நின்றான். அவனின் முகத்தில் கூடுதல் வியர்வைக்காக ஸ்ப்ரே அடித்தார்கள். ஆனந்தி குளிப்பதைப் பார்க்க நேர்ந்தால் நிஜமாகவே அவனுக்குக் காமம் அரும்புமா? டைரக்டர் திரும்பி அவனைப் பார்த்தான். சொல்லிக்கொடுத்ததைச் சரியாகச் செய்ய நினைக்கும் பதற்றத்தோடு நின்றிருந்த அவனைப் பார்க்கப் பரிதாபமாய் இருந்தது. ஆனந்தி குளிப்பதை அங்கிருந்த எல்லாக் கண்களும் அப்போது ரகசியமான காமத்துடன் பார்த்துக்கொண்டிருந்தன. உடையைக் களையத் தயங்காத ஒரு பெண்ணை அந்தரங்கமாய் ரசிக்க முடிந்தவர்களுக்கு அவளோடு வெளிப்படையாய்ப் பேசிப் பழகத் துணிச்சலோ விருப்பமோ இல்லை.

“கட்... டேக் ஓகே...” மைக்கை ஆஃப் செய்த டைரக்டர் திரும்பி கேமராமேனைப் பார்த்துச் சிரித்து, “பாருங்க ஸார்... இவ்ளோ

குடிச்சும் தேவ்டியா உடம்ப எவ்ளோ ஃபிட்டா வெச்சிருக்கான்னு... இதுவர ஒரு நூறு பேர் கூடயாச்சும் படுத்திருப்பா?" கேமரா மேன் சத்தமாகச் சிரித்தான்.

குளத்திலிருந்து எழுந்து வந்த ஆனந்தி ஒரு டர்க்கி டவலைச் சுற்றிக் கொண்டு சக்தியிடம் சிகரெட் கேட்டாள். சிகரெட்டைப் பற்ற வைத்துக் கொண்டவள், "சக்திம்மா கொஞ்சம் அப்பிடியே உடம்ப துடைச்சு விடுங்க..." சூழல் பற்றின எந்த பிரக்ஞைகளுமில்லாமல் சேலையை விட்டுவிட்டு வெறும் ஜாக்கெட் பாவாடையுடன் நின்று புகைத்துக்கொண்டிருந்தாள். புகை உடலின் வெகு ஆழத்திற்குள் சென்று திரும்பிக்கொண்டிருந்தது.

"ஆனந்திம்மா... அந்த பாபு வீட்டுக்கு ஏதோ கிஃப்ட்ஸ் அனுப்பி இருக்காராம்."

"ம்...."

"பிரிக்கச் சொல்லட்டுமா?"

ஆனந்தி சிரித்தாள்.

"எதையும் பிரிக்க வேணாம்... அடுத்த தடவ பாக்கும்போது திருப்பிக் குடுத்துடலாம்..."

ஆனந்தி வாயிலிருந்த சிகரெட்டிலிருந்து கடைசியாய் ஒருமுறை ஆழமாய்ப் புகையை உள்ளிழுத்துவிட்டு அதனைத் தூக்கிப் போட்டாள். உடலுக்குள் சென்ற புகை வெளியேறாமல் ரத்தக் குழாய்களெங்கும் பரவிப் படர்ந்தது இதமாய்.

7. புழுவாதல்

பூட்ஸைக் கழற்றி வைத்துவிட்டு கேம்ப் கூடாரத்திற்குள் நுழைந்தான் சிப்பாய் பாபு. சுதந்திர தினத்தையொட்டி ஏகப்பட்ட பாதுகாப்பு நடவடிக்கைகள். அஸ்ஸாமின் எல்லையோர மாவட்டமான ஷிராங்கில் தொடர்ந்து மூன்றாவது நாளாக பணியிலிருந்த பாபுவின் உடல் நரம்புகள் குளிருக்குச் சுருண்டு கொண்டன. நீண்ட மௌனத்தின் அடையாளமாய்த் தனிமை அவன் காதுகளுக்குள் நிசப்தத்தை நிறைத்திருந்தது.

அந்தச் சிறிய கிராமத்தில் குறைவான வீடுகள்தான். கேம்பிலிருந்து பதினெட்டு கிலோமீட்டர் தொலைவு. ஊரை மூடியிருந்த இறுக்கத்தில் மக்களின் அச்சமும் நிரம்பியிருந்தது.

நக்சலைட்டுகள் எந்நேரமும் ஊருக்குள் நுழைந்து தாக்குதல் நடத்தக்கூடும் என்ற அச்சம் அந்தப் பகுதி மக்களின் மனத்தில் இருந்தது. இந்த மலைப் பிரதேசத்தை மற்றவர்கள் தெரிந்து வைத்திருந்ததை விடவும் அவர்கள்தான் நுட்பமாய்த் தெரிந்து வைத்திருந்தனர். இதனை வெறும் மலையாக அல்லாமல் தங்களின் அரசியல் இருப்பிற்கான உரிமையாய் நினைத்திருந்ததால் ஏராளமான நெருக்கடிகளுக்கு மத்தியிலும் அவர்களால் தொடர்ந்து போராட முடிந்தது.

எல்லையோர மாவட்டங்களின் தேயிலைத் தோட்டங்களில் நக்சல் போராளிகளின் குருதியும் கலந்திருந்தது. முதலாளிகளும்

அரசியல்வாதிகளும் அவர்களின் குருதியில்தான் குளிர் காய்ந்து கொண்டிருந்தனர். அந்தச் சுரண்டலிலிருந்து தங்களையும் தங்களைப் போன்றோரையும் காப்பாற்றிக்கொள்வதற்காகவே இந்தப் போராட்டங்கள்.

எல்லைப் பாதுகாப்புப் படையினரின் ஜீப் ஒன்றைச் சமீபத்தில் குண்டு வைத்து அவர்கள் தகர்த்திருந்ததால் சூழலில் பதற்றம் நிலவியது. இளைஞர்கள்மீது பாதுகாப்புப் படையினரின் சந்தேகங்கள் வலுத்தன. சிலர் ஷிராங்கிலிருந்த ஸ்டேஷனில் வைக்கப்பட்டிருந்தனர். இன்னும் சிலரை கௌஹாத்திக்கு அனுப்பி இருந்தனர். சிறிது சந்தேகப்படும்படியான தோற்றத்தில் இருந்தாலும் அவர்கள் அதோகதிதான்.

பாபுவுக்கு இந்தப் போராட்டங்கள் பற்றியெல்லாம் எந்த அக்கறையுமில்லை. யாரோ எதற்காகவோ போராடுகிறார்கள். இது ஒரு வேலை அவ்வளவுதான். "நாட்டுக்குச் சேவை செய்யலாம் இல்ல சார்... அங்க ஊருல ரொம்ப கஷ்டம்... பட்டாளத்துக்கு ஆளு எடுக்கறதா சொன்னாங்க... வந்துட்டேன்... இப்ப வயித்துப் பாட்டுக்குப் பிரச்சன இல்ல பாருங்க" என்று தன் அதிகாரிகளிடமும் நண்பர்களிடமும் பலமுறை சொல்லி இருக்கிறான்.

தனிமை மனிதனை ஆட்கொள்ளும்போது அவனுக்குள் என்ன ஒளிந்திருக்கிறதோ அது விழித்துக் கொள்ளும். கூடாரத்திலிருந்து வெளியே வந்தவன் ஒரு பீடியைப் பற்ற வைத்துக் கொண்டு குத்த வைத்து அமர்ந்தான். ஏதோ கடுமையான துர்நாற்றம் வீசுவதை உணர்ந்தவன் சுற்றுமுற்றும் பார்த்தான். அடர்ந்த பசுமை நிரம்பிய பகுதி என்பதால் பாம்புகள் எலிகளைத் தின்றுவிட்டு ஒன்றும் பாதியுமாகப் போட்டுவிட்டுப் போய்விடும்.

சிறிது நேரம் கழித்து முன்னிலும் அதிகமாக துர்நாற்றம் வீச பாதி புகைத்த பீடியை அப்படியே போட்டுவிட்டு, எழுந்து கவனமாகப் பார்த்தான். கூடாரத்தின் வாசலில் கழற்றி வைத்த பூட்ஸை நெருங்கியதும் துர்நாற்றம் அதிகமாகியது. குனிந்து பூட்ஸை எடுத்தவனுக்குக் குமட்டலெடுத்தது.

பூட்ஸுக்குக் கீழே வெள்ளை நிறத்தில் கொத்துக் கொத்தாக விரற்கடை அளவு புழுக்கள் நெளிந்தன. பூட்ஸைத் தூக்கி விசியவனுக்குப் பயத்தில் உடல் நடுக்கம் கண்டது. எதைக் குறித்த பயம் என்று சரியாகத் தெரியவில்லை. ஆனால் பயம்.

பூட்ஸ் இருந்த இடத்தில் புழுக்கள் பெருகின. அவற்றைப் பார்க்கப் பிடிக்காமல் திரும்பி நடந்தவன் ஒருநொடி நின்றான். பயத்தின் வியர்வைத் துளிகள் குளிரையும் மீறி உடல் முழுக்க முத்து முத்தாகப் பூத்தன. பூமியோடு ஒட்டிக்கொண்டதுபோல் பாதங்கள் இறுகின. பாபு கால்களை லேசாக உயர்த்தித் தன் பாதங்களைப் பார்த்தான்.

அருவருப்பும் பயமும் சேர்ந்து கண்கள் இருட்டிக்கொள்ள அப்படியே கீழே விழுந்தான்.

★

விசாரணைக்காக அழைத்துச் செல்லப்பட்ட இளைஞர்கள் மீது அபரிமிதமான அத்துமீறல்கள் நிகழ்த்தப்பட்டதை ரசிக்கத் தொடங்கிய போதுதான் தனக்குள்ளிருக்கும் வேறொரு மனிதனைத் தெரிந்துகொண்டான் பாபு.

சில நாட்களுக்கு முன்னால் ரோந்துப் பணியின்போது மூன்று இளைஞர்களை எந்தக் கேள்விகளும் இல்லாமல் தூக்கி வந்திருந்தனர். ஊரில் திடீர் திடீரென இளைஞர்கள் இப்படிக் காணாமல்போவது வழக்கத்திலிருந்தது. பதினெட்டு வயதிற்கு மேற்பட்ட எல்லோரின் மீதும் ஏதோவொரு வழக்கு நிச்சயம் இருக்கும். பலருக்கு அப்படி வழக்குகள் இருப்பதும் எதற்காக இருக்கின்றன என்பதுகூட தெரியாது.

அந்த இளைஞர்கள் மூன்று பேரும் நக்சல்களுக்கு வேவு பார்த்ததாகக் குற்றம் சுமத்தப்பட்டிருந்தனர். அவர்கள் கைது செய்யப்பட்டது ஊருக்குள் யாருக்கும் ஒரு தகவலாகக் கூட சொல்லப்படவில்லை. இரவு உணவாக சூடான இரண்டு ரொட்டிகளை மட்டும் கொடுத்துவிட்டு அவர்களுடைய கைகளைப் பிணைத்து அடைத்து வைத்திருந்தனர்.

பணி முடிந்து நண்பர்களுடன் திரும்பிய பாபு அந்த மூன்று இளைஞர்களைப் பார்த்தான். குளிரைத் தணிக்க ஆளாளுக்கு உள்ளிழுத்து வெளிவிட்ட சிகரெட் புகை, சாம்பல் வளையங்களாக அந்த அறையைச் சூழ்ந்திருந்தது.

“யாரு இவங்க மூணு பேரும்?”

ஓர் இரும்புச் சேரை இழுத்துப் போட்டுக்கொண்டு உட்கார்ந்தான் பாபு.

“இன்னும் விசாரிக்கவே ஆரம்பிக்கலையே...” என்றான் இன்னொருவன்

பாபுவோடு இன்னும் இரண்டு பேர் அங்கு இருந்தனர். பாபுவின் பார்வை புரிந்த அவன் நண்பன்... “கப்டே உதாரோ” என்று உக்கிரமாகக் கத்தினான்.

பாபு சிகரெட் புகைத்துக்கொண்டே அவர்களைப் பார்த்தான். குளிரில் நடுங்கியபடி அந்த மூவரின் கைகளும் சிரமத்துடன் தங்கள் பிறப்புறுப்பை மறைக்கப் போராடிக்கொண்டிருந்தன.

பாபு விசைத் துப்பாக்கியால் ஒருவனின் கையை விலக்கிவிட்டான். அவமானத்தில் அந்த இளைஞனுக்கு அழுகை முட்டியது.

தொண்டையின் அடியாழத்தில் எங்கிருந்தோ தீனமாய் ஒரு குரல் எழுந்து வர முயன்று தோற்றுப்போனது. பாபு துப்பாக்கியால் அப்படியே அவனைத் திருப்பி அவன் குதத்தில் அடித்தான்.

“ஆஆஆஆஆஆ...” வென அந்த இளைஞன் அலறியதில் மற்ற இரண்டு பேருக்கும் குலைநடுங்கிக் குளிரில் வியர்த்துக் கொட்டியது.

பாபு அந்த இரண்டு பேரில் ஒருவனைப் பார்த்து விஷமமாகச் சிரித்தான்.

முதலில் அடித்த இளைஞனிடம் துப்பாக்கியால் இரண்டாவது இளைஞனை நகர்த்தினான். அவன் முடியாதென மறுக்க முடியாமல் தடுமாறி நடந்தான்.

அங்கிருந்த எல்லோரும் சத்தமாகச் சிரித்தனர். இந்தச் சிரிப்பு அவர்களை அங்கிருந்து விடுவிப்பதற்கான சிரிப்பா? குறைந்தபட்சம் இந்த அருவருப்பை செய்யச் சொல்லாமலாவது விடுவார்களா? கையெடுத்துக் கும்பிட்டபடி பாபுவின் முன்னால் விழுந்தான். குளிர் தாங்காத உடலில் அதிகமானது நடுக்கம்.

“மாதர்சோத்...ஜா...சாலா” என்று அவனை அந்தக் கீழே விழுந்திருந்தவனை நோக்கி தள்ளினான்.

வன்முறையின் பற்கள் கொண்டு பாபு சிரித்தான்.

அந்த இளைஞர்கள் இருவரும் தங்கள் வாழ்வின் பெரும் அவமானமொன்றை எதிர்கொண்ட வேதனையில் கதறி அழக்கூட முடியாமல் அவமானத்தில் உடல் கொதிக்க இயங்கினர்.

இதற்கு அவர்களைக் கொன்றிருக்கலாம். கொலையில் என்ன வன்முறை இருக்கிறது. ஒரு மனிதனைக் கூனிக் குறுகச் செய்ய வேண்டும். அதுதான் வன்முறை. பாபு அதை நிகழ்த்திக் கொண்டிருந்தான்.

மூன்றாவதாக நின்றிருந்த இளைஞன் தங்கள் மீது இவ்வளவு வன்முறை இவர்கள் நிகழ்த்த காரணம் என்ன என்று தெரியாமல் கோபத்துடனும் அதை வெளிக்காட்ட முடியாத ஆற்றாமையுடனும் துடித்துக்கொண்டிருந்தான்.

அவன் கால்களுக்குக் கீழ் ஏதோ சுருசுருவென ஏறியது. என்னவென நிதானிக்கும் முன்பாகவே மின்சாரம் அவனுடலைத் தூக்கிப் போட்டது. அந்தச் சின்னஞ்சிறிய கூடாரத்திற்குள் அவர்கள் மூவரும் அலறும் சத்தம் மலையெங்கும் எதிரொலித்தது. தனிமை, குளிர், வேட்கை எல்லாவற்றையும் தீர்த்துக்கொள்ளும் பொருட்டு அந்த மூன்று பேரின் மீதும் தங்களுக்குத் தெரிந்த எல்லா வன்முறைகளையும் நிகழ்த்திப் பார்த்தனர். முதல் சில நிமிடங்கள் வேதனையால் எழுந்த எதிர்ப்பும் அலறலும்கூட சற்று நேரத்தில் அடங்கிவிட்டன.

மூன்று பேரில் ஒருவன் எதிர்பாராமல் மனதின் ஆழங்களுக்குள் இடறி விழுபவன் போலத் திடுக்கிட்டான். ஒரு தீனமான குரல் அவனுக்குள்ளிருந்து மௌனமாக எழுந்தது. தன்னைப் பிடித்து இழுக்கும் கைகளை உதறி ஓடிப்போய் துப்பாக்கியைப் பிடுங்கி குழலை வாய்க்குள் திருகி விசையை இழுக்க முடிந்தால்? கண்களைச் சிரமத்துடன் உயர்த்திப் பார்த்தவனுக்குச் சில அடிகள் தள்ளி இருந்த துப்பாக்கி மட்டுமே தெரிந்தது.

மூவரும் மயங்கி இருக்கக்கூடுமென அவர்களைவிட்டு விலகி ஓய்வெடுக்கச் சென்றிருந்தனர் பார்டர் செக்யூரிட்டி ஆட்கள். விழித்துக்கொண்ட இளைஞன் சிரமத்துடன் ஊர்ந்துபோய் துப்பாக்கியை எடுத்தான். உடலிலிருக்கும் வலுவால் மற்றவர்களைக் கொல்ல முடியாமல் போகலாம், தன்னைக் கொலை செய்ய முடியும். நாபியின் அடியில் துப்பாக்கியை நிறுத்தி சுடப்போனவன் தன் சகோதரர்களைப் பார்த்தான். மயக்கத்திலேயே இறந்ததாக இருக்கட்டுமென அவர்கள் இருவரையும் சுட்டான். அவர்கள் இனி ஒருபோதும் இங்கு ஜனிக்கத் தேவையில்லை. பிறப்பிற்கான யோனிகள் தேடியோ கலவிக்கான யோனிகள் தேடியோ அலைய

வேண்டிய கஷ்டங்களில்லை. தான் அவர்களுக்குக் கொடுப்பது மகத்தான விடுதலையென்ற நிம்மதி அவனுள் பிறந்தது.

துப்பாக்கிச் சத்தம் கேட்டு ஓடிவந்த வீரர்கள் அரை உயிராக நின்றிருந்த இளைஞனைத் திடீரென்று பார்த்ததும் திடுக்கிட்டனர். அவன் கண்களுக்குள் ஒருபோதும் தீர்க்கமுடியாத பகையின் தணல். கபாலம் தெறிக்க தன்னையே சுட்டுக்கொண்டு அவன் வீழ்ந்தபோது ஒருசில நிமிடங்கள் அங்கு மௌனம் நிலவியது.

பின்பு எப்போதும்போல் உடல்களை அப்புறப்படுத்தும் வேலையைத் தொடங்கினர்.

சில நாட்கள் கழித்து அவர்களைப் புதைத்த இடத்தில் புழுக்கள் நெளியும். பின்பு அந்த இடம் சுத்தமாகும். அவற்றில் சில ஊர்ந்து வந்து பாபுவின் கால்களுக்கடியில் என்றென்றைக்குமாக நெளியப் போகின்றன என்றெல்லாம் அப்போது அவன் அறிந்திருக்கவில்லை.

★

பாபுவுக்கு வன்முறையின் விளையாட்டுகளில் தனித்த ஆர்வம் வந்திருந்தது. கிடைக்கிற அவகாசங்களில் அதுமாதிரியான சாகசங்களுக்குத் தன்னைப் பழக்கிக் கொண்டான். வன்முறை என்பது உடலால் நிகழ்த்த முடிந்த மகத்தான சாகசம்.

70வது பட்டாலியனில் காவலராக இருக்கும் அவனும் அவனது நணபனும் அன்று பணி நேரத்திலேயே கொஞ்சம் குடித்திருந்தனர். “இந்த முறையும் எனக்கு லீவ் இல்ல.... சதாவும் வீட்டப் பத்தியே நெனச்சிட்டு இருக்கறது ரொம்ப அவஸ்தையா இருக்குடா...”

“வீடுங்கறது என்ன மனுஷங்கதான? இங்க இருக்கவங்களோட பழகிக்கோ... முடிஞ்சா இங்க ஒரு குடும்பத்த வெச்சிக்க வேண்டியதுதான்...” நண்பன் சிரித்தான்.

“சொல்ல ஈசியாத்தான் இருக்கு... செட் ஆகணும்ல...”

சில மாதங்களுக்கு முன்பு பணி நேரத்தில் அவன் செய்த ஒரு தவறுக்கு தண்டனையாகத் தொடர்ந்து பாபுவிற்கான விடுமுறைகள் மறுக்கப்பட்டுக்கொண்டே இருந்தன. அந்த அழுத்தமும், குளிரில் சுயமைதுனம் கூட செய்துகொள்ள முடியாதபடி தொடர்ந்து ரோந்து வரக்கூடிய நெருக்கடியிலும் இருந்தான்.

அவன் நண்பன் பீகாரைச் சேர்ந்தவன். இருவரும் கடந்த இரண்டு வருடமாக ஒரே கேம்ப்பில்தான் இருக்கிறார்கள்.

போஜ்பூரி ரிகார்ட் நடனங்களின் வீடியோக்களைத் தன் அலைபேசியில் நிரப்பிவைத்துக்கொண்டு அவற்றை பாபுவிற்கும் காட்டினான்.

தலையெங்கும் காமத்தின் குரல். பல நாட்களாய்ப் பசித்து அழும் அதன் குரலுக்குச் செவிசாய்க்காமல் இருக்க முடியவில்லை. ஊரில் இருக்கும் மனைவியின் நினைப்பு வரும். அவள்மீது இயங்கும்போதே எத்தனை பெண்களின் முகத்தைக் கற்பனை செய்திருப்பான். உடலுறவின்போது ஒருமுறை அவன் மனைவி கண்களை இறுக்கமாக மூடிக்கொண்டாள்.

"கண்ண தொறடி...தேவ்டியா" என்று ஓங்கி அறைந்தான்.

"உன் கண்ணுல ஊருல இருக்க அத்தன பொம்பளையும் தெரியுறா...உன்ன பாக்கவே அசிங்கமாருக்கு.....முடிச்சிட்டியா... எந்திரி...நான் போய் கழுவணும்" என்றாள்.

பாபு எழுந்துகொண்டான். பக்கவாட்டில் திரும்பி உட்கார்ந்தான்.

அவள் எழுந்து வேகமாக கழிவறை சென்றாள். தண்ணீரை வேகமாக அள்ளி அள்ளி தன்மீது ஊற்றிக்கொண்டவள் வெளியே வரும்போது இயல்பாக இருந்தாள்.

"சாப்ட வா!" என்ற குரல் கேட்டு பாபுவின் யோசனை கலைந்தது.

★

பழைய சர்ச் ஒன்றில் குளிருக்காக ஒதுங்கி நின்று புகைத்துக் கொண்டிருந்த பாபுவும் அவன் நண்பனும் பள்ளி முடிந்த சிறுமி ஒருத்தி திரும்பி வருவதைப் பார்த்தனர். பாபுவுக்குள்ளிருந்த மிருகம் முழித்துக்கொண்டது. அந்தச் சிறுமிக்கு அதிகமாய்ப் போனால் பதினான்கு வயதிருக்கலாம். அவன் நண்பன்தான் அந்த யோசனையைச் சொன்னான். "நாம என்ன செஞ்சாலும் இங்க யாரும் கேக்கப்போறதில்ல... இவங்களக் காப்பாத்தணும்னு தான நாம ராப்பகலா கஷ்டப்படறோம்.... இந்த மாதிரி சின்னச் சின்ன சலுகைகளக்கூட எடுத்துக்கலனா எப்பிடி?"

மூன்று மணிக்கெல்லாம் இருட்டியிருந்த அன்று லேசான மழைக்குப் பின் ஈரமான சாலையில் அவள் மட்டும் பள்ளி

முடிந்து தனியாக நடந்து வந்து கொண்டிருந்தாள். பாபு அவளிடம் இயல்பாகப் போய்ப் பேசுவதுபோல் பேசியபடியே நடக்க, ஆள் யாரும் கவனிக்கவில்லை என்பதை உறுதிசெய்துகொண்ட அவனது நண்பன் சரியான நேரத்தில் அவளைத் தூக்கிச் செல்வதற்கான சிக்னலைக் கொடுத்தான். பாபுவின் உருவத்தில் பாதியே இருந்த அந்தச் சிறுமியை எந்தச் சத்தமும் எழாமல் தூக்கிப் போவதில் அவனுக்கு சிரமங்களில்லை.

அந்தப் பகுதி சிறுமிகள் ஒவ்வொருவருக்குள்ளும் அச்சமிருந்தது. எந்த நேரத்திலும் அடையாளம் தெரியாத ஒருவன் தன் மீது எல்லாவிதமான வன்முறைகளையும் செலுத்தக்கூடுமென. பாபு மாதிரி நிறைய பேர் அதற்கு முன்னும் இந்தக் கொடூரத்தை அரங்கேற்றியுள்ளனர். கடைநிலைக் காவலர்களிலிருந்து பெரிய அதிகாரிகள்வரை இதில் எந்தப் பாரபட்சமும் இல்லை.

மூன்று நாட்கள் அவளை எங்கு தேடியும் கிடைக்காமல் போக உள்ளூர் போலீஸ்காரர்கள் ஒரு சந்தேகத்தில்தான் பாபுவையும் அவனது நண்பனையும் விசாரித்தார்கள். கிராமவாசிகள் எல்லோரிடமும் விசாரித்ததில் அன்று மாலை எல்லைப் பாதுகாப்புப் படை வீரன் ஒருவன் ஓடியதை அவர்கள் தெளிவாகச் சொல்லி இருந்தார்கள். பாபுவைவிடவும் வயதில் இளையவனான பீகாரி குற்றவுணர்ச்சியில் உண்மையைச் சொல்லிவிட்டான். பாபு அப்படி ஒன்று நடந்ததாகவே காட்டிக் கொள்ளவில்லை.

கருபாஷா அவுட் போலீஸ் ஸ்டேஷனிற்குக் கடும் குளிரப்பிய மாலை நேரத்தில் பாபு கொண்டு செல்லப்பட்டபோது அவர்கள் இரண்டு பேரையும் அந்தப் பகுதியிலிருந்த கிராமவாசிகள் எல்லோருக்கும் தெரிந்திருந்தது. போலீஸ்காரர்களின் விசாரணைக்கு பாபு ஒத்துழைக்கவில்லை. கேட்ட கேள்விகளுக்கான பதில்களை பீகாரி இளைஞனே சொல்லிக்கொண்டிருக்க அவன் முதல் குற்றவாளியாக்கப்பட்டான். பாபுவை அந்தச் சம்பவம் பெரிதாகப் பாதித்ததுபோல் தெரியவில்லை. தனக்கு உரிமையில்லாத ஓர் உடலின் மீது சலுகையெடுத்துக்கொள்வது எத்தனை பெரிய வன்முறை என்கிற பிரக்ஞைகள் இல்லாமலேயே தன் தண்டனைக் காலத்தைக் கழித்திருந்தான். பணியிலிருந்து விலக்கப்பட்ட பாபு விடுதலைக்குப் பின் ஊர் திரும்பியபோது அவனோடு நிற்பதற்கு ஒருவருமில்லை.

“ஊருக்குத்தான் நான் வேணாம்.... உனக்குமா?” தன் மனைவியிடம் கெஞ்சுகிற தொனியில் கேட்டான். அவள் பதில் பேசாமல் நின்றிருந்தாள். அவன் குழந்தை கதவுக்குப் பின்னால் நின்றுகொண்டு அவனைப் பயத்தோடு பார்த்தாள். பாபுவுக்கு அவமானத்தில் உடல் எரிந்தது. இந்தக் குழந்தைக்கு யார் சொல்லிக் கொடுத்தது?

இனிமே இங்க வராத என்று மூன்றாம் மனிதரிடம் சொல்வது போல் சொல்லிவிட்டு குழந்தையைத் தூக்கிக்கொண்டு வெளியேறினாள்.

“நீ கௌம்புன பெறகு வந்து வீட்ட கழுவி வுடணும். ம்ம்ம்! கௌம்பு.”

பாபுவுக்குக் கடைசியாகத் தன் மகளை ஒருமுறை அருகில் கூப்பிட்டுப் பேச வேண்டுமென ஆசையாய் இருந்தது. இன்னொரு முறை கையை அசைத்து அவளைக் கூப்பிட்டவனைப் பார்க்க விருப்பமில்லாமல் அந்தச் சிறுமி வேகமாக ஓடிவிட்டாள். அந்தச் சில நொடிகள் தன்னிடமிருந்து திமிறி ஓட முயன்று தோற்றுப்போன அஸ்ஸாமிய சிறுமியின் நினைவு வர பாபு அவசரமாக வீட்டை விட்டு வெளியேறிவிட்டான்.

எங்கெங்கோ சுற்றித் திரிந்தவன் கடைசியில் ராஜஸ்தானத்திலிருந்து குஜராத்தின் வறண்ட தொழிற்சாலைகளிருக்கும் பகுதிக்கு இரும்பு பாகங்களை ஏற்றிவந்த லாரியில் பயணித்தான்.

ஒருநாள் லாரியில் சரக்குகள் ஏற்றிக்கொண்டு சென்றபோது நடுவழியில் லாரியை நிறுத்தி ஏறிக்கொண்டாள் பஞ்சாரி இனத்துப் பெண் ஒருத்தி. சுட்டெரிக்கும் வெயிலின் புழுக்கத்தில் அவள் உடலிலிருந்து கிளம்பிய வியர்வையின் நெடி, பாபுவை இனம்புரியா மயக்கத்தில் ஆழ்த்தியது. லாரியிலிருந்து அவள் இறங்கிச் சென்ற பிறகும் அவள் உடலின் மணம் பாபுவை முழுவதுமாக ஆட்கொண்டிருந்தது.

அவளுடைய கூடாரத்தைத் தேடிச் சென்று எப்படியோ கண்டுபிடித்தவன்,

அவள் செல்லும் இடங்களுக்கெல்லாம் தொடர்ந்து சென்றான். அவளுக்கும் அது தெரிந்திருந்தது.

அவள் பேசுவது இவனுக்குப் புரியவில்லை. ஆனால் பெண்ணுக்குரிய உள்ளுணர்வு அவளுக்கு இவன் நோக்கத்தை தெள்ளத்தெளிவாக உணர்த்தியது. ஒரு மதிய வேளை, வெயிலுக்கு அவள் கூடாரத்தின் பக்கம் ஒதுங்கியவனிடம் "என்ன வேண்டும்" என்று புருவத்தை உயர்த்தி ஜாடையாகக் கேட்டாள்.

பாபு 'தண்ணீர்' என்று சைகையில் காட்டினான்.

கூடாரத்திற்குள் சென்று ஒரு மண் குடுவையில் தண்ணீர் எடுத்து வந்து அவனது கூப்பிய கரங்களில் ஊற்றினாள்.

தாகம் தீர குடித்தவன், முகத்தை ஈரக்கையால் துடைத்துக்கொண்டே அவள் அருகில் வந்து அவள் கழுத்துப் பகுதி அருகே சென்று ஆழமாக அவளை முகர்ந்தான்.

அவளுக்குள் ஏதோ விழித்துக்கொண்டது.

விளையாட்டாய் அவனுக்குச் சில முறை ஆசைகாட்டினாள், தூண்டிவிட்டாள். பின் நாசூக்காய் ஒதுக்கித் தள்ளி விட்டாள். அவர்களுக்குள் ஒரு ரசவாதம் நடக்கத் தொடங்கியது.

இலையுதிர் கால முதிர்ந்த மரமொன்றின் விருட்சத்தின் அடியில் அவளைக் கிடத்தினான். கிளைகள் ஒவ்வொன்றிலிருந்தும் ஆயிரம் கண்கள் கொண்டு மரம் அவர்களை வேட்கையோடு பார்த்தது. அந்தக் கண்களில் அசைவே இல்லை. விருட்சங்களில் இருந்து நூறாயிரம் கைகள் நீண்டு அவர்கள் இருவரையும் தங்களோடு பிணைத்துக்கொள்ளும் மூர்க்கத்தில் இறுக்கின. மூச்சு முட்ட அவன் காமத்தில் கரைந்துபோனாள்.

வறட்சியின் அதீதத்தைப் பலகாலமாய்த் தெரிந்துவைத்திருந்தவளால் அவனுடலின் வறட்சியை எளிதில் புரிந்துகொள்ள முடிந்தது. அவனோடு சில காலம் சுற்றினாள். ஒரு மலையோர கிராமத்தில் தான் யாருக்கும் காட்டாது மறைத்து வைத்திருந்த துப்பாக்கியை எடுத்து அவளிடம் தந்தான்.

"இத வெச்சுக்கோ... உனக்குத் தர்றதுக்குன்னு நான் வெச்சிருந்தது இதுதான்... எனக்குள்ளிருந்த ஏதோவொன்னு உடஞ்சி இப்போ நான் கொஞ்சம் லேசானதா உணர்றேன்... இனிமே இது எனக்குத் தேவை இல்ல... எப்பவாச்சும் உனக்குத் தேவைப்படலாம்."

அவன் பேசிய எதுவும் புரியாதபோதும், அந்தத் துப்பாக்கியைத் தனக்குப் பரிசாக கொடுக்கிறான் என்று அவளுக்குப் புரிந்தது.

கையிலிருந்த துப்பாக்கியைக் கவனமாகத் தூக்கிப் பிடித்துப் பார்த்தாள்.

அப்படியொரு வலிமை. அவன் குறியைப் போல். அதை இறுக்கிப் பிடித்தபடி அவனைப் பார்த்துக் குறும்பாகச் சிரித்தாள்.

ஆசையோடு தன் இடைக்குள் அதை மறைத்து வைத்துக் கொண்டவள் அவனை வழியனுப்பும் விதமாய் அவனுக்கு மண் குடுவையொன்றில் பாதுகாத்து வைத்திருந்த ஆட்டின் கண்ணைத் திறந்து காட்டினாள்.

“யே... ரக்லோ... யே ஜாது ஹே... குஷ் ரஹோ...” என்றவள் கண்களின் ஓரத்தில் கண்ணீர் எட்டிப் பார்த்தது.

முன்னெப்போதும் இல்லாத ஒரு நிறைவு பாபுவின் மனத்தில் குடிகொண்டது.

அதை வாங்கிப் பத்திரப்படுத்திக் கொண்டவன் அவளிடமிருந்து என்றென்றைக்குமாய் விடைபெற்றான். பல சமயங்களில் நம் தவறுகளைச் சரிசெய்யும் பொறுப்பை பிரபஞ்சமே பார்த்துக் கொண்டுவிடுகிறது. மனிதன் செய்யவேண்டியதெல்லாம் அதற்கு ஒத்திசைவதுதான்.

8. மோகனம்

“மதுவின் மயக்கத்தில் இருக்கிறாயா? களிப்புற்றிரு கய்யாம்!
உன் காதலியோடு அமர்ந்திருக்கிறாயா? களிப்புற்றிரு!
வெறுமைக்குள் உன்னைத் தள்ளிவிடப் பார்க்கும் இந்த உலகத்தின்
செயல்களை நம்பாதே. அது எதுவும் நீ இல்லை.
களிப்புடனே உனக்கான வரிசையில் காத்திரு!”

- ஓமர் கய்யாம்.

“உங்கள ரொம்ப வருசமாவே பாத்துட்டு இருக்கேன் ஆனந்தி, பொதுவா எல்லாரும் சின்ன வயசுலதான் அழகா இருப்பாங்க. எனக்கென்னவோ நீங்க இப்போதான் அழகாத் தெரியறீங்க” என்று சொல்லிவிட்டு அந்த மாத வாட்டர் கேன் கணக்குச் சீட்டை நீட்டினார் ராஜபாண்டி. தன் உடலின் மீதான எந்தவிதமான கோருதல்களும் இல்லாது ஒருவன் அசலாக வெளிப்படுத்திய அன்பு அது. அவள் சிரித்துக்கொண்டே பையிலிருந்து பணத்தை எடுத்துக் கொடுத்தாள்.

பல வருடங்களாக அவள் குடியிருக்கும் அந்த வீதியில் எல்லோருமே அவளுக்குத் தெரிந்தவர்கள்தான். அம்மா இறந்த பிறகு உறவுகள் என்று பெரிதாக அவளை அரவணைத்துக்கொள்ளாதபோது அந்த வீதியிலிருந்தவர்கள்தான் அவளை அரவணைத்துக்கொண்டனர்.

ஸ்டாண்டில் ஆட்டோ ஓட்டியவர்களுக்கு யாரும் அவளைத் தொந்தரவு செய்துவிடாமல் பார்த்துக்கொள்ளவேண்டுமென்கிற அக்கறை இருந்தது.

வாழ்வின் இந்தப் பருவம் நன்றாக இருப்பதுபோல் பட்டது. தன் உடல் தனக்கானது என்ற நிம்மதி. தன்னிடம் அத்துமீறும் பலவீனமானவர்களை ஒரு பார்வையில் புறந்தள்ளும் அவளுடைய தைரியம்தான் அவள் உடலின் கவசமாக இப்போது இருக்கிறது.

தனக்கு வயதாவதை ஏற்றுக்கொள்ள முடியாத பெண்கள் மத்தியில் ஆனந்தி சீக்கிரமாக பெரியவளாக வேண்டும் என்று விரும்பினாள். சிறுமியாக இருந்தபோதே தலைமுடியை வாரி உச்சந்தலைக்குச் சற்றுக் கீழே கொண்டை போட்டுக் கொள்வாள்.

புவனி அம்மா அதற்காக அவளைத் திட்டினாள். “ரெட்ட ஜட போட்டுக்க என்ன கேடாம்?”

புவனி ஆனந்தியின் பள்ளித் தோழி. இவளைவிட ஒரு வருடம் மூத்தவள். புவனியும் அவள் அம்மாவும் ஆந்திராவிலிருந்து இங்கு வந்திருந்தனர். வீட்டில் கஷ்டமாம். புவனி யாரோ ஒரு பையனைப் பற்றி எப்போதும் பேசிக்கொண்டிருப்பாள். அவனைத்தான் கல்யாணம் செய்துகொள்ளப்போகிறாளாம். புவனி அம்மா புவனிக்குப் பார்த்துப் பார்த்து மருதாணி வைத்துவிடுவாள். தலை வாரி பின்னி ஜடை போட்டுவிடுவாள்.

ஆனந்திக்கு இந்தச் சீராட்டலெல்லாம் பிடிப்பதில்லை. அவளே அவளுக்கு எல்லாம் செய்துகொள்வாள். ஒருமுறை அம்மாவைப் பார்க்க வீட்டிற்கு வந்த ரத்தினசாமி மாமா அவருடைய காப்பி நிற கூலிங் கிளாசை விட்டுச் சென்றுவிட்டார். அம்மாவும் அவரும் வெளியே சென்றிருந்தார்கள்.

பாம்பே படத்தைப் பார்த்துவிட்டு, அம்மாவிடம் அழுது, அடம்பிடித்து வாங்கிய மனிஷா கொய்ராலா ட்ரெஸ்ஸின் துப்பட்டாவைத் தலைக்குமேல் போட்டிருந்த கொண்டையின் மீது ஒன்றும் பாதியுமாக முக்காடுபோல் போட்டுக்கொண்டு, மறக்காமல் ரத்தினசாமி மாமாவின் கூலிங் கிளாசையும் அணிந்துகொண்டு, கெமிஸ்ட்ரி வாத்தியார் ஷாகுல் ஹமீது ஸாரின் பையன்கள் ரஃபியும், காலித்தும் கிரிக்கெட் விளையாடிக்கொண்டிருக்கும் தெருவைக் கடந்து சென்றாள் ஆனந்தி.

அவளுக்கு ரஃபியைப் பிடிக்கும். இல்லை, இல்லை அவளுக்கு காலித்தையும் பிடிக்கும். ரஃபியின் ப்ரவுன் கலர் கண்கள், செம்பட்டை தலைமுடி, துருத்திக்கொண்டிருக்கும் கழுத்தெலும்புகள் எல்லாம் ஒருவித வசீகரமென்றால் காலித்தின் பிங்க் நிற உதடுகளும், சுருட்டைத் தலைமுடியும், அழகான சிரிப்பும் வேறுவிதமாக அவளை மயக்கின. இருவரும் அவளை ஆயிரம் கண்களுடன் பார்த்தனர். ரஃபி ஃப்ளையிங் கிஸ் கூட கொடுத்தான். காலித் அவள் கொண்டையை அவிழ்த்துவிட்டு தலைமுடியைக் கோதினான். ஆனந்தி திக்குமுக்காடிப் போனாள்.

“அங்கிள் ரொம்ப நேரம் தேடிட்டிருந்தாரு, திருட்டு முண்ட!! அவர் கண்ணாடிய போட்டுட்டு ஏண்டி வெளிய போன...?” அம்மா அன்று ஆனந்தியை நிறையத் திட்டினாள். ரத்தின சாமி மாமாவை வீட்டில் காணவில்லை. அவருடைய கர்ச்சீஃப் மட்டும் இருந்தது.

அன்று மாலை பக்கத்து வீட்டு ரேச்சல் அத்தை, ஒரு பைபிளை ஆனந்தியிடம் கொடுத்து, “தெனமும் ஒரு வசனம் எடுத்துப்படி... சாத்தான் கிட்ட வர மாட்டான்” என்று சொல்லிவிட்டு ஆனந்தியின் தலையில் கை வைத்து ஜெபித்தாள்.

ஆனந்தி பைபிளைத் திறந்து படித்தாள்–

> ‘நான் ஒரு மதில். என் மார்புகள் உயர்ந்த கோபுரங்கள்:
> அவன் கண்களில் எனக்கான விருப்பம் தெரிந்தது.’

சாலமோனின் கீதங்கள் (8:10)

★

இருபது வயதிற்குள்ளாகவே அவள் உடலும் மனமும் ஒரு வாழ்க்கையை வாழ்ந்து முடிந்த அனுபவத்தைப் பெற்றிருந்தன. இருபது வயதிற்குப் பின் அவள் பிரபல நடிகையானதும் முதல் இரண்டு வருடங்களைத் தவிர்த்து இந்த எட்டு வருடங்கள் மிக வேகமாகக் கடந்துபோய்விட்டன. அதீத ஒப்பனைகளின் காரணமாய் முகத்தில் விழுந்த சுருக்கங்களும், சுருக்கங்கள் போலவே அதிகரித்த மனிதர்களின் உறவுகளும் பிரிவுகளும், முன்னைவிடவும் பெரிதாகிப்போன கண்களும், ஒரு நடுத்தர வயதுப் பெண்ணிற்கான தோற்றத்தைச் சற்று சீக்கிரமாகவே அவளுக்குக் கொடுத்திருந்தன.

“ஆனந்திம்மா... ஷூட்டிங் முடிஞ்சு என்னைக்கு வந்த? ஆயாவத் தவிக்க விட்டுட்டுப் போயிட்டியே...” வாசலில் ஆயாவின் குரல் கேட்டதும், சக்தியை அனுப்பி கதவைத் திறக்கச் சொன்னாள்.

ஆயாவுக்கு ஆனந்தியைப் பார்த்தால்தான் உற்சாகம். வேறு யாரும் அவளுக்கு மது வாங்கிக் கொடுப்பதில்லை. ஆனந்தியிடம் எப்போது கேட்டாலும் கிடைக்கும். ஆயா உரிமையாக வந்து சோஃபாவில் உட்கார்ந்து கொண்டாள்.

“என்ன ஆயா மெலிஞ்சிட்ட... ஒழுங்கா சோறு துன்றியா இல்லையா?”

“சோத்துக்கெல்லாம் ஒண்ணும் கொற இல்ல ஆனந்திம்மா... நான் சரக்கு கேட்டாத்தான் யாரும் கொடுக்கறதில்ல. திங்கிறது உடுத்தறது மாதிரி அதுவும் ஒரு தேவைன்னு சொன்னா யாரும் புரிஞ்சுக்கிறதுல்ல. அதுல ஆம்பளைக்கு ஒரு நாயம். பொம்பளைக்கு ஒரு நாயம்.”

ஆனந்தி சிரித்துவிட்டு சக்தியைத் திரும்பிப் பார்த்தாள். சக்திக்கு இது வழக்கமான நிகழ்வெனத் தெரியுமென்பதால் அமைதியாக உள்ளே போய் எடுத்து வந்தாள். பாதிவரை அதில் ஆனந்தி குடித்திருக்க, மிச்சத்தை அப்படியே ஆயாவின் கையில் கொடுத்தாள். ‘ரெட் லேபிள்’ விஸ்கி. ஆயாவுக்கு ஆர்வத்தில் கண்கள் விரிந்தன.

“எனக்கு இதெல்லாம் ஒத்துக்காதும்மா... இத நீ வெச்சுக்க. துட்டு எதுனா குடு... நான் நூறு ரூவா சரக்கு வாங்கிக்கறேன்...”

ஆனந்தி பாட்டிலை வாங்கிக்கொள்ளாமல், “அதெல்லாம் ஒத்துக்கும். கண்டதக் குடிச்சா உடம்பு என்னாகுறது?... நீ இத எடுத்துட்டுப் போ.”

ஆயாவுக்கு ஒரே நேரத்தில் சங்கடமாகவும் சந்தோஷமாகவும் இருந்தது. மெல்ல படி இறங்கிச் சென்ற ஆயாவின் பின்னே காலமும் சென்றது. ஆனந்தி அதைப் பார்த்துக்கொண்டிருந்தாள். இனம்புரியாத அமைதி நெஞ்சில் படர, உடல், அதன் திறப்புகளில் இளகியது.

அதிக வெளிச்சமில்லாத அந்த பப்பிற்குள் அவள் நுழைந்தபோது சுற்றிலும் நிறைய பெண்கள் ஆடிக்கொண்டிருந்தனர். அவளது தோழியும் இன்னும் சிலரும் சந்தோஷமாய் வந்து கட்டிக்

கொண்டனர். பிற்பகலுக்கு மேல் தொடங்கும் அந்த பப்பில் பெண்களுக்கான மது இலவசம் என்பதால் இளவயதுப் பெண்கள் மட்டுமல்லாமல் தன்னைப்போல் இருளையும் இசையையும் மதுவையும் நேசிக்கும் நடுவயதுப் பெண்களையும் காண முடிந்தது. சிறிய கண்ணாடிக் கோப்பையில் வைக்கப்பட்ட வோட்காவை ஆர்வத்தோடு எடுத்துக் குடித்த ஆனந்தியும் அவர்களோடு ஆட விரும்பினாள்.

அபூர்வமாகத்தான் இதுமாதிரி அவளுக்குத் தோன்றும்.

ஆனந்திக்கு ஆட வேண்டும் போலிருந்தது. இந்த வாழ்க்கை இன்னும் தனக்கான ஏராளமான சந்தோஷங்களை மிச்சம் வைத்துள்ளதெனத் தோன்றும்போதெல்லாம் இப்படி ஆடியிருக்கிறாள். இன்றும் அப்படி ஆட விரும்பினாள்.

கூட்டத்திற்குள் நுழைந்து ஆடியவளை அடையாளம் தெரிந்து கொண்ட சிலர் சிநேகத்தோடு புன்னகைத்தனர்.

இசைக்கு ஏற்றவாறு நிதானமாக ஆடிக்கொண்டிருந்த ஆனந்தியின் கழுத்துப் பகுதியில் திடீரென ஒரு கை வருடியதும், எத்தனையோ ஆண்டுகளுக்கு முந்தைய தொடுதல் அவள் நினைவில் மின்னலென வெட்டியது.

பச்சை, மஞ்சள், நீலமென மெல்லிய வெளிச்சக் கீற்றுகள் இசையினூடே மிதந்து வந்து அவளை ஆட்கொள்ள, அந்த வெளிச்சத்தில் அவள் முகம் மங்கலாகத் தெரிந்தது.

எத்தனை முத்தங்களை அவ்விரு இதழ்களும் பகிர்ந்திருக்கும். ஆனந்தியின் ஆளுமைதான் வலிமையானதே தவிர, காமத்தைப் பொறுத்தவரை அவள் எடுப்பதைவிட கொடுப்பதையே அதிகம் விரும்பினாள். தன் உடல் பரலோகத்தின் ஏதேன் தோட்டமென்று அவளுக்குத் தோன்றும். அத்தோட்டத்தின் புறக்கணிக்கப்பட்ட கனியை முதலில் சுவைத்தது ஒரு பெண்தான். ஆதாமிற்கும் ஏவாளுக்குமிடையே அங்கு மூன்றாவதாக ஒருத்தி ஊர்ந்து சென்றாள்.

ஆதாம் பிறகுதான் வந்தான்.

இருளின் இடுக்குகளில் ஆனந்தியின் உதடுகளை முதலில் சுவைத்தது அவள்தான். முலைகள் தொடங்கி அவளுடைய புழைவரை

நீந்தித் திளைத்தது அவள்தான். ஆனந்தி ஒருபோதும் அவளுக்கு மறுப்புக் கூறியதில்லை. இதோ இன்றும். கூட்டத்தில் ஒருத்தியாக அவள்தான் வந்திருக்க வேண்டும்.

ஆதியிலே மோகனம் இருந்தது. அது ஒரு தீப்பிழம்பாக இன்றும் அவளுக்குள் ஒளிந்திருக்கிறது.

மனதின் இடையூறுகள் எதுவுமின்றி பூர்ண சந்தோஷத்துடன் ஆடிக் கொண்டிருந்த ஆனந்திக்கு உண்மையில் இந்த உலகத்திடமிருந்து என்ன வேண்டுமென்று தெரிந்திருக்கவில்லை. சர்வ வல்லமை பொருந்திய கடவுளுக்கு வேண்டுமானால் ஒருவேளை தெரிந்திருக்கலாம். இந்த மொத்த வாழ்வையும் தனது ஆளுமைக்குள் கொண்டுவந்துவிட வேண்டும். களித்துத் தீர்க்க வேண்டிய சந்தோஷங்கள் அவ்வளவையும் பார்க்க வேண்டும். என்பதோடு, தான் தேடிக் கொண்டிருப்பது மனிதர்களிடம் ஒருபோதும் கிடைக்கப்போவதில்லை என்பதைப் புரிந்துகொண்டிருந்தாள்.

“எப்டி இருக்கீங்க ஆனந்தி என்னய ஞாபகம் இருக்கா?” குரல் கேட்டு ஆனந்தி திரும்பினாள். இசையின் இரைச்சலை மீறி தான் பேசுவது கேட்கவேண்டுமென்பதற்காகப் புதிதாக வந்தவன் சத்தமாகக் கேட்டான். ஆனந்தி பார்த்ததும் அடையாளம் தெரிந்து கொண்டாள். நிறைய விளம்பரப் படங்களை இயக்கியவன். இண்டஸ்ட்ரியில் நல்ல பெயர் இருக்கிறது.

“ஓ... நல்லா ஞாபகம் இருக்கு. எப்டி இருக்கீங்க?” அவள் ஆடுவதை நிறுத்தாததால் அவனும் அவளோடு சேர்ந்து மெதுவாக ஆடியபடியே பேசினான். “ரொம்ப நாள் ஆச்சு உங்களப் பாத்து, முன்ன ஸ்ப்ரிங்ல அடிக்கடி பாப்பேன். இப்ப வர்றதில்லயா?” அவள் சிரித்தாள். “கூட்டிட்டுப் போயி செலவு பண்றதுக்கு ஆள் இல்ல...” சத்தமாகப் பேசியதில் தொண்டை இடறி இருமினாள். அவன் வோட்காவை எடுத்துக் கொடுத்தான். “தாங்க்ஸ்..” மதுவை வேகமாகக் குடித்தவள் மீண்டும் ஆடத் தொடங்கினாள். “இனி எப்பவாச்சும் ஸ்ப்ரிங் போகணும்னா என்னயக் கூப்டுங்க. நான் கூட்டிட்டுப் போறேன்...” அவன் முன்னைவிடவும் அவளுக்கு நெருக்கமாக வந்து ஆடிக்கொண்டிருந்தான்.

ஆனந்தி திரும்பி தன் தோழிகளைத் தேடினாள். எல்லோரும் உற்சாகமாய்க் குடித்துக்கொண்டிருந்தனர். இவன் எங்கு வந்து நிற்பானென நன்றாகவே தெரியும். அதை நேரடியாகக் கேட்டும்

தொலைக்க மாட்டான். “சரி பாக்கலாம்...” என்றவள் மெதுவாக நகர்ந்து கூட்டத்திற்குள் செல்ல முயன்றாள்.

வழியை மறைத்தபடி ஆடி வந்தவன் “அப்போ இன்னைக்கு டின்னர் என்னோட வரலாமே...?” கண்ணடித்துச் சிரித்தான். ஆனந்திக்கு உற்சாகமானதொரு நாளின் ஆகக் கடைசியான இந்த விளையாட்டுப் பிடித்திருந்தது. சரியெனத் தலையாட்டினாள். “வெறும் டின்னர் மட்டுந்தானா?...” ஆனந்தியின் குரல் முன்னைவிடவும் சத்தமாகக் கேட்க அவன் சிரித்தபடியே “சரி நான் வெளில இருக்கேன் வாங்க... பிளாக் கலர் ஸ்கோடா....” கூட்டத்திலிருந்து நகர்ந்து சென்றான். அவர்கள் இருவரும் பேசிக் கொண்டிருந்ததைப் பார்த்த அவளின் தோழிகள் தள்ளி நின்று கேலியாகக் கையசைத்தனர். பதிலுக்கு ஆனந்தியும் கை அசைத்தாள்.

அவனது ஜாகை அந்த பாரிலிருந்து வெகு தொலைவிலிருந்தது. கடற்கரையை ஒட்டிய நவீனமான வீடு. அலைகளின் சத்தம் கண்ணாடித் தடுப்பைத் தாண்டி மென்மையாய் ஊடுருவி நிரம்பியது. இன்னதென்று சொல்லமுடியாத உணர்ச்சிகள், சூழலுக்கு இணங்கும் பக்குவம், நிராகரிக்கும் மனமில்லை. ஒருவேளை அவளுக்குள் இருந்த பாலுணர்ச்சி காரணமா?

தெளிவற்றிருந்தாள். ‘என்னோடு வருகிறாயா?’ என அவன் கேட்ட உடனேயே சம்மதம் தெரிவித்திருந்தவள் இவள்தான். அங்கிருந்த மதுபோத்தலில் இருந்து கொஞ்சத்தை ஊற்றிக் கொண்டு குடித்தாள். ஏற்கனவே குடித்திருந்த போதையை மீறி புதிதாக இறங்கியதுபோல் தொண்டை எரிந்தது. அவளது எண்ணமெல்லாம் அறையைத் தன்னுள் அடக்கிய இரைச்சலும் வெளிச்சமுமான வெளியுலகினைப் பற்றியதாக இருக்க, முதலில் அவள் பேசட்டுமென எதிர்பார்த்திருந்தவன் போல, அவளையே பார்த்துக்கொண்டிருந்தான்.

ஏதோ சொல்ல முற்பட்டவனை, “நீ காதலோடதான் எங்கூட படுக்கணும்னு எந்தக் கட்டாயமுமில்ல. இயல்பா இரு. வழக்கமா வீக் எண்ட்ஸ்ல உன் படுக்கைக்குக் கூட்டி வர்ற பெண்கள எப்படி நடத்துவியோ அப்படியே என்னயும் நடத்து.”

அவன் அவளுக்கு அருகில் அமர்ந்துகொண்டான்.

"இல்ல அவங்களும் நீயும் ஒண்ணு இல்ல. நீ சம்மதம்னு சொன்னா இனி இந்தப் படுக்கைல படுக்கற ஒரே பெண் நீ மட்டுந்தான்."

மதுவை அப்படியே வைத்துவிட்டு எழுந்துகொண்டாள்.

அவன் முகம் வெளிறிப்போனான்.

"உனக்கு வேண்டியதெல்லாம் அது மட்டுந்தானா? படங்கள்ல நடிக்கும் போதுதான் அப்டின்னா, நிஜத்துலயும் அப்பிடித்தான் இருக்கணுமா?"

அவனை அடித்துவிட கை பரபரத்தது. அடக்கிக்கொண்டவள் இதழ்களில் ஆழமாக முத்தமிட்டுவிட்டு "வாழ்க்கைல பெரும்பாலான நேரம் முட்டாளுங்களோடதான் இருக்கேன். குடிக்கும்போதாவது நிம்மதியா இருக்கணும்... நான் வர்றேன்..."

தனது கைப்பையையும் அலைபேசியையும் தேடி எடுத்துக் கொண்டு வேகமாக வெளியேறப்போனவளின் கைகளைப் பிடித்து நிறுத்தினான்.

தன்னை நிரூபிக்கும் முனைப்பில் ஏதேதோ செய்தவனை, அவன் போக்கில் இயங்கவிட்டு, பின்பு அவன் அசந்து உறங்கியதும், அவன் பயன்படுத்திய காண்டம்களை பூஜ்ஜிய வடிவத்தில் சுற்றி வைத்துவிட்டு அவ்விடம் விட்டுக் கிளம்பினாள். சோர்வின் எந்த அறிகுறியும் இல்லாமல்.

சுழல்

அரண்மனை போன்ற வெறுமையான வீட்டின் தனிமை ஆனந்திக்குப் பிடிக்கவில்லை. படப்பிடிப்புகள் தொடர்ந்து தள்ளிப் போய்க்கொண்டிருந்தன. முதல் சில நாட்கள் வீட்டிலிருந்ததை முழுமையான சந்தோஷத்தோடு அனுபவித்தாள். இத்தனை காலம் சம்பாதித்த பணம் தன்னைப் பாதுகாக்குமென்கிற நம்பிக்கை. ஆனாலும் வேலை செய்யாமல் இருப்பது அலுப்பூட்டியது. வேறு படங்களுக்கு ஒப்புக்கொள்ளலாம் என்றால் ஏற்கெனவே கொடுத்திருந்த தேதிகளை என்ன செய்வதென்கிற குழப்பம். அவளை வைத்துப் படம் எடுக்கிற தயாரிப்பாளர்களோ இயக்குநர்களோ ஒருவரும் இவளிடம் பேசவில்லை. இவளே அழைத்தபோதும் பேசாமல் தவிர்த்தனர். இந்தப் புறக்கணிப்பும் அமைதியும் இனம்புரியாத ஓர் எரிச்சலை அவள் மனத்தில் ஏற்படுத்தின. இண்டஸ்ட்ரிக்கு வெளியில் யாரிடமாவது விசாரிக்கலாமென யோசித்தபோதுதான் கோட்டயத்திலிருக்கும் அவளுக்கு நெருக்கமான விநியோகஸ்தர் ஒருவரின் நினைவு வந்தது. விசாரித்தபோது இவள் படங்களை வெளியிடுவதில் பிரச்சினை இருப்பதை ஒரு தகவலாகச் சொன்னார்.

கேரளாவில் இவளுக்கு ரசிகர்கள் இல்லாத ஊரில்லை. அப்படி இருக்க எப்படி சடாரென இவளை முற்றிலுமாக ஒதுக்க முடியும்? ஆனந்தி மலையாள சினிமாவின் அடையாளமாக மாறியிருந்தபோதும் தன் ஜாகையைச் சென்னையைவிட்டு அவள்

மாற்றியிருக்கவில்லை. ரத்தமும் சதையுமாய் இந்த ஊர் மட்டுந்தான் அவளுக்குள் எல்லா நினைவுகளையும் சேமித்து வைத்திருந்தது. எல்லோருக்குமே இவள் மறைமுகமான அச்சுறுத்தல். பெரிய முதலீடு தேவைப்படாத இந்தப் படங்களை எடுக்க நிறைய பேருக்கு விருப்பம்தான். சமூகம் சார்ந்த தயக்கம் இருந்ததாலேயே சில பெரிய தயாரிப்பாளர்கள் எடுக்காமல் தவிர்த்திருந்தனர்.

மாத்ரூபூமியிலிருந்து அவளை நேர்காணல் எடுக்கக் கேட்டு ஒரு பத்திரிகையாளன் அழைத்திருந்தான். அபூர்வமாகவே இவளது நேர்காணல்கள் பத்திரிகைகளில் வந்திருக்கின்றன. மீடியாவிலிருந்து தன்னை விலக்கி வைத்துக் கொள்ளவே ஆனந்தி விரும்பினாள். பத்திரிகைகளின் போட்டோக்களுக்கு போஸ் கொடுப்பதும், தான் ஒன்று சொன்னால் அவர்கள் ஒன்றை எழுதி வைப்பதும் மன அழுத்தத்தைத் தவிர வேறெதையும் பெரிதாகத் தருவதில்லை.

ஆனால், இப்போதிருக்கும் சூழலில் இந்த நேர்காணலை அவளால் தவிர்க்க முடியவில்லை. எதற்காக இந்த நேர்காணல் என்று விசாரித்தாள். கேரளாவில் அவளுக்கு இருக்கும் செல்வாக்கு குறித்து என்று மட்டும் பொதுவாகச் சொன்னான். தொலைபேசி வழியாக நீண்ட அந்தப் பேட்டியில், ஆனந்தி போன்றோர் நடிக்கும் இம்மாதிரியான படங்கள் கேரள சமூகத்தை ஆபாசத்திற்குரிய ஒன்றாக மாற்றிவருவதைக் குறித்த கோபம் மட்டுமே தொடக்கத்திலிருந்து அவனிடம் வெளிப்பட்டது.

“ஆனந்தி, இந்தப் படங்கள எல்லாம் நீங்க உங்க குடும்பத்தோட உக்காந்து பாப்பீங்களா? இது மாதிரி எல்லாம் நடிக்க ஏன் சம்மதிக்கிறீங்க?”

ஆனந்திக்குச் சிரிப்புதான் வந்தது.

“ஏன் குடும்பத்தோட உக்காந்து பாக்கணும்? இது அடல்ட்ஸ் ஒன்லி வகை படங்கள். அது மட்டுமில்லாம நடிக்கிறது என்னோட வேலைங்க. இப்பிடி நடிக்காத அப்பிடி நடிக்காதன்னு சொல்றதுக்கு யாருக்கும் உரிமை இல்ல.”

“ஆனா உங்க படங்கள் பெரிய அளவுல ஆண்கள் மத்தியில செக்ஸ் வெறியத் தூண்டுதே. இதனால கற்பழிப்புகளும் பெண்கள் மீதான வன்முறைகளும் அதிகமாகி இருக்கு தெரியுமா?”

"சார், உங்க பேரென்ன?"

"தாசன்."

"தாசன், உண்மைய சொல்லணும்னா, இந்த மாதிரி படங்கள்தான் மனுசங்கள பைத்தியக்காரங்களா ஆக்காம காப்பாத்துது. அதுக்காக நான் இதை சப்போர்ட் பண்ணல. செக்ஸ் பெரிய குத்தம்னு சொல்லச் சொல்லத்தான், அத நோக்கி மனுசங்களோட ஆர்வம் அதிகமாகுது. நம்ம ஊர் கோவில்கள்ல கூட ஆண் பெண் உடலுறவு சிற்பங்கள்தான் அதிகம். முறையான வடிகால் இல்லாத உணர்ச்சிகள்தான் வன்முறையா மாறுது."

ஆனந்தியின் தெளிவான பேச்சு தாசனை வியப்பில் ஆழ்த்தியது.

"இருந்தாலும் கலைங்குற பேர்ல நடக்குற ஆபாசத்தை நியாயப்படுத்த முடியாதுல்ல?"

இயற்கையோட நீதி மனிதர்கள் வகுத்த நீதியிலிருந்து முற்றிலுமா வேறுபடுது. தன்னோட சௌகரியத்துக்காக மனுசன் உண்டாக்குன விதிகள், இயற்கைக்கு ஒருபோதும் பொருந்தாது. காமம் இயற்கையின் அம்சம். நான் அப்படித்தான் பாக்குறேன். அதனாலதான் இந்த வேலைய சந்தோஷமா செய்றேன். பொதுவெளியில நீதிமான்களா தன்னைக் காட்டிக்குற எத்தனையோ பெரிய மனுசங்களோட இன்னொரு பக்கத்த நீங்க பாத்திருக்க மாட்டீங்க, நான் பாத்திருக்கேன். சோ... ப்ளீஸ்... உங்க அக்கறையான கேள்விகளை அவங்ககிட்ட போய்க் கேளுங்க.

மேற்கொண்டு ஆனந்தியால் அவன் கேள்விகளுக்குப் பொறுமையாக பதில் சொல்ல முடியவில்லை. அவள் குரலில் வெளிப்பட்ட கோபம் அவனிடமும் எதிரொலித்தது.

"ஓகே மேடம். நீங்க திரும்பவும் மலையாள சினிமாவுக்கு வரக்கூடாதுங்கறதுல இங்க எல்லோருமே தீவிரமா இருக்காங்க. நீங்க மலையாள சினிமா இண்டஸ்ட்ரிக்கு ஏதாவது சொல்ல விரும்பறீங்களா?"

கோபத்தைத் தவிர எதுவும் எழாத கணத்தில் செய்தியாய் எதைச் சொல்ல?

காறித் துப்பலாமா? அல்லது சாபமிடலாமா? இல்லை இத்தனை ஆண்டுகள் தனக்குச் சோறு போட்ட தொழில். அடக்கிக்கொண்டு,

"இன்டர்வியூ குடுத்து நேரத்தை வீணாக்கிட்டேன்... வேறென்ன சொல்ல... இடியட்."

வார்த்தைகளை முடிக்கும் முன்பாகவே தொலைபேசியை வைத்துவிட்டாள்.

எதற்காகத் தன் மீது இத்தனை வெறுப்பு? வன்முறையைத் தூண்டுகிற எதையும் செய்யவில்லை. இருந்தும் அறிவார்ந்த சமூகம் தன்னைக் கொடூரமாக புறக்கணிக்கிறது. அவர்கள் தங்களுக்கிருக்கும் நியாயவாதங்களைக் கொண்டு தனது உரிமைகளைச் சிதைக்கும் விதமாய் வலிமையான கோட்டைகளை எழுப்ப நினைக்கிறார்கள். பயந்து ஒளிந்துகொள்ளாமல் சண்டையிடவே நினைத்தாள். யாரை எதிர்த்துச் சண்டையிடுவது? அவள் எதிரி யாரோ ஒரு தனிமனிதனல்ல, பெரிய தொழிலை நம்பிய கூட்டம். அந்தக் கூட்டத்தில் ஒருவர்கூட இவளுக்கு ஆதரவாயில்லை என்பதை நினைத்து வருத்தப்பட்டாள். தனது வாழ்வின் இந்த நிலை குறித்து எதையும் யோசிக்க முடியாமல் அவளால் தொடர்ந்து மௌனமாய் இருக்க முடியவில்லை.

கையிலிருந்த பணம் தீரும் நிலை. சக்தியிடம் சொல்லி மேனேஜரை வரச்சொல்லியிருந்தாள். நீண்ட நாட்களுக்குப் பின் சேமிப்பைக் குறித்தும் கையிருப்பைக் குறித்தும் அக்கறை வந்தபோது வாழ்வின் இளமையான பருவம் அவளை விட்டுப் போயிருந்தது. அவளுக்கு நகைகளிலோ பொருட்களிலோ எந்தவிதமான ஆர்வங்களும் இல்லை, அதனால் அதைச் சேர்த்து வைத்திருக்கவுமில்லை. வங்கியிலிருந்து சில ஸ்டேட்மெண்ட்களை எடுத்து வந்திருந்தவன் அவளிடம் கொடுத்துவிட்டு அமைதியாக எதிரில் உட்கார்ந்தான். ஆகக் கடைசியாய்க் கையிருப்பைப் பார்த்து அதிர்ச்சியாகிப் போனாள். மொத்தமாக இருபது லட்சங்களுக்கும் குறைவான பணமே இருந்தது. பத்து வருடங்களுக்கும் மேலாக இரவும் பகலுமாய் உடல் தேய நடித்துச் சேர்த்தது இவ்வளவுதானா?

"என்னங்க இது? இவ்ளோதான் இருக்கா?"

"ஆமா மேடம்..."

"என்ன சொல்றீங்க? இவ்ளோ நாள் சம்பாதிச்சதெல்லாம் என்னாச்சு? எங்க போச்சு?"

"எங்கயும் போகல மேடம். உங்ககிட்ட உதவி கேட்டு வந்த

எல்லோருக்கும் குடுத்தீங்க, யாருக்கு எவ்ளோ குடுக்கறோங்கற கவனம்கூட இல்ல. எத்தன பேருக்குக் குடுக்கறம்னும் யோசிக்கிறதில்ல. இந்தாங்க...”

ஒரு ஃபைலை அவளிடம் நீட்டினான். அவன் பொறுப்பேற்றுக் கொண்ட பிறகான அவளது மொத்த வரவு செலவுக் கணக்குகள். ஒவ்வொரு நாளும் அவள் செலவு செய்த எல்லாவற்றிற்குமான கணக்குகள் எழுதப்பட்டிருந்தன. சிலருக்கு உதவி செய்யச் சொல்லி பணம் கொடுக்கச் சொன்னது உண்மைதான். ஆனால் அது தன்னை முழுமையாய் காலி செய்துவிடாது என உறுதியாய் நம்பியிருந்தாள். வழக்குகளுக்கான செலவுகள் என எழுதப்பட்டிருந்த தொகைகளைப் பார்த்து மலைத்துப்போனாள். முப்பது நாற்பது லட்சங்களை அந்த வழக்குகள் விழுங்கியிருந்தன.

“கோர்ட்டுக்கு இவ்ளோ பணமா செலவாகி இருக்கு?”

“என்ன மேடம் இப்பிடி கேக்கறீங்க? ஆறு கேஸ் மேடம். திருநெல்வேலி, கோயம்புத்தூர், மதுரை, திண்டிவனம், சேலம், தர்மபுரின்னு ரெண்டு வருசம் இதுக்கு அலைஞ்சு இருக்கீங்க. ஷூட்டிங் டேஸ் எல்லாம் ஸ்பாயில் ஆகுது சீக்கிரம் முடிக்கச் சொல்லுங்கன்னு நீங்க சொன்னதால ஜட்ஜூக்கும் ஆப்போசிட் பார்ட்டிக்கும் பணம் கொடுத்துதான் எல்லாத்தையும் முடிச்சிருக் கோம். இல்லைன்னா அந்த கேஸ்லாம் முடிஞ்சிருக்குமா என்ன?”

தன்மீது அவள் சந்தேகப்பட்டிருக்கக் கூடுமென்கிற ஆதங்கத்தில் அவன் குரலுயர்த்தினான்.

“இத்தன வருசம் உங்களுக்கு மேனேஜரா இருந்து என்ன மேடம் சம்பாதிச்சிருக்கேன், ஒரு டிவிஎஸ். சேம்ப் வெச்சிருந்தேன். அத மாத்திட்டு ஒரு பைக் வாங்கி இருக்கேன். வேற என்ன இருக்கு சொல்லுங்க?”

ஆனந்தியால் அவனைப் பார்க்க முடியவில்லை. அவனை மட்டுமல்ல தன்னைச் சுற்றியிருந்த யாரையும் பார்க்க முடியவில்லை.

“ஃபைல்ஸ் எல்லாத்தையும் வெச்சுட்டுப் போங்க... நான் அப்பறம் கூப்டறேன்...”

தன் மடியிலிருந்த ஃபைலை டேபிளில் போட்டுவிட்டுப் பதற்றத்தைக் காட்டிக்கொள்ளாமல் ஒரு சிகரெட்டை எடுத்துப் பற்ற

வைத்துக் கொண்டாள். இந்த சிகரெட் உட்பட எல்லாவற்றிற்கும் எழுதப்பட்டிருந்த கணக்குகள் இப்போது எரிச்சலூட்டின. தான் ஏமாற்றப்பட்டிருக்கிறோம் என்பது தெரிந்தும் அவளால் எதுவும் பேச முடியவில்லை. முட்டாள்தனம் எந்தத் துணிச்சலான எதிர்வினைகளையும் செய்யவிடாதபடி முடக்கிப்போட்டிருந்தது. மேக்கப் மேன். அந்த மேக்கப் மேனின் மகன் திருமணத்திற்கு ஐந்து லட்சமா கொடுக்கச் சொன்னோம்? யோசித்துப் பார்த்தாள். இல்லையென்றுதான் உறுதியான நினைவு. ஆனால் சரியான கணக்கும் அவரின் கையொப்பமும் இருந்தது. எல்லோரும்தான் ஏமாற்றி இருக்கிறார்கள். யாரும் விதிவிலக்கில்லை.

அவள் வாழ்க்கைக்கான செலவுகளைத் தவிர்த்து அவள் பெரிதாகச் செலவு செய்திருக்கவில்லை. ஆனாலும் இப்போது எதுவுமில்லாதவளாக இருந்தாள். தன் வாழ்க்கை தொடங்கிய இடத்திற்கு வந்துவிட்டது போன்ற அச்சம் மனமெங்கும். கொந்தளிப்பிற்குப்பின் அமைதி, மீண்டும் கொந்தளிப்பு, மணிக்கணக்காக. இந்த ஆவேசத்தின் முடிவில் புரிந்துகொள்ள முடிந்த ஒரே ஒரு உண்மை. சற்று நேரத்துக்கு முன் நேர்காணலில் ஆவேசமாகப் பேசியதெல்லாம் வெறும் பிதற்றல்கள்தானோ. பணம் எல்லாவற்றைப் பார்த்தும் ஏளனமாகச் சிரிக்கிறது.

கடந்த காலம் ஒரு கருத்த மேகம்போல் அவள் முன் திரண்டது.

நிணம்

நண்பனின் வீட்டுத் திருமணத்திற்காக மயிலாடுதுறை போயிருந்தான் பாபு. பெரும்பாலும் இறுக்கமாக இருப்பவன் இதுமாதிரியான சூழல்களில்தான் தன்னை மறந்து எல்லோரிடமும் இயல்பாகப் பேசுகிறவனாக மாறிவிடுகிறான். சுற்றிலும் சந்தோஷமான ஆட்கள் நிறைந்திருக்கையில் தன்னையும் அவர்களில் ஒருவனாய் நினைப்பான். மாலை ஆட்டமும் பாட்டமுமாய் இருந்தபோது கூட அவனுக்குள் எதுவும் தோன்றவில்லை. எப்போதும் போல் குழந்தைகள் சூழ விளையாடிக்கொண்டிருந்தான். டின் டின் கதையையும், ஷெர்லாக் ஹோம்ஸின் துப்பறியும் கதையையும் அவன் சொல்லச் சொல்ல தூக்கம் மறந்து கேட்ட குழந்தைகளுக்கு அந்த இரவு முழுக்க, கதைகளால் நீண்ட சந்தோஷம். தூங்கி வழிந்த குழந்தைகள் ஒவ்வொருவரும் அம்மாவையும் அப்பாவையும் தேடிப் போய்விட கடைசியாக இவள் மட்டுந்தான் இவன் தோளிலேயே சாய்ந்து உறங்கிப்போயிருந்தாள்.

சின்ன விக்ரகம் ஒன்று உறங்குவது போல் அக்குழந்தை திவ்யமான உறக்கத்திலிருந்தாள். உறங்கும் போதும் ஒளிவீசும் முகம். பத்தோ பதினொன்றோ வயதிருக்கலாம். தூக்கத்தில் சில முறை அம்மாவைத் தேடி முனகியவள் மீண்டும் மறுபக்கத் தோளில் புரண்டு படுத்துக்கொண்டாள்.

பாபுவின தலைமுழுக்க வெட்டுக்கிளிகள் மூளையைக் குடைந்து வெட்டுவது போலிருக்க, வினோதமான சத்தங்கள் காதுகளில் எதிரொலித்தன. கைகளில் நடுக்கம் கண்டது. உள்ளங்காலிலிருந்து புழுக்கள் கிளம்பி அவன்மீது ஊர்ந்து வருவது போன்ற உணர்வு. எச்சில் ஒழுகி மினுமினுத்த அந்தப் பிஞ்சு உதடுகளை வெறித்துப் பார்த்துக்கொண்டிருந்தான்.

அஸ்ஸாம் சிறுமியின் முகம் மின்னலென மண்டையில் வெட்டியது.

காதுக்குள் கேட்ட சத்தத்தை நீண்ட நேரம் பொறுக்க முடியாதவனாய் சிறுமியின் உறவினரைத் தேடிக் குழந்தையை அவரிடம் கொடுத்துவிட்டு வெளியேறி வந்தான். தூக்கம் கலைந்த அந்தச் சிறுமி, மாமா டாட்டா என்று அறை மயக்கத்தில் சிரித்தது.

பாபுவுக்குத் தலை சுற்றியது. கல்யாண மஹாலில் அப்போதும் சிலர் ஏதோ வேலையைப் பார்த்துக்கொண்டிருந்தனர். திருமண வீடு கோலாகலமாகத் தயாராகிக்கொண்டிருந்தது. காருக்குள் ஏசியை மீறி அச்சத்தில் புழுக்கமாய் இருந்தது. நண்பனின் எண்ணிலிருந்து அழைப்பு வந்தபோது மொபைலை எடுக்க அச்சப்பட்டான். “ஹலோ....” தொண்டை வறள வார்த்தைகள் தடுமாறி நின்றன, “என்னாச்சு பாபு சொல்லாமயே கிளம்பிட்டீங்க?” நடந்த அசம்பாவிதத்தின் எந்தச் சுவடுகளையும் அவர்கள் தெரிந்திருக்கவில்லை. ஆழமாக மூச்சை இழுத்துக்கொண்டவன் “ஸாரி நண்பா. அவசரமா காலைல ஒரு மீட்டிங். அதான் ராத்திரி பத்து மணிக்கெல்லாம் அங்கிருந்து கிளம்பிட்டேன்” என்றான்.

வலுவானதொரு பொய்யைச் சொன்னதன் மூலம் முந்தைய இரவு நடந்த அத்தனை கொடூரங்களில் இருந்தும் தன்னைக் காத்துக் கொண்டதாய் ஆறுதல் கொண்டான். “இன்னொரு நாள் அவசியம் வர்றேன். உங்க தம்பிக்கு விஷ் பண்ணினேன்னு சொல்லுங்க.” இணைப்பைத் துண்டித்தபோது எந்த மாற்றமும் இல்லாமல் இயல்பான விடியல் சாலையின் மீது நிரம்பியிருந்தது. கண்கள் கலங்கிப்போயிருந்தன. குற்றவுணர்ச்சியும் அவமானமும் அரித்துத் தின்ன, தன்னை அருவருப்பான ஜீவனாய்ப் பார்த்தான் பாபு. என்ன செய்தாலும் எண்ணங்களில் புழு அரிப்பதை மட்டும் தன்னால் கட்டுப்படுத்த முடியாமல் போனதை நினைத்து மனம் உடல் எல்லாம் கசந்தது அவனுக்கு. கார் டோரில் ஓங்கிக் குத்தினான்.

பாஸ்டர்ட்கள் சூழ் உலகம்

தடுமாறிக்கொண்டிருந்த இந்த நாட்களைக் கடப்பதென்பது மிகவும் சவாலாக இருந்தது. ஆனந்திக்குப் பைத்தியம் பிடித்துவிடும் போலிருந்தது. வயதாகிக்கொண்டிருப்பதும், காலம் ஓடிக்கொண்டிருப்பதும் கசப்பான உண்மைகளாய் உள்ளுக்குள் பொங்கின. மகிழ்ச்சியாகவும் குதூகலமாகவும் இருக்க மனம் பரபரத்தது. இத்தனை வருட உழைப்பிற்குப் பின்னும் தன்னிடம் மிஞ்சியிருக்கும் பணம் மிகக் குறைவே என்கிற உண்மை, நாளையும் அதற்கடுத்த நாட்களையும் குறித்த அச்சமேற்படுத்தியது. அவளுக்குப் பின்னால் ஒருவருமில்லை. பணமில்லாத மனிதர்களுக்குப் பின்னாலோ முன்னாலோ ஆதரவாக நிற்க யாரும் முன்வருவதில்லை. பிராணிகளில் மனிதன் மட்டும்தான் சுயநலவாதத்தின் அச்சு அசலான முகம். ஓய்வெடுக்க நேரமில்லாது நடித்துக்கொண்டிருந்த நாட்களில் அவளைச் சுற்றியிருந்த ஒருவர்கூட இப்போது இல்லை. சிறிதும் எதிர்பார்க்காதபோது திடீரென்று கைவிடப்படுகிறவர்களின் நிலை துயரமானது. அதைக் கடந்து வெளியில் வர நினைக்கிறவர்கள் பலசாலிகளாக, மன உறுதி படைத்தவர்களாக இருக்க வேண்டும். அதற்கும் கீழான நிலையிலிருந்து மேலே வந்த தன்னால் இந்த நாட்களின் துயரைக் கடந்துவிட முடியுமென ஆனந்தி நம்பிக்கை கொண்டிருந்தாள்.

ஒரு தெலுங்குப் படத்தில் ஒரே ஒரு காட்சியில் மட்டும் நடிப்பதற்காகக் கேட்டிருந்தார்கள். இரண்டு நாட்கள் படப்பிடிப்பு. நாளொன்றுக்கு ஐம்பதாயிரம் வீதம் பணம் கிடைக்குமென்பதால் மறுக்காமல் சம்மதித்தாள். ஈ.சி.ஆரில்தான் படப்பிடிப்பு. சில வாரங்களுக்குப் பின் அவளது வழக்கமான வேலை நாள். அன்று கதாநாயகனோடு அவளுக்குக் காட்சி. கதாநாயகன் கதாநாயகியைத் தன் மீது மோகம் கொள்ள வைப்பதற்காக இவளுடன் இருப்பது போன்ற கிண்டலான காட்சி.

ஒரு கேலிப்பொருளாகத் தன் உடலை எல்லோருக்கும் விருந்தாக்கத் துடிக்கும் ஒருத்தியாக நாயகனைப் படுக்கைக்கு அழைக்க வேண்டும். தூரத்திலிருந்து பார்க்கும் நாயகி கோபத்தோடு வந்து சண்டை போட்டுவிட்டுத் தன் காதலனின் கற்பிற்குப் பங்கமில்லாமல் கூட்டிச் செல்வாள். கதாநாயகனும் கதாநாயகியும் படப்பிடிப்புத் தளத்திற்கு வந்து சேர பதினொரு மணியாகிப் போனது.

எட்டு மணிக்கெல்லாம் படப்பிடிப்புத் தளத்திற்கு வந்துவிட்ட ஆனந்தியை அபூர்வமான ஒரு பொருளாகவே எல்லோரும் பார்த்தனர். இயக்குநர் கைகொடுத்தபோது அதில் ஒருவிதக் குறுகுறுப்பை உணர்ந்தாள். ஆண்கள் அவர்கள் எதிர்கொள்ளும் பெரும்பாலான பெண்களை மனத்தளவில் புணர்ந்துவிடுகிறார்கள். பெண்களும் அப்படிச் செய்யக்கூடியவர்கள்தான். அதை அவர்கள் பகிரங்கப்படுத்தாமல் இருந்தால் இந்தச் சமூகத்திற்குப் போதும்.

“போதும் ஸார்... நீங்க கையப் பிடிச்சுக் குலுக்கறதப் பாத்தா ஹேண்ட் ஷேக் பண்ற மாதிரி இல்ல....” ஆனந்தி கேலியாகச் சொன்னதும் அவன் ஏமாற்றத்தோடு கைகளை விட்டான்.

காலை உணவை முடித்தபின் அவளது க்ளோஸப் - ஷாட்களை மட்டும் எடுத்தனர். கடற்கரையை ஒட்டிய ரிசார்ட் அது. காற்றடித்து அடிக்கடி மணல் துகள்கள் முகத்தில் படிய மேக்கப் வீணாகிக் கொண்டிருந்தது. கம்பெனி மேக்கப் மேன் அவ்வப்போது டச்சப் செய்துவிட்டுப் போனான். கதாநாயகனுக்கும், நாயகிக்குமாகச் சேர்த்து ஒரேயொரு கேரவன் மட்டும் வந்திருந்தது. ஆனந்திக்குச் சிறுநீர் கழிக்க வேண்டும் போலிருக்க, யாரிடம் கேட்பதெனத் தெரியவில்லை. ஜூனியர் ஆர்ட்டிஸ்ட்களாகச் சில பெண்கள் வந்திருந்தனர். அவர்களைக் கூப்பிட்டு கேட்கலாமென்றால் அட்மாஸ்பியர் ஷாட்டுக்காக அவர்கள் கடற்கரையில் போய்

நிற்பதும் வருவதுமாய் இருந்தனர். மேக்கப் மேனை அருகில் அழைத்து, "டாய்லெட் எதும் இருக்கா?" எனக் கேட்டாள். தெரியாதென இதழ் பிதுக்கியவன் புரொடக்‌ஷன் மேனேஜரை அனுப்பி வைப்பதாகச் சொன்னான். மூத்திரம் போவதற்கெல்லாமா புரொடக்‌ஷன் மேனேஜரின் வழிகாட்டுதல் வேண்டும்?

"என்ன மேடம் உங்களுக்கு ஏதாச்சும் வேணும்னா எங்கிட்ட கேக்க வேண்டியதுதான? உங்களப் பாத்துக்கறத்தான் நான் இருக்கேன். எங்கூட வாங்க."

புரொடக்‌ஷன் மேனஜர்களுக்கு மட்டுமே இருக்கும் மிகப் போலியான குரல். இவளைப் பார்க்காததுபோல் பாவனை செய்தபடியே மொத்த உடலையும் மேய்ந்து அலைந்தன அவன் கண்கள். இதை ரிசார்ட்டில் இருக்கும் யாரோ ஒருவர் செய்திருக்கக் கூடும். இவன் எதற்காக வந்தான்? அவள் சிறுநீர் கழித்துவிட்டுத் திரும்பி வரும் வரையிலும் அவன் அங்கேயே காத்திருந்தான்.

"நீங்க எதுக்கு ஸார் வெய்ட் பண்ணிட்டு இருந்தீங்க. இங்க இருந்து ஸ்பாட்டுக்கு நானே வந்திருப்பனே."

"சும்மா ஒரு சேஃப்டிக்குத்தான் மேடம்."

வாய் வரை வந்து நின்ற கெட்டவார்த்தைகளைத் துப்பாமல் வேகமாய் நடந்தாள்.

"மேடம். ஹைதராபாத்ல எனக்குத் தெரிஞ்ச புரட்யூசர் ஒருத்தர் பீ கிரேட் படம் பண்ண ரெடியா இருக்காரு. டைரக்டர் மத்த டெக்னீசியன் டீம்கூட ரெடிதான். நீங்க ஓகேன்னு சொன்னீங்கன்னா நானே அவர்கிட்ட பேசிடறேன்."

படுக்கைக்கு அழைப்பதற்கான மறைமுகமான தூண்டில். இவனோடு இல்லாமல் புரட்யூசர் என்ற பெயரில் ரெண்டு தடியன்களையும் கூட்டி வருவான்.

"ஏன் ஸார் படம் பண்றீங்களான்னு டேட்ஸ் கேக்கற இடமா இது? என் மேனேஜரக் கூப்ட்டு பேசச் சொல்லுங்க."

"அதுக்கில்ல மேடம். நீங்க ஒரு வார்த்த ஓகேன்னு சொல்லிட்டா உடனடியா ஒரு அட்வான்ஸக் குடுத்துட்டு வேலைய ஆரம்பிச்சிடலாம்ல."

இவனை எப்படித் துரத்திவிடுவது? சினிமாவிற்கு வருகிற எண்பது சதவிகிதப் பெண்களிடம் பயன்படுத்துகிற உத்தியை இத்தனை வருடம் நடிகையாக இருந்த பின்னும் தன்னிடம் பயன்படுத்துகிறானே?

“ஒண்ணு பண்ணுங்க ஸார். ஜி.ஆர்.டி.ல ஒரு ரூம் போடுங்க... புரட்யூசரையும் டைரக்டரையும் வந்து பாக்கச் சொல்லுங்க. பேசிக்கலாம்.”

அவன் முகம் பூரிப்பானது. இந்தப் பதிலுக்காகத்தான் காத்திருந்தான்.

“அப்டின்னா இந்த வீக் எண்ட் உங்களுக்கு ஓகேவா மேடம்?”

ஆனந்தி சிரித்தாள்.

“ஓ... கதை பிடிச்சிருந்தா நடிக்கிறேன். எனக்கு ஓகேன்னா உடனே அட்வான்ஸ் அஞ்சு லட்சம் குடுத்துடணும். அப்பறம் படுக்கறதுக்குன்னா அதுக்குத் தனியா காசு குடுத்துடணும். ஒரு பத்தாயிரம் ரூவா செலவு பண்ணிட்டு ஓசிலயே ரெண்டு நாள் ஜாலியா குடிச்சிட்டு உருண்டுட்டுப் போறதுக்கு நான் ஆள் இல்ல.”

அவள் நேரடியாகச் சொல்லிவிட்டதும் பேச முடியாமல் நெளிந்தான். இதுமாதிரி நேரங்களில் நடிகையின் உதவியாளராய் இருக்கும் பெண்கள்தான் வருவார்கள். மேற்படி சமாச்சாரங்களை எளிதாகப் பேசிக்கொள்ளலாம். சென்னையில்தானே படப்பிடிப்பு என்பதால் இன்று அவள் சக்தியைக்கூட தன்னுடன் அழைத்து வந்திருக்கவில்லை. அவளை மீண்டும் ஸ்பாட்டில் விட்டுவிட்டு மிக முக்கியமான வேலையை மறந்துவிட்ட அவசரத்தில் வேகமாக ஓடினான் அந்த புரொடக்ஷன் மேனேஜர்.

நகரைவிட்டு இவ்வளவு தூரம் ஒதுங்கியிருந்துமேகூட இவள் இருப்பதைத் தெரிந்துகொண்டு ரிசார்ட்டுக்கு வெளியே உள்ளூர் ஆட்களின் கூட்டம் கூடியிருந்தது. பாதிக்கும் மேல் பள்ளிக்கூடத்தையும் கல்லூரியையும் கட் அடித்துவிட்டு வந்திருந்த இளைஞர்கள். வெளியே நின்று ஆனந்தியின் பெயரைச் சொல்லிக் கத்திக்கொண்டிருந்தார்கள். இண்டஸ்ட்ரியிலிருந்து மறைமுகமாக தான் ஒதுக்கப்பட்டாலும் இன்னும் ஏராளமான இளைஞர்கள் தன்மீது மோகம் கொண்டிருப்பதை நினைத்து சந்தோஷப்பட்டாள்.

படப்பிடிப்புத் தளத்திற்கு வரும்போதே ஆனந்தியின் பெயரைச் சொல்லி வெளியே ஆட்கள் கத்திக்கொண்டிருந்ததைக் கேட்ட ஹீரோவுக்கு அவள் மேல் எரிச்சலாக இருந்தது. இரண்டொருமுறை தன் உதவியாளர்களிடம் சொல்லி கூட்டத்தைத் துரத்திவிடச் சொன்னான். வேறு வழியே இல்லாமல் அருகிலிருந்த ஸ்டேஷனுக்குத் தகவல் அனுப்பப்பட்டு பாதுகாப்பிற்கு இரண்டு காவலர்கள் வந்தனர். ஆனாலும் கூட்டத்தைத் துரத்த முடியவில்லை. பொறுக்க முடியாமல் ஹீரோ, “கெஸ்ட் ரோலுக்கு வேற ஆளே கெடைக்கலையா உனக்கு?” கேரவனில் கூப்பிட்டு டைரக்டரைத் திட்டினான். “ஸாரி ஸார்... இப்பிடி நடக்கும்னு தெரியாது...” என காலில் விழாத குறையாய் டைரக்டர் அவனைச் சமாதானப்படுத்தினார்.

ஹீரோவுக்கும் ஆனந்திக்குமான ஷாட். கடற்கரை ஓரத்தில் அவள் ஒரு சாய்வு நாற்காலியில் படுத்திருக்க, ஹீரோ அவளைக் கடந்து போக வேண்டும். மிட் ஷாட்டில் நடந்து வரும் அவனை இவள் இழுத்து அணைக்கும் ஷாட். வேறு ஆளை அவளுடன் வைத்து ரிகர்சல் பார்த்துவிட்டு டேக்கிற்கு ரெடியானார்கள். ஹீரோ பெயருக்கு ஒரு ஹாய் சொல்லிவிட்டு போலியாக அவளைப் பார்த்துச் சிரித்தான். இவளைவிட நான்கைந்து வயது இளையவனாக இருக்க வேண்டும். தெலுங்கில் மூன்று படங்கள் நடித்திருக்கிறான். மூன்றுமே ஃப்ளாப். ஆனாலும் அப்பா புரட்யூசர் என்பதால் இப்பொழுது நான்காவது படம் நடந்துகொண்டிருக்கிறது.

“ரெடி டேக் டேக்...” என துணை இயக்குநர் கத்த ஸ்பாட்டில் பேசிக் கொண்டிருந்த எல்லோரும் அமைதியாகினர். எல்லோருடைய கண்களும் அரையும் குறையுமாய் ஆடை விலகியிருந்த ஆனந்தியின் உடலையே மேய்ந்தன. சின்ன ஷாட் என்பதால் அவளும் பெரிதாகக் கவலைப்பட்டிருக்கவில்லை.

“ஆக்ஷன்” சொன்னதும் இவள் பிடித்து இழுத்ததும் அவள் மேல் வந்து சாய வேண்டிய ஹீரோ வேண்டுமென்றே அவளைத் தன் பக்கமாக இழுத்தான். டேக் சரியாக வராமல் போக “கட்... கட்...கட்” என டைரக்டர் கத்தினார். ஹீரோ வேண்டுமென்றே செய்கிறான் என்பது தெரிந்துவிட்டதால் வேறு வழி இல்லாமல் “மேடம் பாத்து கரெக்டா பண்ணுங்க மேடம்...” என இவளுக்கு கரெக்ஷன் சொல்லிவிட்டு, ஒன்மோர் போகத் தயாரானார்கள்.

"Back ground action, sound camera, action" என டைரக்டர் கத்த ஹீரோ நடந்து வரும் போதே கேமரா அசிஸ்டெண்ட் ஒருவன் அவசரமாகக் கத்தினான். "ஸார் ஸார்.... லைட் வேரியேஷன் ஸார்..." கேமராவை ஆஃப் பண்ணிவிட்டு வேகமாக கேமராமேன் அந்த அசிஸ்டண்ட்டைக் கூப்பிட்டு ஒரு அறைவிட்டான். "ஓத்தா ஷாட் வெய்க்கிறதுக்கு முன்னால கரெக்ட்டா பாத்துச் சொல்ல மாட்டியா? ஹீரோ ஸார் வெயில்ல நிக்கிறார்ல... போடா... செட்ல நிக்காத..."

அது சின்ன ஷாட் எப்படியும் ஒன்றரை நிமிடத்திற்கு வெளிச்சம் ஒரே மாதிரி இருக்கும் என்கிற நம்பிக்கையில்தான் அவன் எதுவும் சொல்லவில்லை. எதிர்பாராதவிதமாய் மேகம் சின்னதாய் வந்து மறைத்துவிட்டது. ஹீரோ முன்னைவிடவும் எரிச்சல்பட்டான். "யோவ் உயிர வாங்காதீங்கய்யா... வெயில் தாங்க முடியல..." எல்லோரும் அடுத்த டேக்கிற்குத் தயாரானார்கள். டைரக்டர் ஆக்ஷன் சொன்னதும் நடந்து சென்ற அவன் சரியாக அவள் இடுப்பிற்கு வந்து அணைத்துக் கொள்வது போல் நெருங்கினான். உடனே அவளிடமிருந்து விலகிக்கொண்டான். வேகமாக டைரக்டரை நோக்கிச் சென்றவன் அவரைக் கூப்பிட்டுக் கொண்டு தனியாக நடந்தான். "யோவ் அவ வாயில இருந்து சிகரெட் நாத்தம்யா... ச்சை... எப்பிடிய்யா நான் கான்சண்ட்ரேட் பண்ணி நடிக்கிறது?" சத்தம் வராமல் கத்தினான்.

"என்ன எழவுடா இது?" என கடுப்பாகிப் போன டைரக்டர் உதவி இயக்குநர் ஒருவனைக் கூப்பிட்டு அவளிடம் ரகசியமாக விசயத்தைச் சொல்லச் சொன்னார்.

தயங்கித் தயங்கி தன்னிடம் வந்த உதவி இயக்குநரைப் பார்த்தவள்,

"என்னாச்சு ஸார்?" என்றாள்.

"மேடம் நீங்க ஒரு தடவ ஃப்ரஷ் அப் பண்ணிட்டு வந்துடறீங்களா?"

"ஏன்?"

"உங்க மேல இருந்து சிகரெட் ஸ்மெல் வருதாம். ஹீரோ ஸார் அன் ஈசியா ஃபீல் பன்றாரு..."

ஆனந்திக்குப் பரிதாபமாகச் சொல்லும் இவனிடம் கோபப்பட முடியவில்லை. திரும்பி ஹீரோவைப் பார்த்தாள். அவன்

மொபைலில் யாருடனோ பேசிக்கொண்டிருந்தான். காலையிலிருந்து ஒரு சிகரெட்கூட குடித்திருக்கவில்லை என்பது நினைவுக்கு வர எதற்காக அவன் இப்படிச் சொல்கிறான் எனப் புரிந்தது. தன் ஹேண்ட் பேக்கை எடுத்துக்கொண்டவள்–

"நீங்க சிகரெட் குடிக்காத வேற யாரயாச்சும் வெச்சு ஷூட் பண்ணுங்க... நான் கௌம்பறேன்."

வேகமாக ரிசார்ட்டின் வாசலை நோக்கி நடந்தாள். உதவி இயக்குநர் போய் இயக்குநரிடம் சொல்ல அவர் பதற்றத்தோடு புரொடக்ஷன் மேனேஜரை அனுப்பி வைத்தார். வாசலை அடைவதற்கு முன்பாகவே புரொடக்ஷன் மேனேஜர் பதட்டத்தோடு ஓடிவந்தான்.

"மேடம் மேடம்... இருங்க மேடம்..."

அவள் நின்று திரும்பிப் பார்த்தாள்.

"என்னய இன்சல்ட் பன்றதுக்குத்தான் வரச்சொன்னீங்களா?"

"ஸாரி மேடம்... உங்களுக்கு இவ்ளோ ஃபேன்ஸ் வந்து வெளிய நிக்கிறதப் பாத்து அந்த ஆளுக்கு காண்டு. அதான் இப்பிடி பன்றான். எங்களுக்காகக் கொஞ்சம் பொறுத்துக்கங்க மேடம்."

"என்ன ஸார் தெரியும் அவனுக்கு சினிமாவப் பத்தி? பதினஞ்சு வருசம் பீக்ல இருந்திருக்கேன். இப்பவும் என்மேல இருக்க ரெட் கார்ட கேரளாவுல விலக்கிக்கிட்டா அங்க ஸ்டார்ஸ் எல்லாம் தெறிச்சி ஓடுவான். அவ்ளோ ஓப்பனிங் இருக்கு. ஏதோ ஜூனியர் ஆர்டிஸ்ட்ட ட்ரீட் பன்ற மாதிரி ட்ரீட் பன்றீங்க?"

அவமானம் கரும் புள்ளிகளாகத் தன் உடலெங்கும் பரவுவதுபோல் விசனப்பட்டாள். ஐம்பதாயிரம் ரூபாய்க்காகத் தன்மானத்தை இழந்துவிடுவோமோ என வெட்கமாக இருந்தது. புரொடக்ஷன் மேனேஜர் வந்த சில நிமிடத்திலயே டைரக்டரும் வந்தார். இரண்டு பேரும் சமாதானங்கள் சொன்னபின் வந்து நடித்துக் கொடுக்க ஒப்புக்கொண்டாள்.

கோபத்தில் முகம் முன்பைப் போலில்லாமல் வெளுத்துப்போனது. ஒருமுறை டச்சப் செய்துவிட்டார்கள். நடந்த எதற்கும் தனக்கும் எந்தச் சம்பந்தமுமில்லை என்பதைப்போல் ஹீரோ இயல்பாக அடுத்த டேக்கிற்கு வந்து நின்றான்.

கேமராவிற்கு ஃபேவராக நிற்கக்கூட அவனுக்குத் தெரிந்திருக்க வில்லை. க்ளோஸப் ஷாட்டில் அவன் முகம் விகாரமாய் இருந்தது. நடிக்கும் போது சிரிக்கிறேன் என்கிற பெயரில் அவன் செய்த கோணல் சேஷ்டைகளைப் பார்த்தவள், நல்லவேளையாக அவன் நடித்த படங்கள் எதையும் பார்த்திருக்கவில்லை என ஆறுதல் கொண்டாள்.

அவன் ஷாட்டிற்கு ஒன் மோர் கேட்கும்போதெல்லாம் அவளுக்குக் கோபம் வந்தது. இரண்டு பேரும் நிற்கும் டூ ஷாட்டில்கூட ஆனந்தி மிக அழகாக கேமராவிற்கு ஃபேவராக நடித்தாள். அவளோடு இருந்த மூன்று நான்கு ஷாட்களில் நிச்சயம் அவன் அவுட் ஆஃப் ஃபோகஸில்தான் இருக்க வேண்டும். மதிய உணவிற்காக பிரேக் விட்டபோது, கேமரா உதவியாளனைக் கூப்பிட்டு தன்னுடைய ஷாட்டை போட்டுக் காட்டும்படி கேட்டாள்.

மானிட்டரில் ரீவைண்ட் செய்து பார்த்தபோது, அவள் நினைத்தது சரிதான். கேமராவிற்குத் தனது லுக் எப்படி இருக்க வேண்டும்? எங்கு இருக்க வேண்டுமென்பதுகூடத் தெரியாமல்தான் அவன் நடித்திருக்கிறான். அவளோடு சேர்ந்து மானிட்டரைப் பார்த்துக் கொண்டிருந்த உதவி இயக்குநர், “என்ன மேடம் ஹீரோவுக்கு ஃபோகஸ் இல்லன்னு பாக்கறீங்களா?”

ஆமெனச் சிரித்தாள்.

“ஸ்கூல் டிராமால நடிக்கிற நெனப்புலயே இருக்கறவன என்ன மேடம் பண்றது? புரொட்யூசர் பையனாச்சே. சகிச்சுக்கிட்டுப் போறோம். ஸ்க்ரிப்ட் பேடை எடுத்துக் கொண்டு அவன் போய்விட, அவளுக்கு அந்தக் காட்சிகளில் தான் சரியாக நடித்திருக்கிறோம் என்கிற திருப்தி.

★

உணவு இடைவேளை முடிந்து மதியம் ஹீரோயினுக்கும் ஹீரோவுக்குமான காட்சிகளை எடுத்துக்கொண்டிருந்தனர். கடற்கரையின் மாலை நேரத்து வெக்கையில் வியர்த்தது. கடந்த சில நாட்களாக மதிய வேளையில் உறங்கப் பழகியிருந்ததால் கண்கள் தானாகவே சொருகிக்கொண்டன. ஆனாலும் தூங்க அச்சப்பட்டாள். இந்த இடம் அத்தனை பாதுகாப்பானதில்லை. வெளியாட்களைவிடவும் அவளோடு இருக்கும் யூனிட் ஆட்கள்தான்

பிரச்சனையானவர்கள். சிரமப்பட்டு உறங்குவதைக் கட்டுப்படுத்திக் கொண்டாள்.

யார் மூலமாகப் பரவியதோ மூன்று மணிவாக்கில் இரண்டு பத்திரிகைக்காரர்கள் அவளைத் தேடிவந்திருந்தனர். ஏதாவது பிரச்சினை இருந்தாலன்றி அவளிடம் யாரும் நேர்காணல் கேட்டு வருவதில்லை. இரண்டு வருடங்களுக்கு முன் கற்பு குறித்து குஷ்பு கருத்து சொன்னது மாதிரி நீங்களும் கருத்து சொல்ல முடியுமா என ஒரு பத்திரிகையாளன் ஃபோனில் கூப்பிட்டுக் கேட்ட போது, “முதல்ல உங்கம்மா, அக்கா, தங்கச்சிங்ககிட்ட கேட்டு பத்திரிகைல போடு. அதுக்கப்பறம் எங்கிட்ட வந்து கேக்கலாம்...” எனத் திட்டிவிட்டாள்.

புரொடக்‌ஷன் மேனேஜர் வந்து விசயத்தைச் சொன்னபோது

“யாருக்கும் இப்போ இண்டர்வியூ குடுக்கறதா இல்லைங்க. கௌம்பச் சொல்லுங்க எதுன்னாலும் என் மேனேஜர்கிட்ட பேசிக்கட்டும்.”

அவன் தயங்கி நின்றான். “இல்ல மேடம் உங்களுக்கு சப்போர்ட்டிவா நியூஸ் போடத்தான் வந்திருக்காங்களாம்? கேரளாவுல எல்லோரும் உங்களுக்கு எதிரா இருக்காங்க. நாம சப்போர்ட் பண்ணுவம்னு சொல்றாங்க” அவன் கனிந்து பேசுவதைக் கேட்கையில் இவனே வரச் சொல்லி இருப்பானோ எனச் சந்தேகம் கொண்டாள்.

“ஸார், உங்களுக்குத் தெரியாது. என் வாயக் கௌறி எதையாச்சும் சொல்ல வெச்சிட்டு இவங்க போயி தப்புத் தப்பா நியூஸ் போடுவாங்க. நம்மள நல்லவிதமா போட்டோ எடுக்கற மாதிரி எடுத்துட்டு அங்க போயிட்டு ரெண்டு பக்கத்துக்கு நான் குளிக்கிற ஃபோட்டோவ போட்டு வெய்ப்பாங்க... வேணாம் ஸார். கௌம்பச் சொல்லுங்க.”

அவர்கள் பேசிக்கொண்டிருக்கும்போதே பத்திரிகைக்காரர்கள் இருவரும் அருகில் வந்துவிட்டனர். புகைப்படக்காரன் அனுமதி கேட்காமலேயே சாதாரணமாக படம் எடுப்பதுபோல் அவளை எடுக்கத் தொடங்கிவிட்டான்.

“ஹலோ யாரக் கேட்டு இப்போ போட்டோ எடுக்கறீங்க? இண்டர்வியூ தரமாட்டேன்னு சொல்லிட்டன்ல... கௌம்புங்க.”

பத்திரிகைக்காரனுக்கு ஆத்திரம் கிளம்பியது. இந்த வாரத்திற்கான அசைண்ட்மெண்ட் இவள். வேறு யாரும் எடுத்துவிடுவதற்கு முன்னால் கவர் ஸ்டோரி எடுத்துவிட வேண்டும். இதைவிட்டால் வேறு சந்தர்ப்பமில்லை. அத்தோடு இருபது கிலோமீட்டர்கள் வெயிலில் பயணித்து வந்திருக்கிறார்கள். வெறுங்கையோடு போனால் அவமானம்.

“மேடம் ஓவரா பண்ணாதீங்க. மொத்த மல்லுவுட்டும் உங்களுக்கு எதிரா இருக்காங்க. கூடவே அங்க இருக்க பத்திரிகைக்காரங்க வேற. சப்போர்ட் பண்ணலாமேன்னு வந்தா திமிரா பேசுறீங்க...”

“அய்யா சாமி எனக்கு யார் சப்போர்ட்டும் வேணாம்... என் பிரச்சினைய எப்பிடிப் பாத்துக்கணும்னு எனக்குத் தெரியும் கெளம்புங்க...”

“என்ன மேடம் இப்பிடி பேசறீங்க? நாங்க பத்திரிகைல உங்கள பத்தி இத்தன வருசம் எழுதாமயா இவ்ளோ புகழ் வந்திருக்கு உங்களுக்கு?”

“யோவ் என்னய்யா எழுதினீங்க. நான் குடிக்கிறேன்... பத்து ஆம்பளைங்களோட சுத்தறேன். எப்பப் பாத்தாலும் பான்பராக்கா போட்டுத் துப்பறேன். இதான நீங்க போட்ட நியூஸ். என் மேலெ எவனாச்சும் அவதூறு வழக்குப் போடுவான். பிரச்சினைய எப்பிடிடா முடிக்கலாம்னு நான் தவிச்சிட்டு இருக்கப்போ என் படம் ஆபாசத்தத் தூண்டுதுன்னு கவர் ஸ்டோரி போடுவீங்க. இப்போ உங்களுக்குக் கிண்டறதுக்கு வேற எதுவும் ஊர்ப் பஞ்சாயத்து இல்லைன்னு இங்க வந்திருக்கீங்க.”

அவள் ஆக்ரோஷமாகக் கத்திக்கொண்டிருந்த சத்தம் செட்டில் இருந்த எல்லோருக்கும் கேட்டது. சினிமாவில் ஹஸ்கி வாய்ஸில் ஆண்களை வசியம் செய்யும்படி பேசக்கூடியவளிடமா இத்தனை ஆக்ரோஷம்? நிலமை தீவிரமடைவதை உணர்ந்துகொண்ட புரொடக்‌ஷன் மேனேஜர்-

“ஸார் கெளம்புங்க. மேடம்தான் சொல்றாங்கள்ல... எதுவா இருந்தாலும் அவங்க மேனேஜர்கிட்ட பேசுங்க போங்க...”

அவர்கள் இருவரையும் மெதுவாக நகர்த்திக் கூட்டிச் சென்றான்.

“சார் என்ன சார் அந்தம்மாதான் லூசு மாதிரி பேசுதுன்னா

நீங்களும் இப்பிடி நடந்துக்கறீங்க? நாங்க பத்திரிகைல சினிமா நியூஸ் போட்டாத்தான் உங்களுக்கு விளம்பரம்."

அத்தனை நேரம் பொறுமையாகப் பேசிக்கொண்டிருந்த ஆனந்தியால் ஒரு நிமிடத்தில் அவன் பைத்தியக்காரியாய் ஆக்கிவிட்டதைப் பொறுத்துக்கொள்ள முடியவில்லை. அவனை இழுத்துப் பிடித்து ஓர் அறைவிட்டாள்.

"தாயோளி... யார்டா லூசு? நீ நெனச்சப்ப எல்லாம் வந்து போட்டோ எடுக்க, பேட்டி எடுக்க நான் ஸூல இருக்க மிருகமா? இல்ல நான் பேட்டி குடுக்காட்டி இந்த வாரம் உன் பத்திரிகை வராமப் போயிடுமா?"

ஓர் அறையோடு விடவில்லை. அந்தப் பகல் முழுக்க இருந்த ஆத்திரம் இரண்டு மூன்றாய் அறைகளைவிட்டாள். செட்டிலிருந்த எல்லோரும் ஓடிவந்து அவளைச் சமாதானப்படுத்தினர். கூட்டத்திலிருந்து விலகி வேகமாக ஓடிய பத்திரிகைக்காரன் தூரத்திலிருந்து இவளை அசிங்க அசிங்கமாய்த் திட்டினான். 'நீ லூசுதாண்டி..." என நூறுமுறை அவன் கத்திய சத்தம் அகோரமாய் எதிரொலித்துக்கொண்டே இருக்க அவளுக்குள் அடங்கிப் போயிருந்த வெறுப்பும் தனிமையும் வன்மமாய் உருண்டு எழுந்தது.

எல்லோரும் அவரவர் வேலையைப் பார்க்கச் சென்றுவிட்டார்கள். தனியாக உட்கார்ந்திருந்தவள் தன்னைச் சுற்றி அவமானத்தின் கண்கள் நூறாய் ஆயிரமாய் கேலி செய்து சிரிப்பதை உணர்ந்தாள். 'அவன் கொட்டைய நசுக்கிருக்கணும்....பாஸ்டர்ட்' என்று பற்களைக் கடித்தாள்.

இந்த நாய்கள் வந்து விலக்காமல் போயிருந்தால் அதைத்தான் செய்திருப்பாள். "பாஸ்டர்ட்... பாஸ்டர்ட்... பாஸ்டர்ட்... பாஸ்டர்ட்...." எல்லோரையும் வெறுத்தாள். இந்த உலகம் சந்தேகமே இல்லாமல் பாஸ்டர்ட்களால்தான் நிறைந்திருக்கிறதெனக் காறித் துப்பினாள்.

பிறழ்வு

பைத்தியமாகிவிட்டாரா ஆனந்தி!!

பேட்டி காணச் சென்ற பத்திரிகையாளருடன் கைகலப்பு.

அடுத்த நாள் எல்லா செய்தித்தாள்களிலும் முதல் பக்கச் செய்தி இதுதான். பிரச்சினையைக் கேள்விப்பட்டதிலிருந்து இவளது சில நண்பர்களேகூட "தப்பு உன்மேலதான் பேசாம மன்னிப்புக் கேட்டுடு" என அறிவுரை கூறினார்கள்.

அவளால் யாருடைய வார்த்தைகளுடனும் உடன்பட முடியவில்லை. அத்துமீறி நடந்துகொண்ட ஒருவனை அடித்ததில் என்ன தப்பு? அதற்காக ஏன் மனிப்பு கேட்க வேண்டும்? அவளுக்கு ஆதரவாக ஒருவர்கூட பேசவில்லை. முன்பின் தெரியாத ஆட்கள் தொடர்ந்து தொலைபேசியின் வழியாய் அவளை ஆபாசமாகத் திட்டியபடி இருந்தனர். இது இவ்வளவு பெரிதுபடுத்தப்பட வேண்டிய பிரச்சினையா? சம்பந்தப்பட்டது தான் என்பதால் எல்லோரும் ஒரே நேரத்தில் தனக்கு எதிராய் திரண்டிருக்கிறார்களெனப் புரிந்தது. வேறு வழியே இல்லாமல் தனது மேனேஜரைக் கூப்பிட்டு ப்ரஸ் கிளப்பில் ஒரு சந்திப்பிற்கு ஏற்பாடு செய்யும்படி கூறினாள்.

வீட்டிலிருந்து அவளோடு சக்தி மட்டும் காரில் வந்தாள். ஆறுதல் சொல்ல முடியாமல் அமைதியாக இருந்த சக்திக்கு ஆனந்தியை ஒவ்வொருவராகப் புறக்கணித்துச் செல்வதைப் புரிந்துகொள்ள முடிந்தது. காரில் பிரஸ் கிளப் போகும்போதுதான் முதல் தடவையாக ஆனந்தி கண்கலங்குவதைப் பார்த்தாள். “ஆனந்திம்மா இதுக்குப் போயி கலங்கிட்டு இருக்கீங்க. விடுங்க.”

கண்களைத் துடைத்துவிட்டாள். ஆனந்திக்குப் பேச்சே எழவில்லை. அமைதியாக சக்தியின் தோள்களில் சாய்ந்து கொண்டாள். பிரஸ் கிளப்பிற்குள் அவள் நுழையும் போது பத்திரிகையாளர்களின் சுதந்திரம் முடக்கப்படுவது குறித்து ஒரு மூத்த பத்திரிகையாளர் ஆவேசமாய்ப் பேசிக்கொண்டிருந்தார். ஒரே நாளில் உரிமைகளைப் பெற்றுவிட வேண்டுமென்கிற வெறி அந்த உரையில் தெரிந்தது.

அவளைப் பார்த்ததும் சலசலப்பு. யாரையும் தனியாகப் பார்க்காமல் பொதுவாக ஒரு வணக்கம் வைத்துவிட்டு ஓரமாக இருந்த நாற்காலியில் உட்கார்ந்தாள். அவளது மேனேஜர் மன்னிப்பைத் தவிர எதையும் பேசவேண்டாமெனத் தெளிவாக அவளிடம் அறிவுறுத்தி இருந்தான். முடிந்தவரை விரைவில் பேசிவிட்டு அங்கிருந்து நகர்ந்துபோக நினைத்தாள். மனதின் ஓரத்தில் இதோடு இவர்கள் தன்னை விடப்போவதில்லை என்பதும் உறுதியாகப் புரிந்தது. வலுவிழந்த மரத்தை வெட்ட கூரில்லாத கத்திகள் தயாராகவே இருக்கும். தான் இப்பொழுது வலுவிழந்த மரம். அடுத்து என்ன?

செய்வதென்று புரியாத நிலையில் இருப்பவள். சினிமாவிற்கும், புகழுக்கும் தூரமானவள். ஒவ்வொரு நாளும் அனேகமானவர்கள் அதற்காகப் போட்டியிட்டுக் கொண்டிருக்கும்போது மத்திய வயதை நெருங்கியிருக்கும் தனக்கான இடத்தை நிலைநிறுத்திக் கொள்ள கூடுதலாகக் கொஞ்சம் போராட வேண்டும்.

அவளைப் பேச அழைத்தனர். தண்ணீர் எடுத்துக் குடித்துக் கொண்டாள்.

“எல்லோருக்கும் வணக்கம். இத்தன வருசமா என்னயப் பத்தி எவ்வளவோ மோசமா எழுதி இருக்கீங்க. நான் எதுக்காகவும் கோவப்பட்டதில்ல. ஏன்னா அப்போல்லாம் எனக்கு அதுக்குப் பதில் சொல்றத விட செய்றதுக்கு நெறய வேல இருந்துச்சு. ஆனா இப்போ நான் ஒதுக்கப்பட்டு இருக்கேன். நொறுங்கிப்போன ஒருத்தி

கிட்ட வந்து அத்துமீறி நடந்த ஒருத்தர அடிச்சது என்னோட மிகப்பெரிய தப்புதான். அதுக்காக மன்னிப்பு கேட்டுக்கறேன். இங்க யாருக்கெல்லாம் பேட்டி வேணுமோ சொல்லுங்க இருந்து கொடுக்கறேன். போட்டோ எடுக்கணும்னா எடுத்துக்கலாம். துணியோட போஸ் கொடுக்கறதுன்னாலும் சரி, அவுத்துட்டு அம்மணமா குடுக்கறதுன்னாலும் சரி எனக்கு ஆட்சேபணை இல்ல. உங்க பத்திரிகை நல்லா விக்கணும் அதுதான் எனக்கு முக்கியம். அப்பறம் நேத்து ராத்திரி நான் யார்கூட படுத்தேன். இன்னைக்கு யார்கூட படுப்பேன்னு இன்வஸ்டிகேசனுக்கு ஆட்கள் வெச்சு சிரமப்படாதீங்க. நான் யார்கூடயாச்சும் படுத்தா கண்டிப்பா தகவல் சொல்றேன். தாங்க்ஸ்.”

முகத்திலோ குரலிலோ எந்தக் கோபத்தையும் காட்டாமல் பேசிக் கொண்டிருந்த அவளை அனைவரும் அமைதியாய்ப் பார்த்துக் கொண்டிருந்தனர். ஒருவரிடமும் வார்த்தைகளில்லை. தங்கள் ஒவ்வொருவருக்குள்ளும் குற்றவுணர்ச்சியைத் தூண்டும் அவள் வார்த்தைகளைத் தொடர்ந்து அவர்களால் கேட்க முடியவில்லை.

“கடைசியா ஒண்ணு சொல்லணும்னு நெனைக்கிறேன். பதினஞ்சு வருசம் சினிமாவுல இருந்திருக்கேன். இனியும் சினிமாவுலதான் இருப்பேன். நடிகையா மட்டுந்தான் இருக்கணும்னு எந்தக் கட்டாயமும் இல்ல. சினிமாவுல எல்லா வேலைகளும் தெரியும். கூடிய விரைவில ஒரு படம் இயக்கப்போறேன். அதுக்கான அறிவிப்பு வரும். எல்லோருக்கும் நன்றி. நான் கடுமையா நடந்துகிட்ட அந்த நண்பர்கிட்ட இன்னொரு முறை மன்னிப்பு கேட்டுக்கறேன்.”

அவள் பேசி முடித்துவிட்டுப்போய் உட்கார்ந்தபோது, கூட்டத்திலிருந்து சிலர் எழுந்து வெளியே போய்விட்டார்கள். பெரிதாக எதிர்பார்த்து வந்த சுவாரஸ்யங்கள் எதுவும் இல்லை. ஆனாலும் அவள் ஒரு படம் இயக்கப்போகிறாள் என்கிற செய்தி எல்லோருக்கும் ஆச்சரியமாக இருந்தது. அதன் பிறகு சிலர் மீண்டும் பழைய வேகத்திலேயே பேசினர். ஒருவர் பேச்சினூடே ஆனந்தி இயக்கப்போகும் படத்திற்கு வாழ்த்துகளைச் சொன்னார். அந்த அரங்கத்திலிருந்து வெளியே வந்தபோது அவளைச் சில புகைப்படங்கள் எடுத்தனர். அவள் அமைதியாக எல்லா கேமராக்களுக்கும் தன் முகம் தெரியும்படி பார்த்துக் கொண்டாள். மேனேஜர் நெருங்கி வந்து காதில் கேட்டான்.

“எங்கிட்ட கூட ஒரு வார்த்த சொல்லலியே மேடம். டைரக்ஷன் பண்ணப்போறேன்னு. நான் இருக்கேன். நீங்க தைரியமா புரசீட் பண்ணுங்க...”

அவள் அவனைப் பார்த்துச் சிரித்தபடியே “நானே இப்பத்தான் முடிவு பண்ணினேன். ரெண்டு மூணு நாள் போகட்டும் பேசறேன்...”

அவனிடம் விடைபெற்றுக் கொண்டு காரில் ஏறிக்கொண்டாள்.

ஆனந்தி எதுவும் பேசாமல் அமைதியாகத் தனது மொபைலை எடுத்து நோண்டிக்கொண்டிருந்தாள்.

“என்னாச்சு ஆனந்திம்மா... அமைதியா இருக்கீங்க?”

“ஒண்ணுமில்ல சக்திம்மா.... ஒரு வேகத்துல டைரக்ஷன் பண்ணப்போறேன்னு சொல்லிட்டேன். யார் நமக்கு புரட்யூஸ் பண்ணுவான்னு மொபைல்ல இருக்கற ஆளுங்க எல்லோரையும் பாக்கறேன்...”

சக்தி சிரித்தபடி அவள் கைகளைப் பிடித்துக்கொண்டாள்.

“நம்பிக்கையோட எந்த வேலையச் செய்யணும்னு நெனச்சாலும் நடக்கும்மா... நீங்க செய்யுங்க. உங்களால முடியும்.”

“எல்லாம் சரி சக்திம்மா.... கதைக்கு என்ன செய்யலாம்னு குழப்பமா இருக்கு.”

“அடப் போங்கம்மா.... நம்ம கதையவே நூறு படம் எடுக்கலாம். இனி எதுக்குத் தனியா வேற கத?”

சக்தி விளையாட்டாகத்தான் சொன்னாள். ஆனந்தியின் மனதில் அந்த வார்த்தைகள் வலுவாக ஊன்றிப்போயின. தன் வாழ்க்கையை விடவும் சுவாரஸ்யமான கதை எதையும் தன்னால் சொல்லிவிட முடியுமா என்ன? காருக்கு வெளியே பார்த்து சந்தோஷமாகச் சிரித்துக்கொண்டாள்.

நிழலாடுபவன்

மனநல மருத்துவரைச் சந்தித்துவிட்டு வந்தபின் பாபுவின் மனம் சற்று சமநிலை அடைந்தது. வழக்கம்போல் படப்பிடிப்பிற்குச் செல்லவும் மற்ற வேலைகளைக் கவனிக்கவும் தொடங்கிவிட்டான். உடல் முழுக்க அவமானத்தின் ரேகைகள் நீண்டுகொண்டிருந்த வலி. சில விசயங்களைச் செய்வதற்குப் பின்பு ஏற்படும் குற்றவுணர்ச்சியில் ஒரு சதவிகிதம் கூட எச்சரிக்கையாக ஏன் முன்பாகவே உரைப்பதில்லை. தற்கொலை செய்துகொள்ளும் தைரியமுமில்லை. அப்படித் தோன்றும்போதெல்லாம், மருத்துவரின் ஆலோசனைப்படி நடப்பதால் இனி தான் அதுமாதிரி எதுவும் செய்யமாட்டோம் என உறுதியாய் நம்பினான்.

படப்பிடிப்புத் தளத்திலும், பத்திரிகைகளிலும் தொடர்ந்து ஆனந்தியைக் குறித்த பேச்சுகள் உலவிக்கொண்டிருந்ததைக் கேட்டபோது சங்கடப்பட்டான். யாருடைய ஆதரவும் இன்றி தன்னை மீட்டுக்கொள்ளப் போராடும் அவளுக்கு ஆதரவாக இருக்க வேண்டும். ஆனந்தி படம் இயக்கப்போகிறாள் என்கிற செய்தியைக் கேட்டு சந்தோஷப்பட்டான். அவளால் செய்ய முடியும்.

பிடிவாதமானவள். இல்லையென்றால் இத்தனை தூரம் வளர்ந்து வந்திருக்க முடியாது. ஆனாலும் உள்ளூர அவள்மீதும் அவள் உடல்மீதும் இருந்த தாபம் அடங்கியதாய் இல்லை. தன்

விருப்பத்திற்கு இணங்கவில்லை என்கிற ஈகோவாக இருக்கலாம். அல்லது அவன் மூளையைச் செல்லரித்துக்கொண்டிருக்கும் புழுக்களின் குடைச்சலாக இருக்கலாம்.

அவனை முழுமையாக ஆய்வு செய்திருந்த மனநல மருத்துவர் இயன்றவரை குழந்தைகளுடன் இருக்கும் சூழலை அறிவுறுத்தி இருந்தார்.

"ஆனா எனக்குக் குழந்தைகளப் பிடிக்குமே டாக்டர்?" அப்பாவியாகக் கேட்டான்.

"அதுதான் பிரச்சனையே. அவங்கள ரொம்பப் பிடிக்குதுங்கறதாலேயே அவங்க மேல அதீதமான உரிமைகள எடுத்துக்கறீங்க. வன்முறை அளவுக்குப் போகும்போதுகூட அதோட தீவிரம் உங்களுக்கு உறைக்காமப் போயிடுது. ஒரு சாதாரன மனுஷனா உங்கள சுட்டுக் கொல்லணும்னுதான் ஒவ்வொரு தடவையும் நெனப்பேன். ஆனா நான் சைக்காட்ரிஸ்ட்டா இருக்கறதால சிரிச்சுக்கிட்டே உங்களோட டிஸ்கஸ் பண்ண வேண்டி இருக்கு."

அந்த மருத்துவர் என்றில்லை. தான் உள்ளுக்குள் யார் என்பது தெரிந்தால் யாராக இருந்தாலும் அதைத்தான் செய்வார்களென்பது நிச்சயம். யாரோடும் தன்னைப் பிணைத்துக்கொள்ளாமல் எப்போதும் ஏதாவது வேலைகளைச் செய்துகொள்ளப் பழகினான். திரிசூலம் மலைக்குப் பின்னால் நண்பர்களோடு சேர்ந்து ஒரு சின்ன தோட்டம் உருவாக்கி இருந்தான். சில குடில்களும் நிறைய செடிகொடிகளுமாய் அந்த இடம் அழகான வனம் போல் உருவாகி இருந்தது. வேலை இல்லாத நேரங்கள் முழுக்கத் தனிமையில் அங்கு கழித்தான். ஓஷோவும் ஜி.கிருஷ்ணமூர்த்தியும் சதாவும் அவனோடு பேசிக்கொண்டிருந்தனர். தன் நிதானத்தால் தனது பிரச்சினையைக் கடந்து செல்ல முடியுமென்கிற நம்பிக்கை வந்தபோது மருத்துவரைச் சந்திப்பதை நிறுத்திக்கொண்டான்.

புதிய கன்னடப் படங்கள் இரண்டிற்கு ஒப்பந்தமானான். ஒரே மாதிரியான படங்களில் நடிப்பது சோர்வூட்டுவது போலிருந்தாலும் வேலை இல்லாமல் வீட்டில் இருக்க பயமாக இருந்தது. தனித்திருக்கும் நேரங்களில் எல்லாம் உள்ளேயிருக்கும் குரல் வீரியத்துடன் அலறும். கன்னடமோ, மலையாளமோ எந்த மொழிப் படமானாலும் சரி- இதிலிருந்து கொஞ்சம் விலகி

வியாபார சினிமாக்களில் நடிக்கலாமென முயன்றபோது, மிகச் சிறிய வேடங்களுக்கே அவனைக் கேட்டனர். நாற்பதைத் தாண்டிய ஒருவனுக்கு வேறு என்ன வாய்க்கும்? ஒன்றிரண்டு படங்களில் அதுமாதிரி நடித்தும்கூட அவனுக்குத் திருப்தி இல்லை. ஜூனியர் ஆர்டிஸ்டுகளில் ஒருவனாகத்தான் அவனை நடத்தினார்கள். பி கிரேட் படங்களில் நடிப்பவனென்பதால் கூடுதலான புறக்கணிப்புகளை எதிர்கொள்ள வேண்டி இருந்தது. இனி யாரையும் தேடிப்போய் வாய்ப்புக் கேட்பதில்லையென ஒரு கட்டத்தில் முடிவெடுத்துவிட்டான்.

ஷின் லி.

சிக்னலுக்காகக் காத்திருந்த வாகனங்களின் வெளிச்சம், இரவாகிக் கொண்டிருந்த மாலையை வண்ணமயமாக்கியது. ஆனந்திக்கு முக்கியமான வேலைகளென்று எதுவுமில்லை. ஆனால், நடிக்கத் தொடங்கிய பிறகு ஏதோவொன்று காணாமற்போனதைத் தொடர்ந்து தேடுவதுபோல் மனம் பரபரத்தது. பணம் நிறைய இருந்தும் ஏதோ ஒரு வெறுமை வாட்டியபடியே இருந்தது.

பக்கத்தில் நின்றிருந்த காருக்குள் ஒரு குழந்தை ஜன்னல் கண்ணாடியில் தெரிந்த வானத்தைப் பார்த்துக் கண்கள் விரிய ஏதோ பேசிக்கொண்டிருந்தது.

அப்பழுக்கற்ற சந்தோஷம் குழந்தைமைக்கு மட்டுமே சாத்தியம். பகுத்தறியும் குணம் வளர வளர மனிதன் கொஞ்சம் கொஞ்சமாக சந்தோஷத்தைத் துறக்கிறான்.

புதிது புதிதாக நிறைய வீடியோ கேம்ஸ்களை வாங்கி வைத்திருந்தாள் ஆனந்தி. எல்லா விளையாட்டிலும் யாரோ ஒருவர் வெற்றி பெறுவது அவளே வெற்றி பெற்ற நிறைவை அவளுக்குக் கொடுத்தது. அவளுக்கென்றிருந்த சின்னஞ்சிறிய உலகில் யாரையும் வெல்லும் நோக்கம் அவளுக்கில்லை. வெற்றி என்பது அவளைப் பொறுத்தவரை ஆடம்பரம். இன்று உறங்கி நாளை விழிப்பதே இங்கு பலருக்கு வெற்றிதான். ஒவ்வொரு திருப்பத்திலும் வாழ்க்கையின் திசை மாறும் மனிதர்களைக்

கேட்டால் இப்படித்தான் சொல்வார்கள். பல சமயங்களில் பிழைத்திருத்தலே ஒரு வெற்றிதான். இலக்குகளும் அவை மனத்தில் விதைக்கும் கிளர்ச்சியும் கொண்டாட்டமும் எல்லோருக்கும் உரியதல்ல. ஆனந்தி போன்றோர் அதை விரும்புவதுமில்லை. அன்றாட வாழ்வின் சாகசங்களே பல நேரங்களில் போதுமானதாக இருக்கிறது. *Street fighter* விளையாட்டில் வரும் ஷின் லி ஆனந்திக்கு ஆதர்சமானவள். எல்லோரையும் அடித்து எளிதில் வென்றுவிடக் கூடிய அவளின் வலிமை தனக்கும் இருப்பதாக கற்பனை செய்து கொள்வாள்.

சிக்னல் விழுந்து வாகனம் விரைந்தது. அடுத்த திருப்பத்தில் பென்ஸ் பிளாஸா ஹோட்டல். மதன், தன் மகளின் பிறந்த நாள் கொண்டாட்டத்திற்கு அழைத்திருந்தான். முன்னால் காதலர்களின் வரிசையில் கடைசியாய் அவளைக் காதலித்தவன் மதன். பீ கிரேட் படங்களுக்குக் கடனாகப் பணம் கொடுக்கும் தொழில். எத்தனையோ ஆனந்திகளை அவன் பார்த்திருக்கக் கூடும், எதற்காகத் தன் பின்னால் கிறுக்கன்போல் சுற்றிக் கொண்டிருந்தான்? அவனோடு பேச்சுவார்த்தை இல்லை, இருந்தும் தன்னை மறக்காமல் நினைவு வைத்து அழைத்ததால் போக விரும்பினாள். படப்பிடிப்புகள் இல்லாததால் ஏற்பட்ட வெறுமையிலிருந்து சிறிது மீட்டுக்கொள்ளமுடியும் என்கிற எதிர்பார்ப்பும் இருந்தது. புதிய மனிதர்களைச் சந்திப்பதன் மூலமாகப் பழைய நினைவுகளைக் கடக்க முயன்றாள்.

மதனின் மனைவிக்கு இவர்கள் இருவருக்குமிருந்த உறவு தெரியும். இருந்தும் அவள் நேரடியாக எதையும் கேட்டதில்லை. நிச்சயமாய் சபித்திருப்பாள். தனக்குத் தெரிந்த தெரியாத எல்லோரிடமும் சாபம் வாங்கிக்கொள்ளும் வரம் பெற்றவள் ஆனந்தி. அவளுடனான உறவில் இரண்டு வருடங்களுக்கு தாக்குப்பிடித்தவன் அவன் மட்டுந்தான். “நீ எப்டி இருக்கியோ அப்டியே இரு... உன்னோட இந்த ஆட்டிடியூட்தான் எனக்குப் புடிச்சிருக்கு.”

அவன் காதலை ஏற்றுக்கொள்ளும்வரை பிடித்துப்போயிருந்த அந்த ஆட்டிடியூட் அதற்குப் பிறகு பிடித்தமானதாக இல்லை. நிழலென அவளைத் தொடர்ந்தான். படப்பிடிப்பிற்குச் செல்லும் அவள் நாள் தவறாமல் தன் யோனியை யாரோ ஒருவனுக்கென ஆள் மாற்றி ஆள் விருந்தளிக்கக் கூடுமென சந்தேகித்தான். தன் மனைவியோடு இருக்கிற கணங்களில்கூட ஆனந்தி யாரோ ஒருவனுடன்

இதேபோல்தான் புரண்டு கொண்டிருக்கக் கூடுமென அச்சப்பட்டான். அவள் அதுவரையிலுமாக நடித்த உடலுறவுக் காட்சிகளைவிடவும் அதிகமாக ஒவ்வொரு தினமும் கற்பனை செய்துகொண்டான். ஆனந்தி தன் நிழலையே வெறுப்பவள். யாருடைய நிழலும் தனக்குப் பின்னால் வருவதை அவள் விரும்பவில்லை. நேசத்தின் பொருட்டு முட்டாள்தனங்களை அனுமதிக்க முடியாதவளாய் அவனைப் புறக்கணிக்கத் துவங்கினாள்.

"உனக்கு எப்போ என்னோட படுக்கணும்னு தோணுதோ படு, சேந்து குடிக்கணும்னா குடி... அதவிட்டுட்டு நான் யாரோட பேசறேன். பேசற எல்லார் கூடயும் படுக்கறானா? இல்லையானு எல்லாம் எட்டிப்பாத்துட்டு இருக்காத. அப்டித்தான் இருப்பன்னா அதுக்கு நான் இல்ல. இனிமே என்னயப் பாக்க வராத." ஆனந்தி கடைசியாய் அவனிடம் பேசிய வார்த்தைகள் இவைதான். அவனால் அவளை விட்டுப்போகவும் முடியவில்லை. அவளுடன் இருக்கவும் முடியவில்லை. அவள் மீதான எல்லா உரிமைகளையும் கொண்டவன் என்கிற எண்ணங்கள் நொறுங்கிப்போனதை ஏற்றுக்கொள்ள முடியாதவனாய்–

"உன் ஆட்டிடியூட் தான்டி உன்னோட பிரச்ன. இன்னும் எவ்ளோ நாளைக்கி இப்டி ஆடுவ? படம் எதுவும் கெடைக்காம தனியா வீட்ல இருக்கும்போது தெரியும். த்தா யாரையும் பக்கத்துல சேத்துக்காம தப்புப் பண்ணிட்டமேன்னு..." எனக் கத்தினான்.

சத்தமாகப் பேசும்போது அவன் குரல் அதீத பெண்மைத் தன்மை கொண்டிருந்தது. ஆனந்தி அவனருகில் போய் மூர்க்கத்தோடு அணைத்து கழுத்தில் முத்தமிட்டு, "நான் தனியாவே இருந்து நாசமாப் போறேன். நீ உன் பொண்டாட்டி எவன் கூடயும் ஓடிடாமப் பாத்துக்க போ..." எனத் தள்ளிவிட்டாள். தடுமாறி விழப்போனவன் சமாளித்து நின்றுகொண்டான். ஒருநாளும் தன்னால் அவளை அவமானப்படுத்தவோ காயப்படுத்தவோ முடியாதென்கிற உண்மை கசந்தது. அவசரமாகக் கையிலிருந்த கடிகாரத்தைக் கழற்றினான். துபாயிலிருந்து அவள் அவனுக்காக வாங்கிவந்து தந்த கடிகாரம். ஆவேசமாய் அவளை நோக்கி எறிந்தான். அவள் விலகிக்கொள்ள கடிகாரம் கீழே விழுந்து சுக்குநூறாகிப் போனது. ஆனந்தி சிரித்தாள். "நல்லது.... 300 டாலரோட முடியட்டும் உன் லவ்.... அப்டியே ஓடிடு...." வாசல்

கதவைத் திறந்து வேகமாக வெளியேறிப் போய்விட்டான். அவன் தன்னைவிட்டுப் போனதில் எந்த வருத்தங்களும் அவளுக்கில்லை.

இன்று அவனைக் குறித்து யோசிக்கையில் சிரிப்புதான் வருகிறது. பிறந்த நாள் கொண்டாடும் குழந்தைக்குக் கொடுப்பதற்கு எதுவும் வாங்கவில்லை என்பது நினைவுக்கு வர எதிரிலிருந்த சிறிய மாலுக்கு வண்டியைத் திருப்பச் சொன்னாள்.

"ஒரு அஞ்சு நிமிசம் வெய்ட் பண்ணுங்கண்ணே வந்துடறேன்."

ஆனந்தி கைப்பையை எடுத்துக்கொண்டு வேகமாக மாலுக்குள் சென்றாள். இரண்டாவது தளத்தில் ஒரு டாய் ஷாப்பிற்கான விளம்பரப் பலகை தொங்கிக்கொண்டிருந்ததைக் கவனித்தவள் லிஃப்ட்டிற்காக நின்றாள். எதிரில் வந்த சிலர் அடையாளம் கண்டு ஆச்சர்யமாய்ப் பார்த்தார்கள். எல்லோரையும் பார்த்துச் சிரித்தால் என்ன? எல்லோருக்கும் கைகொடுத்தால் என்ன? என இவளுக்கும் ஆர்வம். லிஃப்டில் ஏறிக்கொண்டபோது ஆப்ரேட்டர் சந்தோஷமாக இவளைப் பார்த்துச் சிரித்தான். ஆனந்தியும் பதிலுக்குச் சிரித்தாள். சட்டைப்பைக்குள் துழாவி ஒரு காகிதத்தை எடுத்தவன், "மேடம் ஒரு ஆட்டோகிராஃப்" என நீட்டினான். அவனிடமே பேனாவும் வாங்கிக் கையெழுத்துப் போட்டுக்கொடுப்பதற்கும் இரண்டாவது தளம் வருவதற்கும் சரியாய் இருந்தது. லிஃப்டிலிருந்து வெளியேறியவளைத் தொடர்ந்து ஆப்ரேட்டர் வேகமாய்ச் சென்றான்.

"மேடம்... மேடம்..."

"என்னஙக... அதான் கையெழுத்துப் போட்டுக் குடுத்தனே..."

அவன் சிரித்தபடியே மொபைலை எடுத்துக் காட்டினான்.

"உங்க கூட ஒரு போட்டோ எடுத்துக்கலாமா?" அவளுக்குத் தயக்கமாய் இருந்தது. கூட்டம் கூடிவிடுவதற்கு முன்னால் அங்கிருந்து போய்விடவே விரும்பினாள். ஆனாலும் அந்த மனிதனின் அன்பைப் புறக்கணிக்க அவள் விரும்பவில்லை. சம்மதித்தாள். ஆப்ரேட்டர் சுற்றிலும் பார்த்தார், போட்டோ எடுத்துக் கொடுக்க ஒருவருமில்லை. கடையிலிருந்த ஒரு பணியாளை அழைத்து போட்டோ எடுக்கச் சொன்னார். சந்தோஷம் தாங்க முடியவில்லை. மொபைலை பணியாளிடம் கொடுத்துவிட்டு சிரித்தபடி போஸ் கொடுத்தான்.

“ரொம்ப தேங்க்ஸ் மேடம். இதே வேற நடிகைங்கன்னா கையெழுத்துக்கூட போடாம கெத்தாப் போவாங்க. நீங்க எவ்ளோ சிம்பிளா இருக்கீங்க...” அவன் முகத்தில் நிஜமான நன்றி தெரிந்தது.

டாய் ஷாப்பிற்குள் புகுந்த ஆனந்திக்கு என்ன வாங்குவதெனக் குழப்பம். சேல்ஸ் கேர்ள் இவளிடம் நெருங்கி வரத் தயங்கினாள். வேறு செக்ஷனில் இருந்த இளைஞன் ஒருவன் சிரித்தபடி வந்தான். “சொல்லுங்க மேடம் என்ன மாதிரி டாய்ஸ் வேணும்...” சுற்றிலுமிருந்த எல்லாப் பொம்மைகளையும் பார்த்தாள். பார்பி பொம்மைகள்மீது எப்போதுமே ஒரு வெறுப்பு அவளுக்கு.

ஆண்களுக்குப் பிடிக்குமாறு செய்யப்பட்ட பொம்மைகள்.

“வீடியோ கேம்ஸ்ல வர்ற நல்ல ஆக்ஷன் ஹீரோயின்ஸ் டாய் ஏதாச்சும் இருந்தா காட்டுங்க. ம்ம்ம்... ஷின் லியோட பொம்ம இருக்கா?”

அந்த இளைஞன் புன்னகை மாறாமல் ஷின் லியின் பொம்மை ஒன்றை எடுத்துக் கொடுத்தான். தொடைகள் வலுவான, மார்புகள் புடைத்து, பெருத்த இடுப்பும், விரிந்த முதுகுமாக, ஆண்களுக்கு நிகரான முரட்டுத்தனத்துடன் நிஞ்சாவுடன் இருக்கும் ஷின் லி பொம்மையை எடுத்து வந்து அவளிடம் கொடுத்தவன், ஒரு நொடி ஆனந்தியை உற்றுப் பார்த்துவிட்டு, மீண்டும் பொம்மையைப் பார்த்தான்.

பொம்மைக்கான பணம் கொடுத்தவள் தற்செயலாகத் திரும்பிய போது இரண்டு பெண்கள் தங்களுக்குள் ஏதோ ரகசியமாய்ப் பேசிக்கொண்டனர்.

“எங்கிட்ட ஏதாச்சும் கேக்கணுமா?” தங்களிடம்தான் கேட்கிறாளா என்கிற ஆச்சர்யத்தில் அந்தப் பெண்கள் இல்லையெனத் தலையை மட்டும் ஆட்டினார்கள்.

“ம்ம்ம்...ஓகே...” என்று அர்த்தப் புன்னகையுடன் அங்கிருந்து புறப்பட்டாள்.

ஆனாலும் மனம் இயல்பாக இல்லை. எதிர்ப்படும் எல்லோரும் கேலியோடுதான் தன்னைப் பார்க்கிறார்களோ? எல்லோரின் கண்களையும் ஊடுருவிப் பார்க்க முயன்றாள். தன்மீது இவர்களுக்கிருப்பது ஆர்வமா? அல்லது நிர்வாண நடிகை என்கிற

கேலியா? இதோ இந்தச் சிறுவன்கூட ஒருவிதச் சிரிப்போடு கடந்து போகிறானே. பதினைந்து வயது இருக்குமா? அதற்குள்ளாகவா பீ கிரேட் படங்களைப் பார்த்திருப்பான். திரும்பி அவனைப் பார்த்தாள். அந்தச் சிறுவனின் கண்களின் வழி தன்னை மோகிக்கும் லட்சக்கணக்கானவர்களை அடையாளம் கண்டுகொண்டாள். ஒதுக்கித் தள்ளுமளவிற்கு இன்னும் மதிப்பிழக்கவில்லை என்பது ஒரு பக்கம் சந்தோஷமாக இருந்தாலும், அப்பார்வைகளுக்குள் ஒளிந்திருந்த வக்கிரத்தின் சுவடுகளும் அவளுக்குள் பதியவே செய்தன.

இப்பொழுது ஆப்ரேட்டரையோ அவளோடு லிஃப்டில் வந்த மற்றவர்களையோ பார்க்கும் ஆர்வமில்லை. தன் கண்களிலிருக்கும் சங்கடத்தைக் காட்டிக்கொள்ளாதிருக்க கூலிங் கிளாசை எடுத்து அணிந்துகொண்டாள். லிஃப்ட் ஆப்ரேட்டர் தொடர்ந்து பல்லைக் காட்டவே, ஆனந்தி பொறுமை இழந்தாள்.

“என்ன பார்த்துட்டே இருக்கீங்க...?”

திடீரென எதிர்ப்புக் குரல் வந்ததும் சுதாரித்துக்கொண்டவன்,

“ஒண்ணுமில்லையே....நான் பாக்கலையே” என்று சமாளித்தான்.

ஆனந்திக்குச் சலிப்பாக இருந்தது. எத்தனை பேரைத்தான் எதிர்த்துக் கேள்வி கேட்பது. உடையைச் சரிசெய்து கொண்டவள், பார்சலைக் கையிலெடுத்து ஃபங்க்ஷன் தொடங்கும் நேரமானதை அறிந்து அவ்விடம் விட்டுப் புறப்பட்டாள்.

தாண்டவம்

பர்த் டே பார்ட்டி ஹால் பிரபலங்களால் நிரம்பி வழிய, யாரோடு சென்று பேசுவதெனத் தெரியாமல் ஆனந்தி தயங்கினாள். பெண்கள் கூட்டத்தின் அருகில் போக, சிலர் அவளைப் பார்த்து மென்மையாகச் சிரித்தனர். கைகொடுத்தனர். ஆனாலும் இயல்பாகப் பேசுவதற்கு யாருமில்லை. அவள் மதனைத் தேடினாள். ஒரு பிரபலத் தயாரிப்பாளருடன் அவன் பேசிக்கொண்டிருந்தான். அத்தனை பேருக்கு மத்தியில் சத்தமாகக் கூப்பிடவோ அருகில் சென்று பேசவோ தயக்கமாக இருந்தது.

ஏஞ்சல் டிரெஸ் அணிந்த குழந்தை தன் அம்மாவோடும் இன்னும் சில குழந்தைகளோடும் அரங்கத்தில் மையமாய் வைக்கப்பட்டிருந்த கேக் ஸ்டாண்டை நோக்கி வந்துகொண்டிருந்தாள். எல்லோரும் கைதட்டினர். ஒரு குழந்தையை அதன் மகிழ்ச்சியான முகத்துடன் பார்க்க சந்தோஷமாக இருந்தது. ஓர் இனம்புரியா ஏக்கம் மனதை நிரப்புவதை உணர்ந்தாள். உடனே அந்த எண்ணத்தைப் புறந்தள்ளினாள். மனம் எப்போதும் எதையாவது நினைத்து ஏங்கிக்கொண்டுதான் இருக்கும். தன் அடுத்த பிறந்த நாளை இதுபோல் கொண்டாட வேண்டுமென நினைத்தபோது சிரிப்பு வந்தது. அதற்குள்ளாக மதனும் இவளைக் கவனித்துக் கையசைத்தான். பதிலுக்கு ஆனந்தியும் கையசைத்தாள்.

அந்தக் குழந்தையோடு வந்த குழந்தைகள் எல்லாம் பின்னால் நகர்ந்து அங்கு நின்றுகொண்டிருந்த ஓர் ஆளோடு ஒட்டிக்கொண்டன. நீண்ட நேரமாய் அவர்கள் அந்த ஆளோடு

விளையாடிக் கொண்டிருக்க வேண்டும். ஆனந்தி குழந்தைகளோடு உருண்டு புரண்டு விளையாடிக்கொண்டிருந்த ஆளைப் பார்த்தாள். பாபு. ஆச்சரியம். இவ்வளவு குழந்தைத்தனமானவனா இவன்? குழந்தைகளுக்கும் அவனுக்கும் வித்தியாசமே இல்லாமலிருந்தது. முரட்டு உடலையும் வயதையும் மீறி குழந்தைகளுக்கான யானைப்பாகனாகவும், ரெட்டை வால் குரங்காகவும் நடனமாடிக் கொண்டிருந்தான். அவனை இப்படிப் பார்க்கப் பிடித்திருந்தது. கைதட்டும் சத்தம் கேட்டு எல்லோரும் கேக் ஸ்டாண்டிற்கு அருகில் வந்துவிட்டனர். மதன் தன் குழந்தைக்கு அருகில் நின்றிருந்தான்.

மதனின் மனைவி கேக்கில் ஏழு மெழுகுவர்த்திகளை ஏற்றி வைத்தாள். எல்லோரும் ஒரே நேரத்தில் ஹாப்பி பர்த்டே பாடியதால் வினோதமான ஒலிக் கலவைகளாய் அந்தக் குரல்கள் எதிரொலித்தன. கேக் வெட்டிய குழந்தை, எல்லோருக்கும் சிறிய கேக் துண்டுகளைக் கொடுத்தாள். ஆனந்தி அவளுக்குப் பரிசுப்பொருளைக் கொடுத்துவிட்டு அவள் கன்னத்தில் முத்தமிட்டாள். மதனுடைய மனைவி வேண்டா வெறுப்பாக அந்தப் பரிசை குழந்தையிடமிருந்து வாங்கி ஓரமாக வைத்தாள். ஆனந்தியும் பெயருக்கு சிரித்தாள். அங்கிருப்பதா கிளம்பிவிடுவதா எனத் தயக்கம்.

“ஹாய்...” பாபுஜிதான் கூப்பிட்டான்.

“ஹாய்...” இவனாவது முன்வந்து பேசுகிறானே.

எல்லோருக்குமே தன் குடும்பத்தின் முன்னால் இயல்பாக வந்து அவளிடம் பேசுவதற்கு இருந்த தயக்கம், தன்னை அவர்கள் எப்படிப் பார்க்கிறார்கள் என்று புரியவைத்தது. இது எப்போதோ வந்துவிட்ட புரிதல்தான். அம்மாவை அப்படிப் பார்த்த அதே உலகம் இன்று தன்னையும் அப்படிப் பார்க்கிறது. தன் இயல்பிலேயே மகிழ்ந்திருக்கும் பெண்களைப் பார்த்தால் ஆண்களுக்குப் பயம். இல்லை... இல்லை பெண்களுக்கும் பயம்.

“உங்க வீட்ல ஆம்பளைங்க இந்த வேலை எல்லாம் செய்யமாட்டாங்களா? கறிக் கடையில் நின்றிருந்த ஆனந்தியிடம் ஒருமுறை யாரோ கேட்டார்.

“இல்லண்ணே கறி கவிச்சி எனக்கு ரொம்ப பிடிக்கும்...கறிய... துண்டு துண்டா வெட்டுறது, அந்தச் சதைய தடவிப் பாக்குறது, அதுவும் அந்த எலும்ப வெட்டுற சத்தம் இருக்கே... அவ்ளோ சுகமா இருக்கும் கேக்க...”

அப்போது அந்த மனிதர் ஆனந்தியைப் பார்த்த விதம் அவளுக்குப் பிடித்திருந்தது.

★

பிறந்தநாள் விழாவின் சலசலப்புகளைத் தவிர்த்துவிட்டு மொட்டைமாடிக்கு வந்தவள், ஒரு சிகரெட்டைப் பற்ற வைத்துப் புகைக்கத் தொடங்கினாள். பாபு அவளைப் பின்தொடர்ந்து மேலே வந்தான்.

"எல்லாக் குழந்தைகளும் உங்ககிட்ட இவ்ளோ ஆசையா ஒட்டிக்கிறாங்க. குழந்தைகன்னா அவ்ளோ பிடிக்குமா?" ஆனந்தி புகையை உள்ளிழுத்தபடி கேட்டாள்.

"யாருக்குத்தாங்க பிடிக்காது?" சிரித்தான்.

கடைசியாக குழந்தைகளுடன் எப்போது விளையாடினோம் என எவ்வளவு யோசித்தும் ஆனந்திக்கு நினைவுக்கு வரவில்லை. "நடிக்க வந்ததுக்கு அப்பறம் இந்த மாதிரி சின்னச் சின்ன சந்தோஷமெல்லாம் போயிடுச்சு." அவள் முகத்தில் ஏமாற்றமான புன்னகை.

"விடுங்க, கல்யாணம் பண்ணிக்கிட்டா உங்களுக்கே குழந்தைங்க வந்துடும். எல்லா சந்தோஷத்தையும் அந்தக் குழந்தையோட முகத்துல பாத்துக்கலாம்." அவன் கேலிக்குச் சொல்கிறானோ எனப் பார்த்தவள், தன்னை ஒரு கணம் குடும்பத் தலைவியாய் நினைத்துப் பார்த்தாள். சிரிப்பை அடக்க முடியவில்லை. ஹாலில் ஓடிக்கொண்டிருந்த இசைச் சத்தத்தையும் மீறி எதிரொலித்தது சிரிப்பு. தவறாக எதுவும் சொல்லிவிட்டோமோ என சங்கடப்பட்டான்.

"என்னங்க தப்பா எதுவும் சொல்லிட்டனா?"

இல்லையெனத் தலையாட்டியவள், "மொத தடவையா என்ன குடும்பப் பொண்ணா பாத்தது நீங்கதான். அத நெனச்சு சிரிப்பு வந்துடுச்சு. அதுசரி உங்களுக்குக் கல்யாணம் ஆகிடுச்சா?"

ஆமென்று தலையாட்டினான். "ஆனா என் குடும்பம் என்னோட இல்ல, அதுவொரு பெரிய கதைங்க....அப்பறம் படம் டைரக்ஷன் பண்ணப் போறீங்கன்னு கேள்விப்பட்டேன். எனக்கு வாய்ப்புக் குடுப்பீங்களா?"

“ஹலோ நான் பீ கிரேட் படம் எடுக்கப்போறதில்ல... கமர்சியல் படந்தான் எடுக்கப்போறேன்.”

அவனுக்கு முகம் வாடிப்போனது.

“ஏங்க நானெல்லாம் கமர்சியல் படத்துல நடிக்கக் கூடாதா?”

“அய்யய்ய... சும்மா சொன்னேன் பாபு. கண்டிப்பா உங்களக் கூப்டுவேன்.” அவன் தோள்களில் தட்டிக்கொடுத்தாள். அவர்கள் இருவரும் அவ்வளவு இயல்பாய் பேசிக்கொண்டிருந்ததை அங்கிருந்த எல்லோரும் கவனித்தும் கவனிக்காமல் இருந்தனர்.

விநியோகிக்கப்பட்ட மதுவை எடுத்துக் குடித்தவள், “உங்களுக்கு டிரிங்க்ஸ்...” பாபுவிடம் ஒரு குவளையை எடுத்து நீட்டினாள். “இல்லைங்க இன்னைக்கு வேணாம்....” ஆச்சர்யமாய்ப் பார்த்தபடியே குடித்தவளுக்குக் கசப்பும் எரிச்சலுமாய் தொண்டை எரிந்தது. மூன்றாவது குவளையை எடுத்துக் குடிக்கும்போது அவள் மொபைல் ரிங் ஆனது. எடுத்துப் பார்த்தாள். மதன். ஒரே ஹாலில் இருந்துகொண்டு எதற்காக மொபைலில் கூப்பிடுகிறான்? அவனைத் தேடினாள். இவள் நின்ற இடத்திலிருந்து சற்றுத் தள்ளி நின்றான். இவளைப் பார்த்து கைகாட்டி அழைத்தான். கையிலிருந்த மிச்ச மதுவைக் குடித்துவிட்டு அவனிடம் சென்றாள். இசையின் சத்தத்திற்கு கால்கள் தானாக ஆடத் தூண்டின. மெதுவாக ஆடியபடியே நடந்தாள்.

“எங்கூட கொஞ்சம் ரெஸ்ட் ரூம் வரைக்கும் வா. பேசணும்.”

மதன் அவள் கைகளைப் பற்றிக்கொண்டு நின்றான். அவன் கைகளின் வெப்பம் அவன் அழைத்ததற்கான காரணத்தைப் புரியவைத்தது.

தன் கையை விடுவித்துக்கொண்டவள் “இங்கயே பேசலாம். என்னன்னு சொல்லு?” ஏமாற்றத்தோடு அவளைப் பார்த்தான்.

“இல்ல, இங்க வெச்சுப் பேச முடியாது.”

அவள் இடையில் கை வைத்து அழுத்தினான். காமத்தின்போது வெளிப்படும் வியர்வை நெடி அவனிடமிருந்து வெளிப்பட்டது.

“ஓ தடவிக்கிட்டே பேசணுமோ? பத்தடி தள்ளித்தான் உன் பொண்டாட்டி நிக்கிறா அவளக் கூட்டிட்டுப் போயி தனியா பேசு.”

அவனை அசிங்கமாக ஏதாவது திட்டவேண்டுமென எழுந்த கோபத்தைக் காட்டிக்கொள்ளாமல் சிரித்தாள். அவள் கையை விட்டவன்,

“அதான் அவன்கூட கொஞ்சிக்கிட்டு நிக்கிறியே. அப்பறம் எப்டி என்கூட வருவ? இந்த சீசனுக்கு இவனா?”

ஆனந்திக்கு இவை பழகிப்போன சொற்கள்தான்.

அவனைப் பார்த்து லேசாக உதட்டைக் கடித்து அசட்டையாகப் புன்னகைத்தாள். பின்பு அங்கிருந்து விலகிச் சென்றாள். மதனுக்கு அதற்குமேல் கட்டுப்படுத்த முடியவில்லை. அவமானத்தில் அவன் முகம் சிவந்துபோனது.

“தேவ்டியா…முண்ட…” என்று அவளுக்குக் கேட்கும்படி சொன்னான்.

அவ்வளவு நேரமும் அந்தச் சூழலைச் சிதைத்துவிடக்கூடாதென அமைதி காத்துக் கொண்டிருந்தவள், எந்தச் சலனமும் இல்லாமல் நடந்து போய் இன்னொரு குவளை மதுவை எடுத்து அவசரமாய்க் குடித்தாள். எல்லோரும் அமைதியானதால் இசையின் ஒலி விகாரமானது. ஆனந்தி யார்மீதும் சிரத்தைகொள்ளாமல் நன்றாகவே ஆடினாள். மதனின் நண்பர்கள் சிலர் ஆனந்தியை வலுக்கட்டாயமாக இழுத்துச் செல்ல முயன்றனர். பக்கத்தில் வந்தவர்களை ஆனந்தி முறைத்துப் பார்க்க அவளை ஒருவரும் தொடவில்லை. லயித்து ஆடினாள். ஆடும்போது அவளுக்கு அருகிலிருந்த பொருட்களும் கீழே விழுந்து உடைந்தன. பாபுவிற்கு அவளருகில் செல்வதா வேண்டாமா என்கிற தயக்கம். ஓரமாக நின்று வேடிக்கை பார்த்துக்கொண்டிருந்தான்.

யாரோ இசையை நிறுத்தச் சொல்லி சத்தமாகக் கத்த, இசை பாதியில் நிறுத்தப்பட்டது. பெண்கள் தங்களுக்குள் ரகசியமாய்ப் பேசிக்கொண்டதைப் பார்த்தாள். எலைட் சோஷலைட் முண்டங்கள். காமத்தைப் பார்த்தும் பேசியும் மட்டுமே திருப்தி அடையும் இந்தக் கோழைகளுக்குத் தன்னைப் போன்ற ஒருத்தியைப் பார்த்தால் எரிச்சலாகத்தான் இருக்கும். ஓர் ஆணின் உடல் கொடுக்கக்கூடிய பரவசங்களைக் கண்டறியும் திராணியற்ற இடுப்பு செத்த நோஞ்சான்கள். அவள்களை எப்போதுமே ஆனந்தி ஒரு பொருட்டாகக்கூட நினைத்ததில்லை. கூட்டத்தில் குலவை போடும் குரங்காட்டிகள்.

மதனைத் திரும்பிப் பார்த்தாள். அவனுக்கு நீண்ட வால் முளைத்திருப்பது போலவும் அவன் மனைவி அவனுக்கு, ‘கடல தாண்டுடா ராமா… மலைய தாண்டுடா ராமா…’ என்று கட்டளையிடுவது போலவும், அவன் அதற்கேற்றாற்போல் குதிப்பது போலவும் கற்பனை செய்து பார்த்தாள்.

குடியின் மயக்கத்தில் அந்தக் கற்பனை பன்மடங்கு பெருகி, அவ்வறையின் ஆண்கள் எல்லாரும் குரங்குகள் போல அவளுக்குத் தெரிய ஆரம்பித்தனர்.

ஆனந்திக்குச் சிரிப்பு தாங்க முடியவில்லை. கேக் வெட்டிய குழந்தை அங்கு நடப்பது எதுவும் புரியாமல் எல்லோரையும் மிரட்சியோடு பார்த்துக்கொண்டிருந்தாள். ஆனந்தி அவளுக்கு அருகில் போக, மதனின் மனைவி தன் மகளைத் தூக்கிக்கொண்டு தள்ளி நடந்தாள்.

“அவ்ளோ என்ன அருவருப்பு என்மேல?…” என்று அவளை நிறுத்திக் கேட்டாள்.

மதனின் மனைவி வேகமாக அவள் கையை உதறினாள்.

“ஆம்பளைங்க சொல்ற கதையெல்லாம் அப்படியே நம்புவீங்களோ?” என்று அவளை ஆதுரமாகப் பார்த்தாள்.

“இன்னைக்கு நான் வரலன்னுதான் சொன்னேன் மதன்கிட்ட. ஃபாமிலி ஃபங்ஷன்ல நான் எதுக்குன்னு கேட்டேன். அவன்தான் கம்பல் பண்ணான். நான் உங்கள பத்தி யோசிச்ச அளவுக்குக் கூட அவன் யோசிக்கல பாருங்க….மென் ஆர் லைக் தட்… நாமதான் அவங்கள ரொம்ப சீரியசா எடுத்துக்குறோம்.”

அந்தப் பெண் திரும்பி மதனை முறைத்தாள். மதனுக்கு ஏதோ அசம்பாவிதம் நடந்துவிட்டதாகத் தோன்ற அவன் ஆனந்தியை நோக்கிக் கோபமாக வந்தான்.

“ஆனந்தி தயவு செஞ்சு இங்க இருந்து போயிடு. டீசண்ட்டா நடந்துட்டு இருந்த ஃபங்க்ஷன குடிச்சிட்டு நாசம் பண்ணிட்டு இருக்க…” பின்னாலிருந்து ஒரு பெரியவர் கத்த, திரும்பிப் பார்த்தாள். தெரிந்த ஆள்தான்.

“ம்ம்ம்… பத்து நிமிசம் பாத்ரூம் வா… செக்ஸ் வெச்சுக்கணும்னு பொண்டாட்டிய பக்கத்துல வெச்சுக்கிட்டு இன்னொருத்திகிட்ட

கேக்கறதுதான் டீசண்ட்டா?... என்ன முறைக்கிற? ம்... என்னய்யா முறைக்கிற?”

தன் முன்னாலிருந்த டேபிளைத் தள்ளிவிட்டாள். அது கீழே விழுந்த சத்தம் அகோரமாய் எதிரொலிக்க, கீழே இருந்து ஹோட்டல்காரர்கள் ஓடிவந்தார்கள்.

“மேடம்... ஒழுங்கா இங்க இருந்து போயிடுங்க... இதுக்கு மேல பிரச்சன பண்ணினீங்கன்னா போலீஸ்ல கம்ப்ளைண்ட் பண்ணுவோம்.”

உடலிலிருந்து முக்கால் அடி தள்ளி நின்ற தொப்பையோடு ஒருவன் ஆக்ரோசமாய்க் கத்தினான். ஆனந்தி கண் இமைக்காமல் அவனைப் பார்த்துவிட்டு நடுஹாலில் உட்கார்ந்து கொண்டாள்.

“சரி கூப்டுங்க...” அவள் கண்களும், கைகளும் மதுவைத் தேட, பாபு மெதுவாக அவளுக்கு அருகில் வந்தான்.

“ஆனந்தி, ப்ளீஸ்... போதும்... போகலாம்...” அவளை எழுப்ப முயன்றான். முதலில் பிடிவாதமாக இருந்தவள், பின் மெதுவாக எழுந்து கொண்டாள். காலுக்கு அருகிலிருந்த சேரை உதைத்தாள். பாபுஜி அவளைச் சாதுர்யமாய் அந்த ஹாலில் இருந்து நகர்த்திச் சென்றான்.

ஃபங்ஷனுக்கு வந்த மொத்த கூட்டமும் அவள் வெளியேறுவதைப் பார்த்தபடி நின்றிருந்தது.

ஹாலின் வாசலருகே வந்தவள், ஒரு நொடி நின்றாள்.

“மதன்” என்று சத்தமாக அழைத்தாள்.

மதனுடன் சேர்ந்து எல்லாரும் பார்த்திருக்க,

பாபுவை இழுத்து அணைத்து, அவன் கைகளை எடுத்துத் தன் மார்பின் மீது வைத்து அழுத்தியபடியே, அவன் இதழ்களைத் தன் நாவால் திறந்து, மிக நீண்ட முத்தம் ஒன்றை அரங்கேற்றினாள்.

மதனின் கண்களில் கண்ணீர் பெருக்கெடுத்தது.

“ஆனந்தி!!!” என்று அவன் மனம் சத்தமாகக் கத்தியது.

பாபுவின் உடலுக்குள் பேரண்டங்கள் மோதிச் சிதறின. அவனுள் தேங்கி இருந்த கசப்பையும் நஞ்சையும் ஆனந்தி நீலகண்ட யட்சியைப்போல் குடித்துக்கொண்டிருந்தாள்.

ஸ்க்ராப் புக்

போதை கொஞ்சமாய்த் தெளிந்தபோது படுக்கையறையின் ஏ.சி சத்தம் மென்மையாக அவள் காதில் கேட்டது. தலை கனத்தது. மெதுவாக எழுந்து உட்கார்ந்துகொள்ள முயன்றாள். சக்தி அவள் கால்மாட்டில் உட்கார்ந்திருப்பது தெரிந்தது. சிரமப்பட்டு தன் உடைகளை மாற்றிவிட்டிருக்க வேண்டும்.

“சக்திம்மா பசிக்கிது.”

சக்தி டேபிளில் வைத்திருந்த நூடுல்ஸை எடுத்து வந்து ஊட்டிவிட்டாள்.

“நீங்க சாப்ட்டீங்களா?”

சக்தி “ம்...” என்று சொல்லிவிட்டு கொஞ்சம் கொஞ்சமாய் ஊட்டிவிட்டுக் கொண்டிருந்தாள். “யார் வீட்ல கொண்டு வந்துவிட்டாங்க?”

“பாபு வந்தாரு...” மாலை வீட்டிலிருந்து கிளம்பியதிலிருந்து நடந்தவற்றை நினைவுக்குக் கொண்டுவர முயன்றாள். பாதிக்கும் மேல் நினைவிற்கு வரவில்லை. நூடுல்ஸின் பிசுபிசுப்பு பிடிக்காமல் பாதியிலேயே போதுமென்றாள். கொஞ்சம் தண்ணீர் குடித்தபோது தொண்டை இதமானது. அதீதமான குடிக்குப் பின்னால் உள்ளே செல்லும் நீர் தேவாமிர்தம். வயிற்றிலிருந்த எரிச்சல் குறைந்து ஆனந்தி இப்போது ஆறுதலாக உணர்ந்தாள்.

“வெளில போயி எதுக்கும்மா இவ்ளோ குடிக்கணும்? கொஞ்சம் குறச்சுக்கலாம்ல...”

சக்திக்கு அவளைப் பார்க்கப் பாவமாய் இருந்தது. தலையணையை எடுத்து முதுகுக்குப் பின்னால் கொடுத்துக்கொண்டு சிரித்தாள். “இன்னைக்கு குடிக்கவே கூடாதுன்னு நெனச்சுத்தான் போனேன்... என் துரதிர்ஷ்டம். ஒருநாள் வெளில தனியா போயிட்டு வர்றதுக்குள்ள மண்ட காஞ்சி போயிடுது சக்திம்மா, அதான் குடிச்சிட்டேன்.”

சக்தி அவள் தலையை வருடிவிட்டாள்.

தன்னைச் சுற்றி எங்கும் தனது உடலின் பிம்பங்களே தெரிவதாக ஆனந்தி உணர்ந்தாள். அது அவள் உடலாக மட்டுமல்ல, அவளைப் போன்ற பெண்களின் உடல்கள். திருநங்கைகளின் உடல்கள்.

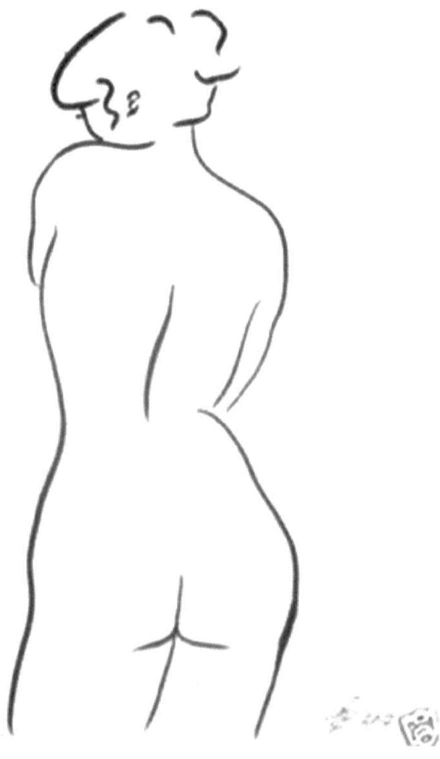

(கீழே இருப்பது ஆனந்தியின் ஸ்க்ராப் புக்கின் அட்டை.)

நினைவடுக்குகளில் இருந்து அவ்வளவையும் தூக்கியெறிய முயன்று தோற்றாள். தன் ஸ்க்ராப் புக்கின் நினைவு வர குனிந்து படுக்கைக்குக் கீழ் தேடினாள். வீட்டிலிருக்கும் நாட்களில் எப்போதாவது அந்தப் புத்தகத்தில் ஓவியம் வரைவதோ, செய்தித்தாள்களிலிருந்து சுவாரஸ்யமான செய்திகளை வெட்டி ஒட்டுவதோ அவள் வழக்கம். இன்று தன்னையே வரைய நினைத்தாள். ஸ்க்ராப் புக்கை அவள் கையில் எடுத்ததும், சக்தி சிரித்தபடியே அவளுக்குத் தேவையான பென்சில்களையும், பழைய செய்தித் தாள்களையும் எடுத்துக் கொடுத்துவிட்டுப் போனாள்.

நினைவில் நிழலாடிய பிம்பங்களை வார்த்தைகளாக வடிப்பதை விடவும் இந்த வழி அவளுக்கு எளிதாக இருந்தது. புத்தகத்தை எடுத்துப் பழைய படங்களைப் புரட்டினாள். சில சுவாரஸ்யமான செய்தித் துண்டுகளைத் திரும்பப் படிக்கும்போது உற்சாகமாய் இருந்தது.

கைகள் தானாக புதிய ஓவியங்களை வரையத் தொடங்கின. கண்ணாடியின் முன்னால் நின்று தன் நிர்வாணத்தைக் கோடுகளாக்கிவிடலாமா என யோசித்தாள். கைகள் தடுமாற பென்சில் மெதுவாக காகிதத்தில் ஊர்ந்தது.

முதல் ஓவியத்தைத் தீட்டி முடித்தபோது மாலை அந்த ஷாப்பிங் மாலில் ஓர் இளைஞன் நீண்ட நேரமாய்த் தனது புட்டத்தைப் பார்த்தபடி நின்றிருந்தது நினைவுக்கு வர, அவசரமாய் உடைகளைக் களைந்து தன் புட்டத்தையும் ஓவியத்தில் வந்திருக்கும் புட்டத்தையும் சரிபார்த்தாள். மோசமில்லை. தன்னுடையதை விடவும் அந்த ஓவியத்தில் அழகாகவே இருந்தது. உற்சாகமாக அடுத்த ஓவியத்தை

வரையலாமென நினைத்தபோதே ஒருவித சோர்வு அவளை ஆட்கொண்டது. தேநீர் குடிக்கலாமெனத் தோன்றவும் ஸ்க்ராப் புக்கை அப்படியே வைத்துவிட்டு எழுந்து வந்தாள். ஹாலில் சக்தி சோஃபாவில் சோர்வோடு குனிந்து உட்கார்ந்து தூங்குவதைப் பார்த்ததும் அவளை அந்த நிலையிலேயே வரையவேண்டுமென ஆசையாய் இருந்தது.

எத்தனை காதலுக்குரியவள்?

இவள் உடலுக்கு என்ன மாதிரியான விருப்புவெறுப்புகள் இருக்கும்?

இவள் மனம் எப்படிச் சிந்திக்கும்?

இவளும் இல்லாது போனால் அவளை ஆதரித்துக்கொள்ள ஒருவருமில்லை. அவளை எழுப்ப மனமின்றி அங்கயே உட்கார்ந்து அவளை வரையத் தொடங்கினாள். கண்களில் சக்தியின் தோற்றம் பிம்பங்கள் என்பதிலிருந்து உருமாறி அழிக்க முடியாத ஓவியமாகிப்

போக வேகவேகமாய் ஆனந்தியின் கைகள் அவளைத் தீட்டி முடித்தது. முதுகு வலிக்க அந்த ஓவியத்தைத் தீட்டி முடித்தபோது நிறைவாய் இருந்தது. அவளை எழுப்பிக் காட்டலாமெனத் தோன்றிய ஆர்வத்தை அடக்கிக்கொண்டவள் ஸ்க்ராப் புக்கை அவளுக்கு அருகிலேயே வைத்துவிட்டு எழுந்து உறங்கச் சென்றாள்.

மொபைலில் சில மிஸ்டுகால்களும் குறுஞ்செய்திகளும் வந்திருந்தன. பாபு, "நேரமிருந்தால் நாளை சந்திக்கலாமென" ஒரு குறுஞ்செய்தி அனுப்பி இருந்தான். அவனைக் குறித்தான பிம்பம் ஒரே நாளில் மாறிப்போனதில் ஆச்சர்யப்பட்டாள். அவனோடு கொஞ்சம் பேச வேண்டும். *"sure... tell me the time and place."* எனப் பதில் அனுப்பிவிட்டுப் படுத்துக்கொண்டாள். கண்ணாடி வழியே உடைந்து தெருவில் விழுந்த ஆனந்தியின் பிம்பம் கொஞ்சமும் சிதையாமல் ஓவியமாய் ஸ்க்ராப் புக்கில் இடம் மாறியிருக்க, நிம்மதியாக உறங்கிப்போனாள்.

நாதம்

சாலிகிராமத்தின் காவேரி தெருவிற்குள் உள்ளொடுங்கி இருந்த பழைய கட்டடமொன்றில் இருந்தது பாபு சொல்லி இருந்த டப்பிங் தியேட்டர். அவனே கார் அனுப்பியிருந்தான். சில நாட்கள் ஓய்வில் இருந்ததால் உடல் சற்று சதை கூடி இருந்தது. சாதாரணமாக உட்காரும்போதே ஜீன்ஸ் வயிற்றை இறுக்கியது. நேற்று நடந்ததில் பாதிக்கும் மேல் நினைவில்லை. காலையில் அலைபேசியைப் பார்த்தபோது மதன், 'ஆனந்தி ஐயாம் சாரி' என்று குறுஞ்செய்தி அனுப்பி இருந்தான். அதை டெலீட் செய்துவிட்டு, அவன் எண்ணை ப்ளாக் செய்தாள். வண்டியிலிருந்து இறங்கியபோது பாபுவின் உதவியாளன் வாசலில் இவளைக் கூட்டிப்போவதற்காகக் காத்திருந்தான்.

"அவர் எங்க?"

"டப்பிங்ல இருக்காரு மேடம்... வாங்க." காரைவிட்டு இறங்கி நடந்ததில் சுலபமாக மூச்சுவிட முடிந்தது. டப்பிங் தியேட்டரின் மரக்கதவைத் திறந்து உள்ளே சென்றபோது எஞ்சினீயரும், உடன் ஒரு டைரக்டரும் இருந்தார்கள். இவளைப் பார்த்த ஆச்சரியத்தில் டைரக்டர் எழுந்து வந்து கைகொடுத்தார். கண்ணாடி அறைக்குள் மைக்கின் முன்னால் நின்றிருந்த பாபு திரையில் ஒரு பெண்ணிடம் காதல் வார்த்தைகளை அமுத மழையெனக் கொட்டிக்கொண்டிருந்தான். எஞ்சினீயர், "டேக்

ஓகே” என்றதும் திரும்பிப் பார்த்தான்.

ஆனந்தி புன்னகையுடன் அவனுக்குக் கை அசைத்தாள். பதிலுக்குக் கை அசைத்தவன், ஹியர் போனைக் கழற்றி மைக் இருக்கும் டேபிளில் வைத்துவிட்டு வெளியில் வந்தான்.

“என்னாச்சு ஆனந்தி? சமீபமா நிறைய பிரச்சனைகள். ஷூட்டிங் வேற போறதில்லையாமே? அந்த டைரக்டர் அக்கறையோடு கேட்டான்.

“எல்லாருக்கும் அரச்சு மெல்றதுக்கு ஏதாச்சும் ஒரு விசயம் வேணும். இருக்கவே இருக்கேன் நான். போராடிப் பாத்தேன். முடியல. பேசிட்டுப் போங்கடான்னு விட்டுட்டேன்.”

“ஓ… எனிவே டைரக்‌ஷன் பண்ணப் போறீங்க. இப்பவே வாழ்த்துகள்.”

அவர்களின் உரையாடலில் கலந்துகொள்ளும் ஆர்வத்துடன் வந்துவிட்டிருந்த பாபு அவளுக்குக் கைகொடுத்தான். இந்தமுறை அவனிடம் சிநேகம் தெரிந்தது. தனக்காக அவன் பாதியிலேயே வருகிறானோ என்கிற தயக்கத்தில், “உங்களுக்கு வேலை இருந்தா முடிச்சிட்டே வாங்க… நான் வெய்ட் பன்றேன்…” எனச் சொல்லிவிட்டு, சோஃபாவில் உட்கார்ந்தாள். “அப்டியெல்லாம் ஒண்ணுமில்ல. ரொம்ப நேரமா பேசினதுல நோஸ் லாக் ஆகிடுச்சு… இதுக்கு மேல நான் பேசினா வாய்ஸ் வித்தியாசம் இருக்கும். அதனால இனி ஹீரோயின் போர்ஷன டப் பண்ணுவாங்க…” என்றான்.

அவளுக்கு அருகிலிருந்த சோஃபாவில் உட்கார்ந்தான். இவர்களின் உரையாடலுக்கும் தனக்கும் எந்தச் சம்பந்தமும் இல்லை என்பதைப் போல் சிஸ்டத்தையே நோண்டிக்கொண்டிருந்த எஞ்சினீயர் கடைசியாய் இவன் பேசிய டேக்கில் சத்தத்தை ஒருமுறைக்கு இரு முறை சரிபார்த்துக் கொண்டிருந்தார்.

“நேத்து கடைசியா என்னாச்சு பாபு. எனக்கு எதுவும் நினைவுல இல்ல. காலைல பாத்தா அசிங்க அசிங்கமா திட்டி யார் யாரோ எஸ்.எம்.எஸ் பண்ணி இருக்காங்க.” அவள் கண்களில் நடந்ததைத் தெரிந்துகொள்ளும் அக்கறை. “அதெல்லாம் விடுங்க ஆனந்தி. தப்பு அவங்க மேலதான்.” அவன் அந்த விசயத்தைப் பேசத் தவிர்த்தான். “அட சும்மா சொல்லுங்க. அவன் என்னய ரெஸ்ட்

ரூம் கூப்புட்டான். நான் உதைச்சேன். அதுக்கு மத்தவங்க ஏன் என்னயத் திட்டணும்?" அப்பாவியாகக் கேட்டாள்.

"நிஜமாவே அப்பறம் நடந்ததெல்லாம் உங்களுக்கு நினைவில்லையா?"

அவள் இல்லையெனத் தலையாட்டினாள்.

"அந்த ஹாலையே சின்னாபின்னமாக்கிட்டீங்க. ஃபங்ஷன் செலவு இல்லாம டேமேஜஸ்க்கு மட்டும் மதன் ஒரு லட்சம் பே பண்ணினான்."

ஆனந்திக்கு சந்தோஷமாய் இருந்தது. "விடுங்க பாபு. அவங்கிட்ட இல்லாத பணமா?" சிரித்தாள்.

"அப்றம்?"

"அப்றம்... உங்களுக்கு ஏதும் ஞாபகம் இல்லையா ஆனந்தி?" என்று அவள் கண்களை ரசித்துப் பார்த்துக் கேட்டான்.

தன்னையும் மீறி வெட்கம் தன்னுள் படர்வதை ஆனந்தியால் உணர முடிந்தது. மறுநொடி அச்சத்தின் மின்னல் வெட்டியது.

"அய்யோ... உங்கக்கிட்ட ஏதும் தப்பா நடந்துகிட்டேனா?"

"இல்ல... ரொம்ப சரியா நடந்துகிட்டீங்க..."

"புரியல... பாபு"

"விடுங்க ஆனந்தி.... ஆல் இஸ் வெல்."

அவர்கள் இருவரையும் சவுண்ட் எஞ்சினீயர் ஒருமுறை பார்த்து சிரித்தார். பின்பு எழுந்து அவர் மட்டும் வெளியில் செல்ல, டைரக்டரும் "பேசிட்டு இருங்க, வந்துடறேன்" எனப் பின்னாலேயே சென்றார். இருவரும் ஒரே நேரத்தில் அவரைப் பார்த்து தலையாட்டிக்கொண்டார்கள். ஏ.சி யின் குளிர் மௌன வளையமாய்ச் சூழ்ந்திருந்தது.

"சரி ஆனந்தி விசயத்துக்கு வர்றேன். புரட்யூசர் யாராச்சும் ட்ரை பண்ணினீங்களா?"

"இல்லங்க. ஸ்டோரி ஐடியா இருக்கு. அத ஸ்க்ரிப்ட்டா ரெடி பண்ணணும். அதுக்கப்பறம் புரட்யூசர் பாக்கலாம்னு நெனச்சேன்."

"ஓ... ஸ்க்ரிப்ட்டெல்லாம் எழுதிடலாம் விடுங்க. எனக்கு என்ன தோணுதுன்னா நீங்களே சொந்தத் தயாரிப்புல படத்த எடுத்துடலாமே?"

“அய்யய்யோ எங்கிட்ட அவ்ளோ காசு இல்ல பாபு. பணம் எப்பிடி வேகமா வந்துச்சோ அப்பிடி வேகமா போயிடுச்சு.”

“நீங்க தயாரிப்பாளர்னா பணம் குடுக்க ஆள் நிறைய வருவாங்க. கவலையே படாதீங்க. யாராச்சும் ஒரு புரட்யூசருக்குப் படம் எடுக்கணும்னு நெனச்சா உங்களுக்குப் புடிச்ச மாதிரி ஒரு படத்த எடுக்க முடியாது. நீங்க எந்த மாதிரி படத்துல நடிச்சீங்களோ அதேமாதிரி படத்த எடுக்கச் சொல்லுவாங்க. அதுக்காகத்தான் சொல்றேன்.”

அவன் சொல்வது சரியெனத் தோன்றியது. எல்லாத் தயாரிப்பா ளருக்கும் இந்த எண்ணம்தான் இருக்கும். அவளால் அந்த மாதிரி ஒரு படத்தில் நடித்துவிடமுடியும், எடுக்க முடியாது.

“நீங்க சொல்றது கன்சிடர் பண்றது மாதிரிதான் இருக்கு பாபு. யோசிப்போம். யாராவது ஃபண்ட் பன்ற மாதிரி இருந்தா சொல்லுங்க. பேசிப் பாப்போம்.”

“நிறைய பேர் கேட்டுட்டு இருக்காங்க, நான் உங்ககிட்ட பேசிட்டு சொல்றேன்னு சொல்லி ஹோல்ட் பண்ணி வெச்சிருக்கேன். நல்ல ஆளாப் பாத்து சீக்கிரமா பேசிடலாம். நீங்க ஸ்க்ரிப்ட்ட முடிங்க.”

சரியென சந்தோஷமாக சிரித்தாள். தொடர்ந்து என்ன பேசுவதெனத் தெரியாமல் இருவருமே சில நொடிகள் மௌனமாய் இருக்க,

“ஷூட்டிங் இல்லாத டைம்ல என்ன பண்ணுவீங்க?” ஆனந்தியே தான் மௌனம் உடைத்தாள்.

“டிராவல் பண்ணுவேங்க... ரெண்டு நாள் கெடச்சாக்கூட போதும். எனக்குப் பணத்த சேத்து வெச்சுக்கறதுல விருப்பமில்ல. வர்ற காச எல்லாம் செலவு செஞ்சிடுவேன். ஒரே இடத்துல இருக்கப் பிடிக்காது.”

“ஓ...”

“சரி நீங்க ஷூட்டிங் இல்லைன்னா என்ன செய்வீங்க?”

“ஷூட்டிங் இல்லைன்னா வீடு. ஃப்ரண்ட்ஸ் யாராவது கூட்டிட்டுப் போனா பக்கத்துல இருக்க பாருக்குப் போவேன். கொஞ்ச நாளா அதுவும் இல்ல.”

“வீட்லயே இருக்க போர் அடிக்காதா?”

“ம்ஹூம்... வீடியோ கேம்ஸ் இருக்கே. நேரம் காலம் தெரியாம விளையாடுவேன். பொம்மைங்க ஒண்ணோட ஒண்ணு அடிச்சிக்கிட்டு விழறதப் பாக்கப் பிடிக்கும். கனவுலகூட யார் கூடயாவது சண்ட போடறதுன்னா நானே அனிமேஷன் பொம்மையா மாறித்தான் சண்ட போடுவேன்.”

“ஓ... அவ்ளோ வயலன்ட்டான ஆளா நீங்க?”

“எல்லாருக்குள்ளயும் வயலன்ஸ் இருக்கத்தான செய்யிது. ஏன் உங்களுக்கு வயலன்ஸ் பிடிக்காதா என்ன?”

பாபுவின் கண்கள் பதற்றத்தில் அலைந்தன. பதில் சொல்ல முடியாமல் உதடுகளும் கன்னமும் துடித்தன.

“இல்ல பிடிக்காது.”

“ஒன்லி செக்சுவல் வயலன்ஸ்தானா? ம்ம்... தப்பா நெனச்சுக்காதீங்க. விளையாட்டுக்குச் சொன்னேன்.”

“இட்ஸ் ஓகே... நான் பதிமூணு வருசம் *BSF*ல வேல செஞ்சேன். *BSF* ஆட்களோட சேந்து நிறையவே அங்க வயலன்ட்டா இருந்தாச்சு, இப்ப அதையெல்லாம் நெனச்சாலே உடம்பு நடுங்குது.”

“ஓ... அதனாலதான் வேல வேணாம்னு விட்டுட்டு வந்துட்டீங்களா?”

“நான் வேணாம்னு சொல்லிட்டு வரல... என்னய துரத்திவிட்டுட்டாங்க.”

அவளை எதிர்கொண்டு பார்க்க முடியாமல் கீழே பார்த்துக் கொண்டிருந்தான். அந்தச் சூழலும் குளிரும் தான் எதிர்கொள்ள விரும்பாத ஏதேதோ நிகழ்வுகளை அவனுக்கு நினைவுபடுத்தியபடி இருக்க, உடல் நடுக்கத்துடன் எழுந்துகொண்டான். அவனைச் சங்கடப்படுத்திவிட்டோமோ என ஆனந்தி வருத்தப்பட்டாள்.

“ஸாரி. எனக்கு இதெல்லாம் தெரியாது.”

“இல்ல... பரவா இல்ல... பரவா இல்ல...” அவன் அதை மட்டுமே மீண்டும் மீண்டும் சொல்லிக்கொண்டிருந்தான்.

அப்போது கதவைத் திறந்துகொண்டு நாற்பது வயது மதிக்கத்தக்க ஒரு பெண் உள்ளே வந்தாள். இவர்கள் இருவரையும் பார்த்து

முதலில் ஆச்சரியப்பட்டாலும் பின் இயல்பாகி சிரித்தாள். ஆனந்தி மட்டும் பதிலுக்குச் சிரித்தாள்.

“இஞ்சினியர் ஸார் இல்லைங்களா?”

பாபு அவளை அடையாளம் கண்டுகொண்டான்.

“ஹாய் அனிதா… வாங்க உட்காருங்க. இஞ்சினியரும் டைரக்டரும் வெளில இருக்காங்க. நான் வரச் சொல்றேன்.”

திரும்பி ஆனந்தியைப் பார்த்தான்.

“இவங்க யார்னு தெரியுதா?”

ஆனந்தி வெறுமனே இல்லையென்று மட்டும் தலையாட்டினாள்.

“இவங்கதான் பீ கிரேட் மூவிஸுக்கு லீடிங் டப்பிங் ஆர்ட்டிஸ்ட். உங்களுக்கும் மலையாளத்துல டப்பிங் இவங்கதான்.”

ஆனந்தி எழுந்துகொண்டு அவளுக்குக் கைகொடுத்தாள். இருவரும் ஒருவரை ஒருவர் அணைத்துக்கொண்டனர். டைரக்டரும் இஞ்சினீயரும் உள்ளே வர அனிதா மட்டும் கண்ணாடி அறைக்குள் சென்றாள். டைரக்டரும் இஞ்சினீயரும் சிஸ்டத்தின் முன்னால் உட்கார்ந்து கதாநாயகிக்கான காட்சியைத் தேடினார்கள். உள்ளே திரையில் காட்சி மாறி கதாநாயகி டீக்கடைக்கு வரும் வாடிக்கையாளர்களை வரவேற்கும் காட்சி ஓடியது. ஒருமுறை அதை ரீவைண்ட் செய்து முதலில் இருந்து போட்டார்கள். ஆனந்தி காட்சியையும் டப்பிங் பேச வசனத் தாளுடன் நிற்கும் அனிதாவையும் பார்த்தாள். கதாநாயகி குண்டானவள். அவள் குரலுக்கு இவள் குரல் எப்படிப் பொருந்தும்? அதுசரி இந்தப் படங்களில் நடிக்கும் நடிகைக்கு குரலா முக்கியம்? பாபு அந்த அறையைவிட்டு வெளியேறத் தயாராய் இருந்தான்.

“ஒரு டென் மினிட்ஸ் மட்டும் இருப்பமா? நான் இதுக்கு முன்னால இவங்க டப்பிங் பேசிப் பாத்ததில்ல. எப்பிடி பேசறாங்கன்னு பாக்கறேன்.”

பாபு சிரித்தான்.

“சரி பாத்துட்டு வாங்க. நான் வெளில இருக்கேன்…”

அவன் வெளியேறிப் போக, இஞ்சினீயர் தொண்டையைச் செருமிவிட்டு மைக்கில், “அனிதா பைலட் பாத்தது போதும்மா,

டேக் போலாமா?” அவள் ஹியர் போனை எடுத்து மாட்டிக் கொண்டாள்.

“ஓகே ஸார்... ரெடி..”

காட்சி ஓட அதைத் தொடர்ந்து மிகவும் மெல்லிய குரலில் அனிதா பேசத் தொடங்கினாள். உடலை மொத்தமாக நிர்வாணமாக்கும் போலியான குரல். கீச்சுக் குரலில் பேசினால்தான் கதாநாயகி வசீகரமானவள் என்ற எண்ணத்தை விதைத்தது யார்?

அனிதா இயல்பாகப் பேசும்போதுகூட சகித்துக்கொள்ளலாம் போல். இதை சுத்தமாக சகித்துக்கொள்ள முடியவில்லை. உடலை மீறி கிளர்த்தும் அந்தக் குரலின்மீது உண்மையில் அவளுக்குப் பொறாமையும் இருந்தது. உள்ளே போய் காதும் காதுமாய் அவளை அறையவேண்டுமென்கிற அளவிற்கு வெறுப்பு. தன் குரலால் படம் பார்க்க வருகிற ஆடியன்ஸுக்கு ப்ளோ ஜாப் செய்துவிட முயற்சிக்கிறாளோ? பீ கிரேட் படங்களை யாராவது தடைசெய்ய வேண்டுமென கோரிக்கை வைத்தால் அதற்கு முக்கியமான காரணம் இவளாகத்தான் இருக்கக்கூடும். “*bloody slut....*”

காமத்தை ரசித்துத் துய்க்கும் எந்தப் பெண்ணும் இப்படி ஈன ஸ்வரத்தில் முனக மாட்டாள். அடிவயிற்றிலிருந்து கிளர்ந்தெழும் காமத்தின் குரலை இவர்கள் யாருமே கேட்டதில்லையா?

முரளிதான் அப்போது நினைவுக்கு வந்தான். முரளி மலையாளி.

ஓணம் பண்டிகை விழாவிற்கு ஏற்பாடு செய்திருந்த கைகொடிக்களி நடனத்தில் பங்கு வகித்த ஒரு பெண் கடைசி நேரத்தில் வராமல் போகவே, பக்கத்து ஃப்ளோரில் ஷூட்டிங்கில் இருந்த ஆனந்தியை முரளி அணுகினான்.

“ஷூட்டிங் முடிஞ்சதும் வெச்சுக்கலாமா?” என்றாள் ஆனந்தி.

“ஷெரி..ஷெரி...” என்று வேகமாகத் தலையாட்டிவிட்டுச் சென்றான் முரளி. இடையில் ஒருமுறை மீண்டும் வந்து நடனத்திற்கான உடையையும் நகைகளையும் தந்துவிட்டுச் சென்றான். முரளியின் அடக்கமான சிரிப்பும், நாசியின் தொனி கூடிய குரலும் ஆனந்தியைச் சட்டென ஈர்த்தன.

ஷூட்டிங் முடிந்ததும், முரளி கொடுத்த உடைகளை அணிந்து கொண்டு, தலைசீவி கொண்டை போட்டாள். அதைச்

சுற்றி மல்லிகைச் சரத்தை வைத்துக் கண்ணாடியில் நிமிர்ந்து பார்த்தவளுக்குச் சின்ன வயது ஆனந்தி கண்முன் நிழலாடினாள்.

"ஆனந்தி, ரெடியா?" என்று முரளி எட்டிப் பார்த்துச் சிரித்தான்.

ஆனந்தி தயங்கினாள்.

"முரளி, ஏதோ நீங்க ஹெல்ப் கேட்டதும் ஒத்துக்கிட்டேன். பட்... இந்த ட்ரெடிஷனல் டான்ஸ் எல்லாம் எனக்கு செட் ஆகுமான்னு தெரியல..."

"என்ன ஆனந்தி... நீங்க எத்தன பெரிய ஸ்டார்! சிம்புளான ஸ்டெப்ஸ்தான்... ஆனந்தி நல்லா ச்செய்யும்..."

ஃப்ளோரில் லைட்டிங் எல்லாம் போடப்பட்டு, மற்ற பெண்களும் தமது அலங்காரத்தில் தயாராக இருந்தனர். ஆனந்தியை வேஷ்டி முண்டுவில் பார்த்ததும் முதலில் அவர்களுக்கு அடையாளம் தெரியவில்லை. சிறிது நேரம் கழித்து அவர்களில் ஒருத்தி ஆனந்தியை அடையாளம் கண்டுகொண்டாள்.

வழக்கமாகத் தன்மீது வீசப்படும் ஏளனப் பார்வைகளை எதிர் கொள்ள நேரிடுமோ என்று யோசித்த ஆனந்திக்குப் பெரிய ஆச்சரியம் காத்திருந்தது.

அந்த எட்டுப் பெண்களும் அவளுடன் அவ்வளவு இயல்பாகப் பழகினார்கள். அனைவருமே நடனக் கலைஞர்கள். ஆனந்தியும் கலைஞர் என்பதால் அவர்களுக்குள் ஒரு தொழிற்முறை இணக்கம் சட்டென உருவானது. அவர்கள் ஆனந்திக்கு கைகொட்டுக்களியின் அடிப்படைகளைச் சொல்லிக்கொடுத்தனர்

ஓரிருமுறை ஸ்டெப்ஸ் ரிகர்சல் பார்த்துக்கொண்டபின், ஆனந்தி ரெடி என்று முரளியைப் பார்த்துச் சிரித்தாள்.

அவ்வளவு நேரமும் அவன் அவளைத்தான் பார்த்துக் கொண்டிருந்தான் என்பது அப்போதுதான் அவளுக்குத் தெரிந்தது.

பின்னணியில் பாடல் ஒலிக்கத் தொடங்கியது...

'பார்வனேந்து முகி... பார்வதி...

கிரீஷ்வரெண்டே.... சிந்தையில் முழுகி வளன்னு...'

"ஹே...இது பரிணயம் படத்துல வர்ற பாட்டுத்தானே... ஐ நோ...

திஸ்... நெறையமுறை பாத்திருக்கேன்" என்றாள் ஆனந்தி.

முரளி ஆமென்று தலையசைத்தான். ஆனந்திக்கு அவனுடைய பக்குவமான அணுகுமுறை பிடித்திருந்தது. எதையும் அவசரப் படுத்தாமல், நின்று நிதானமாகச் செய்யும் மனமுதிர்ச்சி கொண்டவனாகத் தெரிந்தான்.

"ஷாட் ரெடி. ஆக்‌ஷன்," என்றதும் ஃபோகஸ் லைட்டின் வெளிச்சம் மேடையில் விழ, ஆனந்தியும் மற்ற பெண்களும் நடனத்தைத் தொடங்கினர்.

ஓரிரு நிமிடங்களில் கட் என்றான் முரளி.

பாடல் நின்றது.

முரளி, நடனக் கலைஞர்களில் ஒருத்தியை அழைத்து ஆனந்தியைக் காண்பித்து ஏதோ சொன்னான். அந்தப் பெண் புரிந்ததுபோல் தலையசைத்துவிட்டு ஆனந்தியிடம் வந்து சொல்லிக்கொடுத்தாள்.

அரைமடியில் இருப்பதுபோல் கால்களைச் சற்று விரித்துவைத்து குனிந்து ஆட வேண்டும் என்றாள்.

ஆனந்தி அவள் சொன்னதைக் கூர்மையாகக் கேட்டுக்கொண்டு அப்படியே செய்தாள். அவளுடலின் வளைவுகள் மற்ற பெண்களைவிடக் கச்சிதமாக இருந்தது. முரளி கேமராவிலிருந்து கண்களை அகற்றிவிட்டு நேராக அவள் ஆடுவதைப் பார்த்தான்.

அடுத்த அரை மணி நேரத்தில் கைகொட்டுக்களி நடனம் முடிந்தது.

"முரளி...உங்க அசிஸ்டெண்ட் யாரையாச்சும் அனுப்புங்க... காஸ்ட்யூம்ஸ் கொடுத்துவிடுறேன்" என்று பக்கத்து அரங்கில் இருந்த தன் அறைக்குச் சென்றாள்.

சற்று நேரத்தில் எல்லாம், அறைக்கதவு தட்டும் சத்தம் கேட்டு ஆனந்தியே வந்து திறந்தாள்.

"முரளி. கம் இன்..." என்று படபடக்கும் குரலில் வரவேற்றாள்.

முரளி உள்ளே வந்து கதவைத் தாழிட்டான்.

"ஆனந்தி ட்ரெஸ் சேஞ்ச் பண்ணலையா?"

"இல்ல... நீங்க வருவீங்கன்னு தோணுச்சு. அதான்."

ஆனந்தியின் இடையை உரிமையுடன் பற்றினான். அழைப்பு அவளுடையது என்று அவனுக்குத் தெரிந்திருந்தது.

ஆனந்திக்கு காதல் என்ற சொல்லின்மீது பெரிய நம்பிக்கை இருந்ததில்லை. ஆனால் இப்போது ஒரே ஒருமுறை இவனைக் காதலித்தால்தான் என்ன என்று தோன்றியது.

அன்றையப் பொழுது ஆனந்தியின் உடலில் புதிய பரிமாணத்தை அவளுக்கு உணர்த்தினான் முரளி.

அந்தப் பரிமாணம் காமத்தை நாதமாக அவளுக்குள் தோற்றுவித்தது.

முதலில் பாடல்போல் ஒலித்த அவள் குரல், மெல்ல மெல்ல ஒரு பெண் மிருகத்தின் உறுமலாக மாறியது. பின் வீணையின் ஸ்வரமாக ஒலித்தது.

முரளி அந்த வீணையை லாகவமாக மீட்டினான்.

பிரமிப்பும் தவிப்புமாக அரங்கேறிய அந்தக் கூடலின் முடிவில் முரளி அவளை அழைத்தான்...

“ஹலோ... மிசஸ் முரளி...ஆர் யூ ஓகே?”

“யெஸ்... ஐயாம்... மிஸ்டர் முரளி.”

ஆதியில் காமம் இருந்தது. அது பெண்மையின் நாதமாக இருந்தது.

★

“சூப்பர்... சூப்பர் அனிதா... கரெக்டா சிங்கிள் டேக்ல அடிச்சிட்ட... சூப்பர். அடுத்த ஷாட் பைலட் பாரும்மா...”

ஆனந்தி நிகழ்காலத்திற்குத் திரும்பினாள். அந்த டைரக்டரைத் திரும்பிப் பார்த்து முனகினாள். தன் உடலை மீறி காமத்தைக் கொட்டும் அனிதாவின் குரலை அவளால் ரசிக்க முடியவில்லை. என்ன மொழியென்றாலும் தானேதான் இனி டப்பிங் பேசவேண்டும். யாரையும் டப்பிங் பேசவிடக்கூடாதென ஆனந்தி முடிவு செய்தாள்.

சித்திரங்கள்

'மன்னிப்பை மறுத்து வெறுப்பெனும் சங்கிலியால் மனிதர்களைக் கட்டிவைக்கும்போது நம் மனங்கள் சிறைகளாகிவிடுகின்றன.'

– ஜப்பானிய பொன்மொழி

எல்லாச் சிறைகளும் மனிதர்களின் நினைவுகளைத் தமக்குள் உள்ளடக்கி வைத்திருக்கின்றன. மனிதர்களின் மனம்கூட ஒரு சிறைதான். தானிருந்த அறைக்குள் தனக்குப் பின்னால் வருபவர்களுக்காகத் தன் நினைவுகளைச் சேமித்து வைத்துக் கொண்டிருந்தாள் ஆனந்தி. தினமும் புதிதாய் சிலர் உள்ளே வருவதும் உள்ளே இருக்கும் சிலர் வெளியேறிப் போவதையும் பார்த்தபோது, அந்தச் சிறை மாபெரும் விடுதியாகத்தான் தெரிந்தது. யாருடனும் பேசாமல் ஒதுங்கி இருக்க அவளுக்கு விருப்பமில்லை. அத்தனை பேருக்கு மத்தியிலும் தனியாக இருக்க நினைப்பது முட்டாள்தனம். அந்தப் பெண்கள் எல்லோருக்கும் பசுமையான ஒரு கடந்த காலம் இருக்கலாம், குறைந்தபட்சம் அதைக் கேட்டுக் கொண்டிருந்தால் போதுமென நினைத்தாள்.

மூன்றாவது நாள் மதிய உணவை முடித்துக்கொண்டபின் வழக்கமாக கிளினிக் சென்று செய்தித்தாள் வாசிப்பதற்குப் பதிலாக விசாரணைக் கைதிகள் இருக்கும் பகுதிக்குச் சென்றாள். ஆங்காங்கே சிலர் தாயம் விளையாடிக்கொண்டிருந்தனர்.

பெரும்பாலானவர்கள் பொதுவாக வைக்கப்பட்டிருந்த டிவியின் முன்னால் உட்கார்ந்திருந்தார்கள். நான்கைந்து அடி உயர மேசையின் மீது வைக்கப்பட்டிருந்த அந்தச் சின்ன டிவியின் முன்னால் நூற்றுக்கும் அதிகமான பெண்கள் அமர்ந்திருப்பதைப் பார்க்கையில் அப்படி என்ன பார்க்கிறார்களென்பதைத் தெரிந்து கொள்ள வேண்டுமென்கிற ஆர்வம் எழுந்தது அவளுக்கு. அந்த ஹாலின் படிகளில் ஏறியபோது அங்கு காவலுக்கு நின்ற பெண் போலீஸ் சினேகமாகச் சிரித்தார்.

“என்ன மேடம் இந்தப் பக்கம்?”

“சும்மாதாங்க... என் செல்லுக்குள்ளயே இருக்க ஒரு மாதிரி இருக்கு. அதான் இந்தப் பக்கமா வந்தேன்...”

“ஓ... இங்க இருக்க பொம்பளைங்கள எல்லாம் தள்ளியே வைங்க... கொஞ்சம் அசந்தாலும் கழுத்த அறுத்துடுவாங்க...”

போலீஸ்காரி விளையாட்டாகச் சொன்னதாகத் தெரியவில்லை. இதழோரத்தில் சிரிப்பிருந்தாலும் அந்த வார்த்தைகளை உச்சரித்ததில் தெரிந்த அழுத்தம் எச்சரிப்பதாகவே இருந்தது. அவளைக் கடந்து ஹாலுக்குள் போனபோது பின்னால் உட்கார்ந்திருந்த பெண்களில் சிலர் திரும்பிப் பார்த்தார்கள். அவர்களிடம் எந்தத் தயக்கங்களும் இல்லை. சிலர் லேசாகச் சிரித்தார்கள். இன்னும் சில அடிகள் முன்னால் நடந்த ஆனந்திக்கு அந்தப் பெண்களோடு அவ்விடத்தில் உட்கார்ந்துகொள்ள முடியுமெனத் தோன்றவில்லை. வெறுமனே நின்றபடி டிவியைப் பார்த்தாள். காட்சிகள் தெரிந்த அளவிற்குச் சத்தம் கேட்கவில்லை. கூட்டத்திலிருந்த சிலர் அவள் பெயரை உச்சரிப்பதையும், திரும்பி அவளைப் பார்ப்பதையும் கவனித்தாள். முதல் தினம் இவளை கிளினிக்கிற்குக் கூட்டிச்சென்ற பெண் சந்தோஷமாகப் பார்த்துக் கையசைத்தாள். அடையாளம் தெரிந்து ஆனந்தியும் பதிலுக்குக் கை அசைத்தாள். அவள் கூட்டத்தை விலக்கி எழுந்து வந்தாள்.

“என்ன மேடம் எங்களை எல்லாம் பாக்க வந்தீங்களா?”

“ஆமா... சும்மா என்ன செய்றீங்கன்னு பாக்க வந்தேன்... உன் பேர் என்னம்மா சொன்ன?”

“வீட்ல வெச்ச பேரு வைதேகிங்க... மத்தபடி தொழிலுக்குப் போறப்போ அன்னைக்கு என்ன தோணுதோ அதான் பேரு...”

இரண்டு பேரும் பேசியபடியே அந்த ஹாலைவிட்டு வெளியே வந்தனர். வைதேகி தன் மடியில் சுருட்டி வைத்திருந்த நிலக்கடலையிலிருந்து கொஞ்சத்தை அவளின் கையில் கொடுத்தாள். வியர்வை ஈரத்தோடு வதங்கிப்போயிருந்த அந்தக் கடலையை உடைத்தபோது ஈரத்தில் நெகிழ்ந்து கொடுத்தது. ஒவ்வொன்றாய் உடைத்து வாயில் போட்டுக்கொண்டாள். வைதேகிக்கு அவளிடம் கேட்க நிறைய இருந்தன. ஆனந்தி நடையிலும் பார்வையிலுமே கூட வசீகரிக்கக் கூடியவளாய் இருந்தாள்.

“ஏங்க… எவ்ளோ பெரிய நடிக நீங்க… பிரச்சினைன்னு வந்தப்ப காசக் கொடுத்து சமாளிச்சிருக்கலாம்ல…?”

“ம்… சம்பாதிக்கத் தெரிஞ்ச அளவுக்கு சேத்து வைக்கத் தெரியல வைதேகி. கூட இருந்தவங்க எல்லாரையும் நம்பினேன். வெறுங்கைதான் மிச்சம்.”

வைதேகிக்கு அவளைப் பார்க்கப் பாவமாய் இருந்தது. இத்தனை புகழுக்குப் பின்னாலும் மனதிற்கு நெருக்கமான அசலான மனிதர்களைச் சம்பாதிக்காமல் போவது துயரம். தனக்கு ஒரு பிரச்சினையென்றால் உடனடியாக வந்து பார்த்துக்கொள்ள எப்போதும் சிலர் இருக்கிறார்கள். தான் செய்கிற தொழில் தன்னைச் சார்ந்த பெரும்பாலானவர்களுக்கும் தெரியும். ஆனால் ஒருபோதும் அவள் வெளியில் போய்வர சங்கடம் கொண்டதில்லை.

“காசில்லாதவங்களுக்கு ஒரு பிரச்சினைன்னா காசு இருக்கறவங்களுக்கு ஆயிரம் பிரச்சன… ஜாமீன் போட்டுட்டீங்களா?”

“வேல நடந்துட்டு இருக்கு வைதேகி.”

இருவரும் பேசியபடியே அந்த பிளாக்கிற்குப் பின்னாலிருந்த துணி துவைக்கும் மேடை நோக்கிச் சென்றார்கள். துணி துவைக்கும் இடத்தில் தண்ணீரை எடுத்து வர வாளிக்காக இரண்டு பெண்களுக்கு நடுவில் கடுமையான வாக்குவாதம் நடந்துகொண்டிருந்தது. இரண்டு பேரும் மிக மோசமான வசைகளைக் கொட்டிக்கொண்டிருந்ததை அங்கிருந்து வேறு சில பெண்கள் சுவாரஸ்யமாக நின்று ரசித்தனர். வார்த்தைகளால் இரண்டு பேரும் மாறி மாறித் தங்களை நிர்வாணப்படுத்திக் கொண்டிருந்தை ஆனந்தியும் சுவாரஸ்யமாகக் கேட்டாள். அந்த

வார்த்தைகளில் ஒரு லயமிருந்தது.

“என்ன மேடம் நாராசமா பேசறாங்களேன்னு பாக்கறீங்களா? ரெண்டு பேரும் அக்கா தங்கச்சிங்க...”

ஆனந்திக்கு ஆச்சர்யமாய் இருந்தது. அக்கா தங்கச்சிகள் இரண்டு பேரும் எதற்காக ஒரே நேரத்தில் ஜெயிலில் இருக்க வேண்டும். அதுவும் இத்தனை நாராசமாய் சண்டைபோட்டுக் கொள்ளுமளவிற்கு அவர்களுக்குள் என்ன பகை?

“அக்கா தங்கச்சி ரெண்டு பேரும் ஒரே ஆளக் கல்யாணம் பண்ணிக்கிட்டாங்க. சிதம்பரத்துக்குப் பக்கத்துலதான் ஊரு... நாலு வருசம்கூட தாங்கல.. இவங்க ரெண்டு பேரையும் வெச்சு மேய்க்க முடியாம புருஷங்காரன் அப்பப்போ வீட்ட விட்டு ஓட ஆரமிச்சிருக்காரு... அவர் வீட்டுக்கு வர்ரப்ப எல்லாம் சண்ட. இவளுங்க ரெண்டு பேரும் பொறுத்துப் பாத்தாளுங்க. ஆள் இனி நாம சொல்றதக் கேக்க மாட்டான்னு தெரிய ஒருநாள் ரெண்டு பேரும் சேந்தே கழுத்து நெரிச்சுக் கொண்ணுட்டாளுங்க...”

”கொண்ணுட்டாங்களா?”

“ஆமா மேடம். வீட்ல ரெண்டு பேரு இருக்கையில வெளில கூத்தியாவத் தேடிப் போறவன சும்மா விடக்கூடாதுன்னு இப்பவும் சொல்லிட்டு இருப்பாளுங்க...”

“பிடிக்கலைன்னு போறவன போடான்னு தொறத்தி விட்றுக்கலாமே? எதுக்குக் கொல்லணும்?”

ஆனந்தி அப்பாவியாகக் கேட்டாள்.

“என்ன மேடம் இப்பிடி கேக்கறீங்க? மனசு கொதிக்கிறப்போ புத்தி வேல செய்யுமா? இல்ல புத்தி சொல்றதத்தான் மனசு கேக்குமா? நமக்குப் புடிச்ச ஒருத்தர வெறுத்துட்டா கொல செய்றதுக்கு ஒரு நிமிசம் போதும்...”

இவள் சொல்வது சரிதான். பல சமயங்களில் புத்தி சொல்வதைக் கேட்பதால்தான் மனம் சொல்வதைத் தொடர்ந்து செல்ல முடியாமல் போய்விடுகிறது. பல சமயங்களில் நேரடியாக வெளிப்படுத்த வேண்டுமென நினைக்கிற கோபத்தை புத்தி யாரையும் காயப்படுத்திவிடக்கூடாதெனக் கட்டுப்படுத்தி விடுகிறது. இந்தப் பெண்கள் மனம் சொல்வதைத் தொடர்ந்து

செல்கிறவர்களாய் இருப்பதால்தான் கோபம் அது வெளிப்படும் கணத்திலேயே முடிந்துவிடுவதாக இருக்கிறது. ஆனந்தி யார் யாரின் மீதோ வெளிக்காட்ட முடியாமல் மிச்சம் வைத்த கோபங்களெல்லாம் வன்மமாய் இன்னும் அவளுக்குள்ளேயே சுற்றிக்கொண்டிருக்கிறது. அவள் வயதோடு சேர்ந்து இப்பொழுது வன்மமும் பெருகியிருக்கிறது. வைதேகியும் ஆனந்தியும் அங்கிருந்து நடந்தார்கள்.

“இங்க கன்விக்ட் வார்டன்ஸ்கிட்ட மொபைல் இருக்கும்னு சொன்னாங்க... யார்கிட்ட இருக்கும் எப்பிடி பேசறதும்மா?”

“தேர்ட் பிளாக்ல ஆதி அக்கா கிட்டதான் மேடம் செல்ஃபோன் இருக்கு. ஆனா நாம நெனச்ச உடனே பேசிட முடியாது. முதல்ல நான் போயி அவங்ககிட்ட சொல்லிட்டு வர்றேன். அவங்க எடுத்துத் தயார் பண்ணி வெச்சிட்டு கூப்புடுவாங்க. கக்கூஸ் பக்கமா போயித்தான் பேசமுடியும். வேற எங்கயும் சிக்னல் கெடைக்காது.”

“ஓ... சரி அப்போ நான் இங்க இருக்கேன் போயி கொஞ்சம் சொல்லிட்டு வர்றியா?”

வைதேகி அவளை அங்கிருந்த ஒரு மரத்தடியில் உட்கார வைத்துவிட்டு வேகமாக மூன்றாவது பிளாக்கை நோக்கிச் சென்றாள். அவள் திரும்பி வரும்போது அவளோடு நாற்பது வயது மதிக்கத்தக்க ஒரு பெண்ணும் வந்தாள். ஓர் எல்லைக்கு மேல் அவள் மட்டும் தனியாக நடக்க, வைதேகி அங்கிருந்து கையசைத்து ஆனந்தியைக் கூப்பிட்டாள்.

மூத்திர நாற்றமும் சரியாக அலசப்படாத மலநாற்றமுமாய் சகிக்கவியலாத கவுச்சியடித்த அந்தப் பெரிய கழிவறையின் ஒரு முனையில் நின்றுகொண்டிருந்த அந்தப் பெண் தனது இடையிலிருந்து ஓர் அலைபேசியின் வெவ்வேறு பாகங்களை வெளியில் எடுத்தாள். ஆனந்தி மூக்கைப் பொத்திக்கொண்டு அவள் நின்றுகொண்டிருந்த இடத்திற்குப் போனாள். வாசலில் வைதேகி காவலுக்கு நின்றுகொள்ள அந்தப் பெண், ஆனந்தியிடம் மொபைலைக் கொடுத்தாள். இடையில் செருகிக்கொண்டு வந்திருந்ததால் இன்னுமேகூட முழுக்க வியர்வை நாற்றம் அதில். தனது உடையில் மொபலை துடைத்துக்கொண்டு பாபுவின் எண்களை நினைவில் கொண்டுவந்து அழுத்தினாள். ரிங்

ஆனதுமே பாபு இணைப்பில் வந்தான். ஜாமீன் குறித்து அவனிடம் விலாவாரியாகப் பேசவேண்டும். ஆனால், இந்த நாற்றம் அதற்கு அனுமதிப்பதாய் இல்லை. சுருக்கமாகப் பேசிவிட்டு மொபைலை அந்தப் பெண்ணிடம் கொடுத்தாள். இரண்டு நிமிடங்களுக்குக் குறைவான நேரம்தான். ஆனாலும் ஐம்பது ரூபாய் அதற்குக் கட்டணமாய்க் கொடுக்க வேண்டியிருந்தது.

திரும்பி வரும்போது ரெண்டு நிமிடத்திற்கு இவ்வளவு செலவு செய்ய வேண்டுமாவென வைதேகியிடம் கேட்டாள். "தேவைன்னா செலவழிக்கணுமே மேடம்... இத உள்ள கொண்டு வர்றதுக்கு நெறைய கஷ்டப்பணும் சும்மா இல்ல." ஆனந்திக்குமே அந்த ரகசியம் தெரிந்துகொள்ள ஆசையாய் இருந்தது. எப்படி உள்ளே கொண்டுவருகிறார்கள்? "ஜெயிலுக்கு வர்றதுக்கு மொத நாள் எதுவும் சாப்பிட மாட்டாங்க. வயிறு சுத்தமா இருந்தாத்தான் ஆயி போற பிரச்சன இருக்காது. தண்ணியும் கூட குடிக்க மாட்டாங்க. இப்போ செல்ல தனித்தனியா கொண்டு வந்து சேத்தாங்க இல்லையா, அதே மாதிரி தனித்தனியா குண்டிக்குள்ள வெச்சுதான் எடுத்துட்டு வருவாங்க. வெளிய எடுத்து வெச்சதுல இருந்து உள்ள வந்து சேர்றவரைக்கும் உயிர் போயி உயிர் வரும்." சற்றுமுன் தன் காதில் வைத்துப் பேசியது யாரோ ஒருவரின் குதத்துக்குள் நீண்ட நேரமாய் உறங்கிக் கிடந்த வஸ்து என்பதை நினைக்கையில் அவளுக்கு குமட்டியது. அவளுக்கு வெளியில் தெரிந்திருந்த கதைகளை விடவும் இந்தச் சிறைச்சாலை ஏராளமான கதைகளைக் கொண்டிருந்தது.

இரவு கவிந்ததும் காலைவரையான நீண்ட மணித்துளிகளைக் கழிக்கத் தகுந்த ஒரு மூலையைத் தனது அறைக்குள்ளேயே தேர்ந்தெடுத்துக்கொண்டிருந்தாள். ஏதோவொன்று அடியாழத்தில் இரவுகளில் ஓயாது அலறிக்கொண்டிருக்கும். நீண்ட காலத்திற்குப் பின் பசியில் வயிறு இரைச்சலிட்டதை உணர்ந்தாள். இருட்டுவதற்கு முன்பாக வரும் உணவை நீண்ட நேரம் வைத்துச் சாப்பிட முடியாதென்பதால் ஏழு மணிக்கெல்லாம் சாப்பிடப் பழகினாள். மது அருந்துவதைத் தவிர்த்துவிட்டவள், அந்தத் தனியறைக்குள் தனக்கு விதிக்கப்பட்ட பசிக்குச் சிரமத்துடன் தன்னைப் பழக்கிக் கொண்டாள். மீண்டும் அதிகாலை ஆறு மணிவரை பசியைப் பொறுத்துக்கொள்வது ஒரு வாதைதான். அந்த அறையிலிருந்த காற்றாடியின் பேரிங் பழுதாகி இருந்ததால் அது சுற்றும் சத்தம்

தற்கொலைக்கு முயலும் இரும்பு மிருகமெனக் கொடூரமாய் ஓலமெழுப்பியது. இதற்கு முன் எல்லோரும் தீட்டி வைத்திருந்த கோட்டின் மேல் தனது பசியின் கோரமான முகத்தைக் கோடுகளாக ஆவேசமாய்க் கிறுக்கினாள். பசியடங்கி மயங்கும் வரை தொடர்ந்த கிறுக்கல் மெதுவாக அவளை இலகுவாக்கி உறங்க வைத்தது.

பகுதி –2

"GET RID OF MEANING. YOUR MIND IS A NIGHTMARE THAT HAS BEEN EATING YOU: NOW EAT YOUR MIND."

- Kathy Acker

யூ டர்ன்

எதிர்பார்த்திருந்த எல்லாமும் மிக விரைவாகவே ஆனந்திக்கு நடந்துகொண்டிருந்தது. பாபுதான் உடனிருந்து பார்த்துக் கொண்டான். மகிழ்ச்சியின் புதிய பக்கங்களை ரசிக்கத் தொடங்கி இருந்தவள் தன் வாழ்க்கையைக் கதையாக்க வேண்டுமானால் எங்கிருந்து தொடங்குவதென யோசித்துப் பார்த்தாள். பதினைந்து வயதிற்கு முன்பு எத்தனை சிரமங்களும் துயரங்களும் இருந்தனவோ அதற்குக் கொஞ்சமும் குறைந்ததில்லை அவள் நடிகையான பின் எதிர்கொண்டவை.

வாழ்வின் மகிழ்ச்சியான பக்கங்களிலிருந்தே தனது திரைக்கதையை உருவாக்கி இருந்தாள். நடிகையான முதல் நாள் முதல் படப்பிடிப்பிலிருந்து தொடங்கியது அவளின் திரைக்கதை. இளமைக் காலத்தை ஃபிளாஷ் பேக் உத்தியில் சொல்ல உத்தேசித்திருந்தாள். பாபு இணைத் தயாரிப்பாளராக இருக்க, ஆனந்தியின் மேனேஜரது மேற்பார்வையில் ‘யாருக்கும் சொல்லாத கதை’ படத்தின் வேலைகள் இனிதே தொடங்கின.

பாண்டிச்சேரியில் இருந்த கடற்கரையோர ரிசார்ட் ஒன்றில் ஒரு வெள்ளிக்கிழமைக் காலையில் ஆனந்தியின் படத்திற்கான முதல் முதலீட்டை கடலூர் டிஸ்ட்ரிபியூட்டர் பாபுவின் முன்னிலையில் அவளது கையில் கொடுத்தார். காலை ஏழு மணியிலிருந்து எட்டு மணிக்குள் நல்ல நேரம் என்பதால் அயர்ச்சியைப் பொருட்படுத்தாமல் எல்லோரும் எழுந்து வந்திருந்தனர்.

“கூடுதலா உங்களுக்கு எவ்வளவு வேணும்னாலும் கேளுங்கம்மா தர்றேன்...” என பிரியத்தோடு சொன்னவர் இப்பொழுது வாங்கியிருக்கும் நாற்பது லட்ச ரூபாயில் ஒரு பாதியை மட்டுமாவது மூன்று மாதத்திற்குள் திருப்பித் தர வேண்டுமென்பதைத் தவறாமல் ஒப்பந்தத்தில் குறிப்பிட்டுக் கையெழுத்து வாங்கிக் கொண்டார்.

சென்னைக்குத் திரும்பிய ஆனந்திக்கு தனது கதாபாத்திரத்தில் யார் நடித்தால் சிறப்பாக இருக்குமென முன்பே தெளிவான யோசனை இருந்ததால் பிரபலமான அந்த நடிகையிடம் முன் பணம் கொடுத்துப் பேசச் சொல்லி தன் மேனேஜரிடம் சொல்லி இருந்தாள். பணம் கையிலிருந்ததால் முக்கியமான தொழில்நுட்பக் கலைஞர்கள், நடிகர்களுக்கு முன்பணம் கொடுத்து ஒப்பந்தம் போடப்பட்டதோடு தனியாக அலுவலகமும் தயாரானது.

பத்திரிகைகளில் படம் பற்றிய செய்திகள் அதிகாரபூர்வமாக வெளியாக, பழைய நண்பர்கள் நிறைய பேர் மீண்டும் அவளை அழைத்துப் பேசினார்கள். கோடம்பாக்கத்தில் சின்னதாக ஓர் அலுவலகம் பார்க்கப்பட்டு வேலைகள் தொடங்கி இருந்தன. மூன்று பேர் உதவி இயக்குநர்களாக அவளிடம் சேர்ந்திருந்தனர். ஆனாலும் நம்பிக்கையான ஓர் ஆள் வேண்டுமென யோசித்தபோது அவளுக்கு நினைவுக்கு வந்தவன் ஜோபி. தமிழ் எழுதப் படிக்கத் தெரியாவிட்டாலும் நன்றாகப் பேசுவான். நீண்ட கால அனுபவம் கொண்டவன், தன் மீதிருக்கும் பிரியத்திற்காக நிச்சயம் சம்மதிப்பான். அலுவலகத்தில் வேலைகள் தொடங்கிய நான்கு நாட்களுக்குப் பின் அவனது எண்ணுக்கு அழைத்தாள்.

“ஹாய் மேடம்... எப்டி இருக்கீங்க?”

அவனது குரலில் எப்போதுமிருக்கும் உற்சாகம்.

“ஃபைன் ஜோபி. நீங்க எப்பிடி இருக்கீங்க? வேல என்ன போயிட்டு இருக்கு?”

“நல்லா இருக்கேன் மேடம். ஸ்க்ரிப்ட் முடிச்சிட்டு ட்ரை பண்ணிட்டு இருக்கேன்... நீங்க டைரக்‌ஷன் பண்ணப் போறதா கேள்விப்பட்டேன், ரொம்ப சந்தோஷம்...”

“ஆமா ஜோபி. வேலைகள ஆரம்பிச்சிட்டேன். அது விசயமா பேசலாம்னுதான் கூப்புட்டேன்...”

“ஓ... சொல்லுங்க...”

“உங்களுக்கு ஆட்சேபணை இல்லைன்னா நீங்க கோ டைரக்டரா என் படத்துக்கு வொர்க் பண்ணிக் குடுக்க முடியுமா? நீங்க என்ன சம்பளம் எதிர்பாக்கறீங்களோ குடுக்கறேன். ஷூட்டிங் மட்டும் முடிச்சுக் குடுத்துட்டுப் போங்க.... போஸ்ட் புரடக்‌ஷனெல்லாம் நான் பாத்துக்கறேன்...”

ஜோபியிடம் நீண்ட அமைதி. உடனடியாகப் பதில் சொல்ல முடியாத தயக்கம். ஆனந்தி அவன் முடியாதென்று சொல்வதைக் கேட்க விரும்பவில்லை. பணம் கொடுத்தால் நிறைய பேர் வந்து வேலை செய்வார்கள்தான். ஆனால் நம்பிக்கையானவர்களாய் இருப்பார்களா என்பது சந்தேகம்.

“கொஞ்சம் யோசிச்சு சொல்றனே மேடம்... ஒரு நாலு நாள் டைம் குடுங்க. எனக்கு படம் கமிட் ஆகற மாதிரி இருக்கு. ஒருவேள தள்ளிப்போச்சுன்னா கண்டிப்பா உங்க படம் வேல பாக்கறேன்...”

அவன் கூடிய விரைவில் இயக்குநராக வேண்டுமென்பது ஆனந்திக்கும் முக்கியம்.

“ஒண்ணும் பிரச்சன இல்ல ஜோபி.... படம் கெடச்சிட்டா நான் ரொம்ப சந்தோஷப்படுவேன்.... நீங்க நாலு நாள் கழிச்சு சொல்லுங்க.”

“சரிங்க மேடம்... பை...”

“பை ஜோபி.”

அவன் இல்லாத பட்சத்தில் எல்லா வேலைகளும் தெரிந்த ஓர் ஆள் வேண்டுமென்பதால் பாபுவிடமும் சொல்லி வைத்தாள். பாபுதான் எல்லா செலவுக் கணக்குகளையும் பார்த்துக்கொண்டிருந்தான். முக்கியமான நடிகர்களுக்கும் தொழில்நுட்பக் கலைஞர்களுக்கும் முன் பணம் கொடுத்த வகையிலேயே இருபத்தைந்து லட்ச ரூபாய் செலவாகி இருந்தது. தயாரிப்பு நிறுவனத்தைப் பதிவு செய்தது, படத்தின் தலைப்பைப் பதிவு செய்தது, அலுவலகத்திற்கான முன் பணம், அலுவலகத்திற்குத் தேவையான பொருட்கள் வாங்கியதென இன்னொரு வகையில் பத்து லட்ச ரூபாய் பக்கமாக செலவாகிவிட சொற்பமான தொகையே மிச்சமிருந்தது.

கேமராமேன் சொந்தமாக ஒரு கேனான் *5d* கேமரா வாங்கிவிடலாமெனச் சொல்லி இருந்ததால் இரண்டு மூன்று நாட்களாக பாபு அது விஷயமாய் அலைந்துகொண்டிருந்தான். பில் இல்லாமல் வாங்கும் பட்சத்தில் ஒட்டுமொத்தமாக ஐம்பதாயிரம் ரூபாய்வரை குறைவதற்கான சாத்தியமிருந்ததால் அதற்கும் ஒரு முன் பணத்தைக் கொடுத்து வைத்தான். அன்று இரவு அலுவலகம் முடிந்து எல்லோரும் கிளம்பிய பின் ஆனந்தியும் பாபுவும் மட்டும் ஹாலில் அமர்ந்து மதுவருந்தினர். ஆனந்திக்கு இந்தப் புதிய நாட்கள் உற்சாகமாக இருந்ததால், காலையில் எட்டு ஒன்பது மணிக்கெல்லாம் அலுவலகம் வந்துவிடுகிறாள். நிறைய படங்களைப் பார்க்கிறாள். குப்பையான சமீபத்திய தமிழ்ப் படங்களை ஒட்டுமொத்தமாக ஏராளமாய்ப் பார்த்தபோது இவற்றைவிட நல்ல படத்தை தன்னால் எடுத்துவிட முடியுமென திடமாக நம்பினாள்.

“ஆனந்தி வேற ஃபைனான்ஷியர்ஸ் கிட்ட பேசணும். நாம ப்ளான் பண்ணின மாதிரி இன்னும் ரெண்டு மாசத்துல ஷூட்டிங் போகணும்னா அதுக்குப் பணம் வேணும். அடுத்து என்ன வேலை நடக்கணும்னாலும் காசில்லாம முடியாது.”

பாபு பணம் குறித்தான கவலைகளுடனேயே மதுவருந்திக் கொண்டிருந்தான்.

“பாத்துக்கலாம் பாபு, கடலூர்க்காரன் மாதிரி இன்னொரு ஃபைனான்ஷியர் கெடைக்காமயா போயிடுவான்... இல்ல அந்தாள் கிட்டயே திரும்பக் கேப்போம்.”

அவள் கேலியாகச் சிரித்தாள். அவனால் அந்த வார்த்தைகளைக் கேட்டு பாபுவால் சிரிக்க முடியவில்லை. முகத்தில் கொப்பளித்த எரிச்சலைச் சிரமத்தோடு மறைத்துக்கொண்டு அடுத்த சுற்று மதுவை ஊற்றிக் குடித்தான். தன் இருப்பை முழுக்க காமம் சார்ந்து மாற்றிக்கொள்ள முயலும் அவளோடு தன் உறவு எதை நோக்கிப் பயணிக்கிறதெனப் புரியாமல் குழம்பினான். இத்தனைக்கும் அவள் மீது காதலோ, நேசமோ இல்லை. தன்னைப் போலவே அவளும் ஏதோ ஒரு கசப்பை விழுங்கிக்கொண்டு வாழ்கிறாள் என்ற புரிதலின் அடிப்படையில் ஏற்பட்ட உறவு அது.

★

“அந்த டிஸ்ட்ரிபியூட்டர் அன்னைக்கு உன் மேல இருந்த கிறக்கத்துல அப்பிடி சொல்லி இருப்பான் ஆனந்தி. எனக்குப் பத்து வருசமா அவனத் தெரியும். காசு விசயத்துல கரெக்டா இருப்பான். மூணு மாசத்துல நாம அவங்கிட்ட வாங்கின பணத்துல ஒரு பாதிய திருப்பிக் குடுத்தம்னா கூடுதலா அவங்கிட்ட கடன் கேக்கலாம். அதுவரைக்கும் முடியாது.”

ஆனந்தி தன் மேஜைக்குள்ளிருந்து கொஞ்சம் காகிதங்களை எடுத்து அவன் முன்னால் வைத்தாள். என்ன என்பது போல் பார்த்தான்.

“கொஞ்சம் சீன்ஸ் எழுதி இருக்கேன்... படிச்சுப் பாக்கறீங்களா?”

அவனுக்கு ஏமாற்றமாய் இருந்தது.

“நான் என்ன சொல்லிட்டு இருக்கேன்... நீ என்ன சொல்ற?... இன்னைக்கு கேமராவுக்கு வேற அட்வான்ஸ் குடுத்தாச்சு...”

“என்ன பாபு... நீங்கதான் இந்தப் படத்துக்கு கோ புரட்யூசர்... சோர்ஸ் என்னன்னு யோசிங்க... யாரையாச்சும் பாக்கணும்னா சொல்லுங்க போயி பாக்கறேன்... என்னால வேற என்ன செய்ய முடியும்?”

பாபு தன் இயலாமையினால் உருவான கோபத்தை அவளிடம் காட்டியதற்காக வருத்தப்பட்டான். இப்போதிருக்கும் மனநிலையில் அவனால் அந்தக் காட்சிகளை வாசிக்க முடியுமாவென்பது சந்தேகம். சின்னதாக ஒரு சிரிப்போடு காகிதங்களைக் கையில் எடுத்து வாசிக்கத் தொடங்கினான். மனம் வார்த்தைகளோடு சேர்ந்து பயணிக்கவில்லை. சொற்கள் தங்களை ரூபாய் நோட்டுகளாய் உருமாற்றிக்கொண்டு இடம் மாறின.

“நாளைக்கு படிக்கட்டுமா?”

“உங்க கிட்ட குடுத்தனே.... போங்க....”

ஆனந்தி பொய்யான கோபத்தோடு காகிதங்களை வாங்கி மீண்டும் மேஜைக்குள் வைத்துக்கொண்டாள். இருவருக்குமிடையில் இணக்கமானதொரு சூழல் உருவாகி இருக்க, மகரந்தத்தின் வாசனை அறையெங்கும் நிரம்பத் தொடங்கியது.

“நாம படம் எடுக்கப் போறோம்னு பேச்சு ஆரம்பிச்சப்போ நான் நீன்னு நிறைய பேர் வந்தாங்க... இப்போ ஆஃபிஸ்

எல்லாம் போட்டு வேலைய ஆரம்பிச்சிட்டு நின்னா ஒருத்தரும் வரமாட்டேங்கறானுங்க... இத எப்பிடிப் புரிஞ்சுக்கறதுன்னு தெரியல ஆனந்தி...”

ஆனந்தி எழுந்து சோம்பல் முறிப்பதற்காகக் கைகளைத் தூக்கினாள். இடைக்கு மேலாக தூக்கிக் கொண்ட டாப்ஸும் இடையிலிருந்து இறங்கியிருந்த ஜீன்ஸும் நடுவிலிருந்த நீல நிற உள்ளாடையை அப்பட்டமாக வெளிக்காட்டியது. பாபு அந்த உள்ளாடையையும் அவள் முகத்தையும் மாறி மாறிப் பார்த்தான்.

“என்னாச்சு பாபு... ஊர்ல இருக்கவனுக்கெல்லாம் யோசிக்காம துணிய அவுக்கறா, நம்ம கூட படுக்கறதுக்கு மட்டும் யோசிக்கிறான்னு நெனைக்கிறீங்களா?”

பாபு இல்லையெனத் தலையாட்டியபடியே மது அருந்தினான். ஆனால் ஏதோவொன்றின் பொருட்டு சிரிக்க முயன்றதை முகம் வெளிப்படுத்தியது.

“அப்பறம் எதுக்கு இந்தச் சிரிப்பு?”

“இதே பேண்டிஸ்தான கடைசியா நாம சேந்து நடிச்சன்னிக்கு போட்டிருந்த... அத நெனச்சேன்... எங்க இன்னைக்கு நான் பண விசயத்தப் பேசறது பிடிக்காம மறுபடியும் புடிச்சு நசுக்கிடுவியோன்னு நெனச்சு சிரிச்சேன்.”

ஆனந்தி ஜீன்ஸை விலக்கி உள்ளாடையைப் பார்த்தாள். அத்தனை தெளிவாக நினைவுகொள்ள முடியவில்லை. அவன் அந்தச் சில நொடிகளில் எப்படி இதைக் கவனித்து இத்தனை நாட்களும் நினைவில் வைத்திருக்கிறான்?”

“*shut up asshole....*”

அவன் முதுகில் ஓங்கி அடிக்க, திரும்பிக்கொண்டு அவள் கைகளை இறுக்கமாகப் பற்றிக்கொண்டான். அவன் கால்களில் உதைத்தவள், பின்னால் சாய்ந்து விழப்போனவனை இன்னொரு கையால் பிடித்துக்கொண்டாள். பாபு அவள் இடையோடு பிடித்தபோது லூசான ஜீன்ஸ் முன்னைவிடவும் கீழே இறங்கியது. அவள் உள்ளாடையின் மீது கைவைத்து அதை இடுப்பில் இன்னும் கொஞ்சம் ஏற்றிவிட்டான். அவன் கைகளைத் தட்டிவிட்டவள் அணைத்துக் கொண்டு மூர்க்கமாய் முத்தமிட்டாள். முழுமையான

மதுரம் உடல் முழுக்கப் பரவிக் கிளர்த்த, பாபு அவள் உடலோடு கொஞ்சம் கொஞ்சமாய்ப் பிணைந்தான்.

ஆனந்தி நெகிழ்ந்தாள். முழுவதுமாக அவன் மடியில் சாய்ந்தவளின் தலைமுடியைக் கோதினான் பாபு. இந்தப் பெண்தானே முன்பொரு சமயம் தன்னை அவ்வளவு புறக்கணித்தவள். தன்னை புழுவைவிட இழிவாகப் பார்த்தவள். ஆனந்தியின் சிரிப்பில் சிறிதளவு திமிர்கூட இல்லை. சொல்லப்போனால் அந்தச் சிரிப்பில் ஒன்றுமே இல்லை. அப்பழுக்கற்ற பூரணமான சிரிப்பு அது.

ஆனந்திக்குக் கண்கள் சொருகின.

பாபு அவளை எழுப்பினான்.

“ஆனந்தி... ஆனந்தி... ப்ளீஸ் எந்திரிங்க”

உடலின் வெக்கை எரிந்து குமிழ்களாய்க் கொப்பளித்ததில் கண்கள் சிவப்பேறிப் போயிருக்க, பாதியில் விடுவித்துக்கொண்டவனை இழுத்து முத்தமிட முயன்றாள். பாபுவிற்கு அழவேண்டும் போலிருந்தது.

“இல்ல வேணாம் ஆனந்தி... இது வேணாம்... உங்கூட எப்பவும் இது எனக்கு வேணாம்... ப்ளீஸ்... என்னய விட்று...”

தான் கொண்டு வந்த பொருட்கள் எதையும் எடுக்காமலேயே அவசர அவசரமாகக் கதவுகளைத் திறந்துகொண்டு வெளியேறினான். இன்னும் கொஞ்சம் மது மிச்சம் இருந்தது, ஆனால் குடிக்க விருப்பமில்லை. ஆனந்தி மிச்சமான மதுவை எடுத்து வைத்துவிட்டு கழிவறைக்குச் சென்றாள். சிறுநீர் வருவதற்கான எந்த அறிகுறிகளுமில்லை. நீண்ட நாட்களுக்குப் பின் காதலோடு ஒருவனை அணுகி அவன் பாதியிலேயே இப்படி நிர்க்கதியாய் விட்டுப்போன ஏமாற்றத்தில் ஆனந்தி சோர்ந்து போய் கழிவறைக் கோப்பையின் மீது அப்படியே உட்கார்ந்துவிட்டாள்.

★

இரண்டாவது முறையாக பாபு, ஆனந்தியைப் பார்க்க ஜெயிலுக்கு வருவதற்குமுன் அவள் அந்தச் சூழலுக்குக் கொஞ்சம் தன்னை மாற்றிக்கொண்டிருந்தாள். அருவருப்போடு அறிமுகமான ஒருத்திக்கு ஒரு சிறைச்சாலையைச் சகித்துக்கொள்வதொன்றும் சிரமமான காரியமில்லை. எதிர்ப்படும் எல்லாவற்றையும் எளிதாகக்

கடந்து செல்லவோ அதன் மீது வலுவாகப் பாதங்களை ஊன்றி எழுந்து செல்லவோ பழகிக்கொள்வதுதான் வாழ்தலுக்கான முதல் விதியாய் இருக்கிறது.

வைதேகியோடு இன்னும் சிலர் அவளுக்குச் சிநேகமாகி இருந்தார்கள். எல்லோருக்குமான கனவை அவள் நடிகையாக வாழ்ந்து பார்த்திருந்ததால் அவர்களுடன் பழக முடிவதும் அவர்களைப் புரிந்துகொள்ள முடிவதும் சிரமமாக இல்லை. வைதேகியோடு அவள் ஊரைச் சேர்ந்த மஞ்சுளாவும் சிறையிலிருந்தாள். இருவருக்குமே விபச்சார வழக்குதான். இன்னும் சில நாட்களில் ஜாமீனில் போய்விடுவார்கள்.

“அஞ்சாயிரம் குடுத்தா அப்பவே ஜாமீன் குடுக்கறேன்னுதாங்க்கா சொன்னாங்க... நாந்தான் வேணாம்னு சொல்லிட்டேன். ஒரு பத்து நா உள்ள வந்து இருந்தா செலவில்லாம ஜாமீன் கெடச்சிடும். நம்மளுக்கும் இங்க கஷ்டப்படாம சாப்பாடும் நல்ல ரெஸ்ட்டும் கெடைக்கும்.”

வைதேகி சொல்லும்போதெல்லாம் அவளைப் பார்க்க வெளியில் போக விருப்பமில்லாதவளாகவே தெரிவாள்.

“ஏம்மா உனக்கு உள்ள இருக்கறதுல என்ன அவ்ளோ ஆச?”

“அடப் போங்கக்கா... வெளில இருந்தா ஒரு நா கூட நைட்டு நிம்மதியாத் தூங்க முடியாது. இங்க பாருங்க ராத்திரி எட்டு மணிக்கெல்லாம் படுத்து நிம்மதியா தூங்கிடறேன்.” வைதேகி அப்பாவியாகச் சொல்வதை -

“ஆமா வெளிய போயி சேந்து தூங்கினா துட்டு வரும். அத சேத்து வெச்சுட்டு இங்கு வந்து தனியாத் தூங்கி ரெஸ்ட் எடுத்துட்டுப் போவா... இல்லடி...” என மஞ்சுளா கேலியாகச் சொல்லுவாள். மஞ்சுளாவிற்கு எல்லாமே விளையாட்டாய் இருந்தது. இருவருமே திருமணம் செய்திருந்தார்கள். கணவனுக்குத் தெரிந்தேதான் தொழில் செய்தார்கள். ஆனந்திக்கு அவர்களது வாழ்வின் புதிர் சுவாரஸ்யம் நிரம்பியவையாக இருந்தது.

“நீங்க ஏங்க்கா இன்னும் கல்யாணம் செஞ்சுக்கல?”

மஞ்சுளாதான் இரண்டு தினங்களுக்கு முன்னால் கேட்டாள். ஆனந்திக்கு எந்தக் காரணத்தைச் சொல்வதெனக் குழப்பம்.

“கல்யாணமா? அது வந்து... பொண்டாட்டியா இருக்க தேவையான விசயம் என்கிட்ட இல்ல...அதான் கல்யாணம் பண்ணிக்கல.”

“புரிலக்கா.... ஆளு நல்லா அம்சமாதான் இருக்க... அப்றமென்ன.”

“அதில்ல... ஒருத்தன் பின்னாடி நின்னுக்கிட்டு உலகத்த பாக்க எனக்குப் புடிக்கல... அதே சமயம் ஒருத்தன என் பின்னாடி நிக்க வெச்சுட்டு முன்னாடி ஓடவும் பிடிக்கல...ஒரு பொம்பளையோட சேர்ந்து.... தோளோடு தோள் நிக்குற தைரியம், இங்க எவனுக்கும் இல்ல.... அதான் இந்தக் கல்யாணம்.... சுமங்கலி... ப்ளா.. ப்ளா... இதெல்லாம் நோ சொல்லிட்டேன்.”

“அக்கா நீ பேசாம சாமியார் ஆகிருக்கா... பெரிய விசயமெல்லாம் சொல்ற... ஆனா... நாளைக்கு உனக்கு ஏதாச்சும் தேவைன்னா யாரு வந்து உன்னப் பாத்துக்குவாங்க? நீ வந்த அன்னைக்கு உன்ன வந்து பாத்தாரே அவரு உன் லவ்வரா?”

ஆனந்திக்கு சிரிப்பு வந்தது. இவள் ஏன் எல்லாவற்றையும் தெரிந்து கொள்ள இத்தனை ஆர்வமாய் இருக்கிறாள். அவளைக் குறித்துச் சொல்லவும் யோசிப்பதில்லை. மற்றவர்களைப் பற்றிக் கேட்கவும் தயங்குவதில்லை.

“எனக்கு லவ்வர்னு யாரும் இல்லம்மா... பாபு என்னோட ஃப்ரண்ட். எங்கூட நடிக்கிறவரு.”

”தங்கச்சி இப்பிடி சொல்லிட்டாளேன்னு கோவிச்சுக்காதீங்க. உங்க நல்லதுக்குத்தான் சொல்றேன். அவரப் பாத்தா நல்லவரா தெரியிறாரு. பேசாம கட்டிக்கங்க...”

ஆனந்தி வேகமாகத் தலையாட்டினாள்.

“அய்யய்யோ... கல்யாணம் அப்பறம் குழந்தைங்க... குடும்பம் ... இது எதுவும் எனக்கு ஒத்துவராது. இப்பவே நீ நடிக்கிற படத்த உன் குடும்பத்தோட பாப்பியான்னு கேக்கறானுங்க... நாளைக்கு எனக்கு ஒரு புள்ள பொறந்துட்டா அந்தப் புள்ளையோட எதிர்காலம் என்னாகும்னு யோசிச்சுப் பாரு...”

மஞ்சுளாவிற்கு இதையெல்லாம் யோசிக்கத் தெரியவில்லை. தான் தொழில் செய்வது தன் குடும்பத்திற்குத் தெரியும். ஊரின் பெரும்பாலான ஆட்களுக்கும் தெரியும். பாப்பா இப்போது ஒன்றாம் வகுப்பு படிக்கிறாள். இதுவரை யாரும் அவளிடம் தன்

பொருட்டு எந்த வேறுபாட்டையும் காட்டியதில்லை. அதனால் ஆனந்தியும் திருமணம் செய்துகொள்வதுதான் அவளுக்குப் பாதுகாப்பென உறுதியாய் நம்பினாள். ஓரளவிற்கு மேல் அவளை வம்பாகப் பேச வேண்டாமென வைதேகி கண்டித்து வைத்தாள்.

“என்னடி... நம்ம அக்காதான... அதெல்லாம் கோவிச்சுக்க மாட்டாங்க...” என ஆனந்தியின் முன்னாலேயே அதையும் சொல்லிச் சிரிப்பாள். ஆனந்திக்கு அந்தப் பெண்களுடனேயே இருந்துவிடலாமென விருப்பம். ஜெயிலர் அனுமதிக்கவில்லை.

“ஸாரி மேடம். அந்த பிளாக்ல கூட்டம் பாத்தீங்கள்ல... உங்களுக்கு ஏதாவது ஒண்ணு ஆகிட்டா அப்புறம் மீடியாவுக்குப் பதில் சொல்ல முடியாது. நீங்க உங்க செல்லயே இருங்க.”

ஆனந்திக்குப் பகல் முழுக்க எந்த மனப்பாரங்களும் இருப்பதில்லை. இரவில் தனியாக இருக்க முடியாமல் அவஸ்தைப்பட்டாள். இந்தப் பெண்களோடு ஏற்பட்ட பழக்கம் குடியிலிருந்து கொஞ்சம் ஓய்வை ஏற்படுத்திக் கொடுத்திருந்தது. உறங்குவதற்குச் சில நாட்கள் காஃப் சிரப்பின் உதவியை நாடினாள். மற்ற நாட்களில் அதிகாலை வரையிலும் உறங்காமலே கிடந்தாள்.

அதிகாலைவரை மனம் இவ்வளவு காலமும் பயணித்த எல்லா பிரதேசங்களிலும் அலைபாய்ந்து திரும்பும். இத்தனை நாட்கள் ஒரே இடத்தில் அவள் அடைந்து கிடந்து பத்து வருடங்களுக்கும் மேலாகிப் போனதால் இந்தப் புதிய நிலை அவளுக்கு நினைவுகளுக்குள் வாழ்வதற்குப் பழக்கியது. நினைவுகளின் வழி இத்தனை விசயங்களை மீட்டெடுத்துக்கொள்ள முடியுமா? வேலை மிகுந்திருந்த நாட்களில் அம்மா வெகு அரிதாக நினைவுக்கு வருவாள். இப்பொழுது தினம் நூறு முறையாவது அவளைப் பற்றி நினைக்காமல் இருக்க முடியவில்லை. தன்னையும் அவளைப் போலவே ஒருநாள் எல்லோரும் கைவிட்டுச் சென்றுவிடுவார்கள் என்கிற கனவு இப்பொழுது கசப்பான நிஜமாகி இருக்கிறது.

எல்லா ஏற்பாடுகளையும் தயார் செய்துவிட்டு பாபு அவளைப் பார்க்க வந்திருந்தான். பாதித் தொகையைக் கட்டிவிட்டதால் நீதிமன்றத்தில் ஜாமீன் கொடுக்க சம்மதித்திருந்தார்கள். பாபுவிற்கு ஆனந்தியிடமிருந்த மாற்றம் நிம்மதியளித்தது. முகத்தில் கவலைகளின் சுவடுகளில்லை. சிரிக்கும்போதுகூட அழுத்தமாகச் சிரித்தாள்.

“எல்லாம் முடிஞ்சது ஆனந்தி நாளைக்கு நாம போயிடலாம். உங்களுக்கு இங்க சிரமம் இல்லையே?”

ஆனந்தி சின்னதாகச் சிரித்தாள்.

“பழகிடுச்சு பாபு. இனிமே அடிக்கடி வந்து போகலாம். ஒண்ணும் கவலையில்லை.

“விடுங்க ஆனந்தி. வெளில நாம செய்ய வேண்டிய வேல நெறைய இருக்கு. உங்க படத்த எடுத்து முடிங்க. உங்கள விட்டுப் போன எல்லோரும் திரும்பி வருவாங்க.”

தன்னை ஆறுதல்படுத்த அவன் சொன்ன வார்த்தைகள் அடுத்த வேலைகள் குறித்த அவளது கவலைகளைக் கொஞ்சம் குறைத்திருந்தது. மனம் முழுக்க எழுச்சியின் அடங்கிய ஜூவாலையொன்று கனன்று எரிந்துகொண்டிருக்க, அதன் வீரியத்தில் இனி வாழ்தலுக்கான உந்துதலைப் பெற்றுக்கொள்ள விரும்பினாள். தனக்கு மற்றவர்கள் ஆறுதல் சொல்வதை விடவும் தன்னால் இன்னும் திடமான வார்த்தைகளைக் கூறிக்கொள்ள முடியும். என்றாலும் பாபு இத்தனைக்குப் பின்னால் தன்னோடு இருப்பதால் அவன் மீது அலாதியானதொரு அன்பு பிறந்தது. மஞ்சுளா சொன்னதை நினைத்துக்கொண்டாள். பாபுவின் கண்களைப் பார்த்துப் பேச சடாரென ஒரு வெட்கம் வர தலையைக் குனிந்து சிரித்தாள்.

“என்னாச்சு ஆனந்தி?”

“ம்ம்... இங்க ஜெயில்ல ஒரு பொண்ணு நீங்க என் புருஷனான்னு கேக்கறா?”

பாபுவுக்கு அந்தச் சூழலில் அந்த வார்த்தைகளை விளையாட்டாக எடுத்துக்கொள்வதா அல்லது அப்படியே தவிர்ப்பதா என உணர்ச்சிகளை வெளிப்படுத்த முடியாத குழப்பம்.

“ஓ நீங்க என்ன சொன்னீங்க...?”

“ஒண்ணும் சொல்லலையே. நீங்க ஏன் இவ்ளோ ஆர்வமா கேக்கறீங்க? என்னயக் கல்யாணம் பண்ணிக்கிறீங்களா?”

ஆனந்தி சிரித்துக்கொண்டே கேட்டாலும் விளையாட்டாகக் கேட்டிருக்கவில்லை. அவன் விருப்பங்களை அறிந்துகொள்ள வேண்டுமென்கிற ஆசையிருந்தது.

“இவ்ளோ நெருக்கடியிலயும் உங்களுக்கு விளையாட்டு. சும்மா இருங்க ஆனந்தி. நான் கௌம்பறேன். நாளைக்கு ரெடியா இருங்க...”

பாபு சிரித்தபடியே எழுந்து அவளிடம் விடைபெற்றுச் சென்றான். இந்தச் சிரிப்பின் உள்ளர்த்தத்தை எவ்வாறு எடுத்துக் கொள்வது? அவனுக்குத் தன்னைத் திருமணம் செய்துகொள்ள விருப்பமா? இல்லையா?

வெளியேற்றம்

பதினெட்டு நாட்களுக்குப்பின் சிறையிலிருந்து விடுதலையான ஆனந்தியை அழைத்துச் செல்ல பாபு வந்திருந்தான். ஆனந்திக்கு உறக்கம் தப்பிப் போயிருந்ததோடு, சரியான உணவுமில்லாமல் கொஞ்சம் மெலிந்துபோயிருந்தாள். முகம் சற்று மெலிந்திருந்த போதும் வாடிப்போயிருக்கவில்லை. அவமானத்தின் ரேகைகள் உடல் முழுக்க நீண்டிருந்தன. இழந்த பணத்தைச் சம்பாதிப்பது குறித்த கவலைகள் வேறு எதிலும் கவனம் செலுத்தவிடாது ஆக்கிரமித்திருக்க, பாதியில் விட்ட படத்தை எடுத்தால் மட்டுமே இனி தனக்கான அடையாளம் கிடைக்கும் என்பதும் உறைத்தது. எல்லாவற்றையும்விட துயரமானது அடையாளமற்றுப் போவது. ஆனந்தி ஆயிரத்தில் ஒரு பெயராக கலந்து மறைந்து போய்விடக்கூடாது. பாபு நம்பிக்கையளிக்கும் விதமாய் ஏராளமான விசயங்களைப் பேசியபடியே வந்தான். எல்லாவற்றுக்கும் தலையாட்டிக்கொண்டே ஆம் இல்லையென ஒற்றை வார்த்தையில் பதில் சொல்லிக்கொண்டு வந்த ஆனந்தி,

“எங்கூட படுத்தும்கூட என் மேல அவனுக்கு நம்பிக்கை வரலையே பாபு?”

வேறு வேறு விசயங்களைக் குறித்து இடைவிடாது பேசிக்கொண்டே வந்த பாபுவுக்கு இந்த வார்த்தைகள் கழுத்தை நெரிப்பது போலாகிவிட்டன. உடல் மட்டுமே ஒருவர் மீதான நம்பிக்கையைக் கொண்டு வந்துவிடுமா என்ன? அமைதியாக அவளைப் பார்த்தான்.

“காட்டெரும மாதிரி அன்னைக்கு மட்டும் எத்தன தடவ பொரட்டி எடுத்தான் தெரியுமா? இந்த உடம்பு அவ்ளோ மட்டமா போகிடுச்சா?”

“எல்லாரும் கைவிட்டதுக்கு அப்பறம் ஒருத்தர் மேல யாருக்கும் அக்கறையோ அன்போ இருக்கப்போறதில்ல ஆனந்தி. இது நீங்கன்னு இல்ல, வேற யாரா இருந்தாலும் இப்பிடித்தான். மனசுல வெச்சுக்காதீங்க விடுங்க...”

அவன் பேசப் பேச அவளுக்குக் கோபத்தில் தலை எரிந்தது, இயலாமை வீரியமான வாதையாக உடல் முழுக்கப் பெருகியோட, காரின் ஜன்னலைத் திறந்துவிட்டுக்கொண்டாள். தடையற்றுப் பெருகி வந்த கடல் காற்று அவள் கன்னத்தில் வழிந்திருந்த சில துளிக் கண்ணீரை வேகமாய் அடித்துச் சென்றது.

சென்னைக்குள் கார் நுழைந்தபோது புதிய நகருக்குள் வந்து சேர்ந்த மனநிலையில் இருந்தாள். படப்பிடிப்பு முடிந்து வருகிற நாட்களில் இந்த ஊரின் மீதிருந்த ஆர்வமோ நேசமோ இப்போதில்லை. பத்திரிகைகளும் தொலைக்காட்சிகளும் ஆனந்தியின் பெயருக்குப் பின்னால் இப்போது புதிய அடையாளத்தைச் சேர்த்திருக்கிறது. ஃபிராடு.

ஒரு ஃபிராடு எப்படி இருக்கக்கூடுமென்பதற்கு ஆனந்தியைப் பிரபலமான உதாரணமாக இனி பொதுமக்கள் நினைத்துக் கொள்ளலாம். கார் அவள் ஃபிளாட்டை அடைந்தபோது தெருவில் சிறுவர்கள் சிலர் விளையாடிக்கொண்டிருந்தனர். காரைவிட்டு இறங்காமலேயே பாபுவின் எண்ணிலிருந்து சக்திக்கு அழைத்தாள். சக்தி போனை எடுக்கவில்லை. காரைவிட்டு இறங்கி தன் ஃபிளாட் நோக்கி நடக்கப் போனவளின் மீது வேகமாக வந்து ஒரு பந்து விழுந்தது. பேட்டிங் செய்துகொண்டிருந்த சிறுவனுக்கு இவள் மீது வலுக்கட்டாயமாக அடிக்கவேண்டுமென்கிற வன்மம் இருக்கப் போவதில்லை. அவன் பாவமாக முகத்தை வைத்திருந்தான்.

“ஆண்ட்டி ஸாரி ஆண்ட்டி. தெரியாமப் பட்டுடுச்சு...”

ஆனந்தி சிரித்தபடியே வேகமாக நடந்தாள். மார்புக்கு சற்றுக் கீழே பட்டிருந்ததால் நல்ல வலியிருந்தது. பாபு வண்டியை ஓரமாக நிறுத்திவிட்டு அவளுக்குப் பின்னால் சென்றான்.

வீட்டுக் கதவு பூட்டியிருக்க, இரண்டு மூன்று முறை காலிங்

பெல்லை அடித்துப் பார்த்தாள். எந்த எதிர்வினைகளும் இல்லை. இதற்குள் பாபுவும் வந்துவிட்டான். சக்தி அவன் எண்ணுக்கு அழைத்தாள். மொபைலை எடுத்துப் பார்த்த பாபு, ஆனந்தியிடம் கொடுத்தான்.

“ஹலோ சக்திம்மா எங்க போயிட்டீங்க? நான் இன்னைக்கு வருவேன்னு தெரியாதா உங்களுக்கு?”

“தெரியும்மா... அங்கதான் வந்துட்டு இருக்கேன்.... உங்களுக்குப் புது ஃபிளாட் பாக்கறதுக்குத்தான் அலைஞ்சிட்டு இருக்கேன்.”

“புது ஃபிளாட்டா?”

ஆனந்தி புரியாமல் கேட்டாள்.

“ஆமா... நான் நேர்ல வந்து சொல்றேன். நீங்க அங்க நிக்க வேணாம்... கார்ல வெயிட் பண்ணுங்க...”

அழைப்புத் துண்டிக்கப்பட்டது.

“என்னாச்சு பாபு... புது வீடு பாத்துட்டு இருக்கேன்னு சக்தி சொல்றாங்க. என்ன பிரச்சன?”

பாபு தனக்கும் தெரியாதெனத் தலையாட்டினான். இருவரும் இறங்கிக் கீழே வந்தனர். அவளுக்கு காருக்குள் உட்கார்ந்துகொள்ள விருப்பமில்லை. சிறுவர்கள் விளையாடுவதைப் பார்த்தபடியே தெருவின் ஓரத்தில் நின்றிருந்தாள்.

“பாபு சிகரெட் இருக்கா?”

கண்கள் எங்கோ வெறித்துப் பார்த்தபடி இருக்க அவளது குரல் மட்டும் வெறுமையோடு வெளிப்பட்டது.

“ஒரு டூ மினிட்ஸ் இருங்க வந்துடறேன்...”

பாபு அவளைத் தனியாக விட்டுச் சென்றான். பதினெட்டு நாட்களில் ஒருமுறைகூட அவள் புகைக்கவில்லை. மதுவைக்கூட முதல் மூன்று நாட்களுக்குப் பிறகு தவிர்த்துவிட்டாள். எல்லாமும் செலவு பிடிக்கிற விஷயமாக இருந்தது ஒரு காரணமென்றால் அந்தத் தனிமையை எந்த லாகிரி வஸ்துக்களும் இல்லாமல் எதிர்கொள்ள விரும்பியதும் ஒரு காரணம். பாபு கொண்டு வந்து கொடுத்த சிகரெட்டை மெதுவாக உள்ளே இழுத்தபோது லேசாக தொண்டை எரிந்தது. முதல் இரண்டு இழுப்புகளுக்குப்

பின் ஆழமாக உள்ளிழுத்தாள். அவர்களைக் கடந்துபோன அந்த ஏரியா போலீஸ்காரன் மெதுவாகத் தனது இரு சக்கர வாகனத்தை ஸ்லோ செய்துவிட்டு அவளைப் பார்த்துச் சிரித்தபடி சென்றான். அந்தச் சிரிப்பை ஏற்றுக்கொண்டுவிட்டதைப்போல் புகையை ஊதிவிட்டு ஆனந்தியும் லேசாகச் சிரித்தாள்.

ஆட்டோவிலிருந்து இறங்கிய சக்தியைப் பார்க்க, அவளும் தன்னைப்போல் வாடிப்போயிருப்பது தெரிந்தது. “இங்கயே நின்னுட்டீங்களா?”

சக்தி மெல்லிய புன்னகையோடு வந்தாள்.

“என்னாச்சு? எதுக்குப் புது வீடு?”

“நீங்க அரெஸ்ட் ஆனதுக்கு அப்பறம் ஃபிளாட்ல இருக்கறவங்க எல்லாம் சேர்ந்து மீட்டிங் போட்டாங்க. அதுல அசோசியேஷன் சேந்து உங்கள காலி பண்ணச் சொல்லி முடிவெடுத்துட்டாங்க. நம்ம ஹவுஸ் ஓனரும் அவங்க சொன்னதுக்கு சம்மதிச்சிட்டாரு. நானும் பத்து நாளா தேடிட்டு இருக்கேன். இன்னும் கெடைக்கல...”

ஆனந்திக்கு ஆத்திரமாக இருந்தது.

“எதுக்கு நம்ம வீடு காலி பண்ணணும். இத்தன வருசமா இங்க இருந்திருக்கோம். திடீர்னு போறதுன்னா எங்க போறது? இந்த அசோசியேஷன்ல இருக்கவனெல்லாம் யோக்கியனாமா? ம்...”

ஆனந்தி சத்தமாகக் கத்தினாள். அமைதியாக இருந்த தெரு முழுக்க அவள் குரல் எதிரொலிக்க, விளையாடிக்கொண்டிருந்த சிறுவர்கள் அச்சத்தோடு அவளைப் பார்த்தனர். ஃபிளாட்டில் சிலர் தங்களின் வீட்டு ஜன்னல் வழியாய் எட்டிப் பார்த்தனர். அசோசியேஷன் தலைவர் வீட்டிலிருந்து இரண்டு கண்கள் மட்டும் அருவருப்போடு இவளை எட்டிப் பார்த்தபடி இருந்தன. பாபுவிடம் இன்னொரு சிகரெட்டை வாங்கி புகைக்கத் தொடங்கியவளுக்கு அபார்ட்மென்ட்டிலிருந்து ரகசியமாக எட்டிப் பார்த்த கண்கள் எரிச்சலூட்ட கீழே கிடந்த ஒரு கல்லை எடுத்து ஆவேசமாக அசோசியேஷன் தலைவர் வீட்டை நோக்கி எறிந்தாள். கல் அந்த வீட்டுச் சுவரில் மோதிக் கீழே நிறுத்தப்பட்டிருந்த காரில் விழுந்தது.

“பாருங்கோ பைத்தியக்காரிச்சி மாதிரி எப்பிடி பண்றான்னு.... இவாள எல்லாம் போலீஸ் வெளில விடாக்கூடாது. மென்டல்

ஹாஸ்பிட்டல்ல லாக் பண்ணிடணும்...” அந்த வீட்டிற்குள்ளிருந்து ஒரு அம்மா கத்துவது கேட்க, ஆனந்தி இன்னொரு கல்லைத் தூக்கி எறிந்தாள். பாபு அவசரமாக அவளைப் பிடித்து காருக்குள் உட்கார வைக்க முயன்றான்.

“விடுங்க பாபு. இவனுங்க யாரு என்னய வீடு காலி பண்ணச் சொல்ல? அந்த ஐயரு மெட்ராஸுக்கு வந்து பத்து வருஷம்கூட ஆகல.... வெளியூர்ல இருந்து பொழைக்க வந்த நாயி. சொந்தமா ஃபிளாட் இருந்தா அசோசியேஷன் தலைவராம்மா இவன்... பாஸ்டர்ட்....”

ஆனந்தி ஆவேசமாகக் கத்த, பாபு வலுக்கட்டாயமாக அவளை காருக்குள் உட்கார வைத்தான்.

“சக்தி நீங்களும் வாங்க. என் வீட்டுல போயி பேசிக்கலாம்...”

ஆனந்தியோடு சக்தியும் காருக்குள் ஏறிக்கொள்ள பாபு அங்கிருந்து வேகமாக காரை கிளப்பினான். ஆனந்திக்கு எதுவுமே செய்யாமல் அங்கிருந்து போவதில் உடன்பாடில்லை. ஆவேசமாகக் கைகளால் சீட்டில் குத்தினாள்.

“அவனுங்க மண்டைய உடச்சிட்டு வந்திருக்கணும் பாபு.”

“ஆனந்தி ப்ளீஸ் கொஞ்சம் ரிலாக்ஸ் ஆவுங்க... இப்போ இது இல்ல நம்ம பிரச்சன. இதுக்கு மேல நிறைய இருக்கு. அதுல கான்சண்ட்ரேட் பண்ணுவோம்...”

“எப்பிடிங்க பண்றது? எனக்கு இப்போ ஒதுங்கறதுக்கு வீடு இல்ல.. தெருவுல நின்னுட்டு இருக்கேன்... எப்பிடி அமைதியா இருக்கறது?”

உடைந்து சத்தமாக அழுதாள். பாபுவுக்கும் சக்திக்கும் மனம் கனத்துப் போக, பாபு மெதுவாக சாலையின் ஓர் ஓரத்தில் காரை நிறுத்தினான். அவள் இன்னுமே கலங்கி அழுதுகொண்டிருந்தாள்.

“ஆனந்தி ஒரு நிமிசம்.”

அவள் கண்ணீரைத் துடைத்துக்கொண்டு அவனைப் பார்த்தாள்.

“உங்களுக்கு ஆட்சேபணை இல்லாட்டி நீங்க என்னோடயே தங்கிக்கலாம்...”

ஆனந்திக்கு இப்போதைக்கு வேறு மார்க்கமுமில்லை. வெறுமனே சரியெனத் தலையை மட்டும் ஆட்டினாள்.

"ஏற்கனவே நீங்க எனக்காக நிறைய செஞ்சுட்டீங்க பாபு... தேவை இல்லாம நான் இன்னும் தொந்தரவு பண்றனோன்னு தோணுது..."

"அப்பிடி எல்லாம் ஒண்ணுமில்ல.. அவ்ளோ பெரிய வீட்ல நான் தனியாத்தான் இருக்கேன். நீங்க வந்து இருக்கறதுல எனக்கு சந்தோஷந்தான்..."

ஆனந்தி அவனை நன்றியோடு பார்த்தாள்.

"முக்கியமான திங்க்ஸ மட்டும் ஈவினிங் போயி எடுத்துட்டு வந்துடலாம். மத்த பொருள எல்லாம் ரெண்டு நாளுக்கு அப்பறமா எடுத்துக்கலாம்..."

பாபு இருவரிடமும் பொதுவாகச் சொன்னான். ஆனந்தி சரியென்றாள்.

★

இரவு எட்டு மணிக்குத் தாண்டியபின் அமைதியில் உறைந்திருந்த அவளது அப்பார்ட்மெண்ட்டிற்குள் பாபுவின் கார் மறுபடியும் நுழைந்தபோது செக்யூரிட்டியைத் தவிர ஒருவரும் அவர்களைக் கவனிக்கவில்லை. சக்தி வீட்டுக் கதவைத் திறந்து தேவையான பொருட்களை மட்டும் மூட்டை கட்டிக்கொண்டாள். ஆனந்திக்கு எதுவுமே செய்யாமல் அங்கிருந்து போகிறோமே என்கிற ஏமாற்றத்தில் மனம் கொதித்தது. வெளியே வந்து பார்த்தாள். பாதிக்கும் மேலான வீடுகளில் எந்தச் சலனமும் இல்லை. மெதுவாக மொட்டை மாடி செல்லும் படிக்கட்டுகளில் ஏறினாள். பாபு உள்ளே இருந்து எட்டிப் பார்த்தான்.

"என்னாச்சு ஆனந்தி?"

"ஒண்ணுமில்ல பாபு டெரஸ் வரைக்கும் போயிட்டு வர்றேன்... ஒரு தம்மடிச்சிட்டு வரேன்..."

பாபு சரியெனத் தலையாட்டிவிட்டு அவளது பெரிய பேக்கில் பொருட்களை திணித்தான். அவளுக்கு அவசரமாக வேண்டிய பொருட்களை மூட்டை கட்டி பத்து நிமிடங்களுக்கும் மேலாகியும் அவள் மொட்டை மாடியிலிருந்து திரும்பி வந்திருக்கவில்லை. சக்தி, ஆனந்தியின் எண்ணுக்குக் கூப்பிட்டுப் பார்த்தாள். ரிங் ஆகும் சத்தம் வீட்டுக்குள்ளேயே கேட்க, பாபு–

“இருங்க நான் போயி பாத்துட்டு வரேன்..”

என வேகமாகப் படியேறி வந்தான். அவன் பாதி வழியில் வரும்போதே எதிரில் ஆனந்தியும் வந்துவிட்டிருந்தாள்.

“போலாமா?”

ஆனந்தி உற்சாகமாகக் கேட்க-

“ஓ...” என உற்சாகமாகச் சொன்ன பாபு, ஆனந்தியின் கால்கள் ஈரமாக இருப்பதைப் பார்த்தான். எதுவும் கேட்டுக்கொள்ளவில்லை.

அப்பார்ட்மெண்ட்டைவிட்டு கார் வெளியேறின நொடியில் ஆனந்தி சத்தமாகச் சிரிக்கத் தொடங்கினாள். அவள் சிரிப்பதைப் பார்த்த பாபுவும் சக்தியும் என்னவென்று புரியாமல் சிரித்தனர்.

“என்னாச்சு ஆனந்தி?”

பாபு சாலையைப் பார்த்தபடி கேட்டான்.

ஆனந்திக்குச் சிரிப்பு அடங்கவில்லை.

“ஒண்ணுமில்ல... இந்த அப்பார்ட்மெண்ட்ல இருக்க நாயிங்க ஒரு நாளைக்கு என் பீயையும் மூத்திரத்தையும் குடிக்கட்டும்,” என சிரித்தாள்.

வெளிச்சம்

ஒரு மாதத்திற்கும் மேலாக அடைந்து கிடந்த தன் அலுவலகத்திற்கு ஆனந்தி திரும்பியபோது அவளது மனதிலிருந்த திரைக்கதை பன்மடங்கு விரிவடைந்திருந்தது. தன் கதையை விடவும் சிறையில் பார்த்த பெண்களின் கதைகள் முக்கியத்துவம் வாய்ந்ததென ஆனந்தி கருதினாள். அவற்றை இந்தப் படத்திற்குள் கொண்டு வரவேண்டுமானால் கதையின் தன்மையை மாற்றியாக வேண்டும். ஆனால் அதற்கு தன் படத்தில் நடிக்கச் சம்மதித்த நடிகை ஒத்துக்கொள்வாளா எனத் தெரியவில்லை. உதவி இயக்குநர்கள் யாரும் வந்திருக்கவில்லை. பதினொரு மணிக்கு மேல் மேனேஜர் மட்டும் வந்தான்.

“ஸாரி மேடம். இங்க எல்லாத்தையும் பேலன்ஸ் பண்ண வேண்டியதா ஆகிடுச்சு. அதான் ஜெயில்ல வந்து பாக்க முடியல.”

“பரவால்லங்க. ஒரு முக்கியமான வேல செய்யணும் இப்போ.”

“சொல்லுங்க மேடம்.”

“ஸ்க்ரிப்ட்ல கொஞ்சம் சேஞ்சஸ் வரும். என் கதையோட சேத்து இன்னும் மூணு பெண்களோட கதைய சேத்து நான்கு பெண்களோட கதைகளா படத்த எடுக்கலாம்னு நெனைக்கிறேன். அதுக்கு ஹீரோயின் சம்மதிப்பாங்களான்னு கேக்கணும்.”

மேனேஜர் யோசித்தபடி எதையோ சொல்ல முடியாத தயக்கத்தில் உட்கார்ந்திருந்தான்.

“என்னாச்சு? எதும் பிரச்சனையா?”

“இல்ல மேடம் நான் பேசிட்டு சொல்றேன்.”

“சரி அப்பறம் அசிஸ்டென்ஸ நாளைல இருந்து ஆஃபிஸுக்கு வரச் சொல்லிடுங்க. மத்த டெக்னீஷியன்ஸ் கிட்ட எல்லாம் பேசுங்க. இன்னும் ஒரு மாசத்துல கண்டிப்பா வேலைய ஆரம்பிச்சிரலாம்...”

“ஓகே மேடம்.”

மேனேஜர் அவளிடம் விடைபெற்றுக்கொண்டு அங்கிருந்து கிளம்பினான்.

தனித்து விடப்பட்டவளாய் அலுவலகத்தில் பழைய செய்தித்தாள்களை எடுத்துப் புரட்டினாள். அவள் விடுதலையான செய்தி தமிழ், ஆங்கில நாளிதழ்களில் வெளியாகி இருந்தது. எல்லாவற்றையும் வெட்டி வைத்துக் கொண்டாள். வெட்டி வைக்கப்பட்ட செய்தித்தாள்களை ஒட்ட ஸ்க்ராப் புக்கில் இடமில்லை. புதியதாக ஒன்றைத் தயாரிக்க வேண்டும். மனம் போன போக்கில் கையில் பட்ட எல்லா இதழ்களையும் வெட்டிக்கொண்டே இருந்தவளுக்கு தான் எழுதி வைத்திருந்த திரைக்கதையை எடுத்துப் படிக்க வேண்டுமெனத் தோன்றியது. மேஜைக்குள் பாலித்தீன் கவர் சுற்றி வைக்கப்பட்டிருந்த அந்தக் காகிதங்களை எடுத்துப் புரட்டத் தொடங்கியபோது பாதிக்கும் மேல் சுய புலம்பல்களே மிகுந்திருந்தன. அனாவசியமெனத் தோன்றிய காகிதங்களை எல்லாம் யோசிக்காமல் கிழித்துப் போட்டவள் தான் எதிர்கொண்டிருந்த புதிய பெண்களின் கதையையும் சிறையின் கதையையும் எழுதி எங்கெங்கு சேர்க்க வேண்டுமெனக் குறித்துக்கொண்டாள்.

சிறிய இடைவெளிக்குப் பின் அலுவலகம் திறக்கப்பட்டிருந்ததால் அருகிலிருந்த சிலர் வந்து விசாரித்துவிட்டுப் போனார்கள். எல்லோருக்கும் நம்பிக்கையான பதில்களைச் சொல்லி அனுப்பினாள். யாரோ ஒருவரின் வீழ்ச்சியும் அழிவும் முகம் தெரியாத சிலருக்குச் சந்தோஷமளிக்கக் கூடியதாய் மாறிவிடுகிறது. தங்களுக்குள்ளாகவே புழுங்கிக்கொண்டிருக்கும் இவர்களுக்கு யாரோ ஒருவரின் நிர்வாணம் எப்போதும் உந்துதலுக்கு தேவையானதாய்

இருக்கிறது. வரிசையாக வந்த தொலைபேசி அழைப்புகள் அவ்வளவிற்கும் பதிலளித்தாள். ஜோபியும் அழைத்தான். நலம் விசாரிப்பதற்காக இருக்குமென முதல் அழைப்பைத் தவிர்த்தாள். இரண்டாவது முறையும் அவன் அழைக்க எடுத்துப் பேசினாள்.

“சொல்லுங்க ஜோபி எப்டி இருக்கீங்க?”

“நல்லா இருக்கேன் ஆனந்தி. நியூஸ் பாத்தேன். ரொம்ப சங்கடமா இருந்துச்சு. நேத்து நீங்க ரிலீஸ் ஆகிட்டீங்கன்னு கேள்விப்பட்டதும் உடனே கிளம்பி வந்துட்டேன். இப்போ சென்னைலதான் இருக்கேன். எங்க வந்தா உங்களப் பாக்கலாம்?”

அவளுக்கு ஆச்சரியமாக இருந்தது. இத்தனை மதிப்பளித்துத் தனக்காக ஒருவன் வந்திருக்கிறானே என சந்தோஷமும்.

“ஓ... சென்னைலயா இருக்கீங்க... சரி நான் ஆஃபிஸ் அட்ரஸ் அனுப்பறேன் நேர்ல வந்துடறீங்களா? கோடம்பாக்கத்துலதான் ஆஃபிஸ்.”

“நான் பக்கத்துலதான் இருக்கேன் ஆனந்தி. கோடம்பாக்கத்துல எங்க?”

“யுனைட்டட் இந்தியா காலனி. மீனாட்சி காலேஜுல இருந்து ஃபைவ் மினிட்ஸ் வாக்...”

“ஓகே ஆனந்தி நான் ஒரு பத்து நிமிசத்துல அங்க இருப்பேன். பை.”

தனியாக இருக்கிறோமென்கிற வெறுமை நீங்கி மனம் கொஞ்சம் இலகுவானது. மேஜையை ஒதுக்கி வைத்துவிட்டு, ஜன்னல்களைத் திறந்து வைத்தபோது வெளிக்காற்று அலுவலகம் முழுக்க நிறைந்தது. கீழே இறங்கி எதிரில் இருந்த தேநீர்க்கடையில் ஐந்து நிமிடங்களுக்குப் பிறகு இரண்டு தேநீர் கொண்டு வந்து தருமாறு சொல்லிவிட்டு வந்தாள். ஜோபி அங்கு வந்து சேர்ந்த போது லேசான தூறல் தொடங்கி இருந்தது. தேநீரோடு காத்திருந்தவள் அவனுக்கான பிரத்தியேகமான புன்னகையைச் சேமித்து வைத்திருந்தாள். முன்னைவிடவும் அழகானவனாய் இருந்தான். தேநீரை உரிமையோடு எடுத்துக்கொண்டு அருந்தத் தொடங்கியபோது அந்த நாளின் மிகச் சிறப்பான கணங்களை இருவரும் எதிர்கொண்டனர்.

“என்னயப் பாத்துட்டுப் போறதுக்கா இவ்ளோ தூரம் வந்தீங்க ஜோபி?”

“ம்... ஆனா இப்போதைக்கு ஊருக்குப் போற ஐடியா இல்ல.”

“ஏன் இங்கயே படம் பண்ற ஐடியா இருக்கா?”

“இல்ல ஆனந்தி உங்க படத்துக்கு வொர்க் பண்ணலாம்னு இருக்கேன். அதனால உங்க கூட படம் முடியறவரைக்கும் இருக்கப்போறேன்.”

எல்லா நம்பிக்கைகளும் மறைந்துபோன நொடியில் இத்தனை நம்பிக்கையோடு வந்து நிற்கும் அவனைப் பார்க்க அவளுக்கு சந்தோஷமாய் இருந்தது.

“நிஜமாவா சொல்றீங்க?”

“ஆமா... உங்களுக்கு ஆட்சேபணை இல்லைன்னா நான் இங்கயே உங்க ஆஃபிஸ்லயே ஸ்டே பண்ணிக்குவேன்.”

கையிலிருந்த தேநீர்க் கோப்பையை அவன் கோப்பையோடு தட்டிக்கொண்டு சியர்ஸ் சொன்னாள்.

“பெரிய ஹோப் குடுத்திருக்கீங்க ஜோபி. நம்மகூட நிக்கிறதுக்கு யாருமே இல்லையேன்னு தவிச்சிட்டு இருந்தேன்... தாங்க்ஸ்...”

“*its my pleasure* ஆனந்தி.”

தேநீர் குடித்து முடித்த பிறகும்கூட படத்தைப் பற்றி அவர்கள் எதுவும் பேசிக்கொள்ளவில்லை. அவள் ஜெயிலில் இருந்த நாட்களைக் குறித்தும் அங்கு தான் எதிர்கொண்ட பெண்கள் குறித்துமே தொடர்ந்து பேசினாள். இன்று மாலையே தன் பொருட்களை எல்லாம் எடுத்துக்கொண்டு இங்கு வந்துவிடுவதாகச் சொல்லிவிட்டான். இனி கவலையில்லை. வேறு யாரும் இல்லாமல் போனாலும் இந்தப் படத்தை எடுத்துவிட முடியும். பாபு ஒரு பக்கமும் ஜோபி ஒரு பக்கமுமாய் இந்தப் படத்தைத் தாங்கி நிறுத்துவார்களென்கிற நம்பிக்கை வந்தது. இருவரும் மதிய உணவிற்காகக் கிளம்பத் தயாரானபோது மேனேஜர் கூப்பிட்டான்.

“ஹலோ...”

“மேடம் ஹீரோயின் கிட்ட பேசினேன்.”

“சொல்லுங்க ஸார் என்ன சொன்னாங்க?”

”உங்க வாழ்க்கைக் கதைங்கறதாலதான் அவங்க நடிக்கச் சம்மதிச்சாங்களாம்... கதைய மாத்தறதா இருந்தா அவங்களுக்கு இம்பார்ட்டன்ஸ் இருக்காது... அதனால, முடியாதுன்னு சொல்றாங்க...”

“ஓ...”

ஆனந்திக்கு என்ன பதில் சொல்வதெனத் தெரியவில்லை. யோசனையோடு பதில் சொல்லாமல் காத்திருந்தவள் திரும்பி ஜோபியை ஒருமுறை பார்த்துக்கொண்டாள்.

“ஒரு அஞ்சு நிமிசத்துல நான் கூப்டறேன் ஸார்...”

சொல்லிவிட்டு இணைப்பைத் துண்டித்தாள். ஜோபியிடம் கேட்டு ஒரு முடிவுக்கு வரலாம். கதை முக்கியமா? அல்லது நடிகை முக்கியமா? ஒரு நடிகையின் கதையைப் படமாக்க முன்வந்து இன்னொரு அரை நிர்வாணப் படத்தை எடுக்க அவளுக்கு விருப்பமில்லை. இதற்கு முன்னும் சிலர் அதைத்தான் செய்திருக்கிறார்கள்.

“ஜோபி...”

“சொல்லுங்க ஆன்ந்தி.”

“முதல்ல நான் என்னோட வாழ்க்கைய மட்டுந்தான் படமா எடுக்கணும்னு நெனச்சேன். ஆனா ஜெயிலுக்குப் போயிட்டு வந்ததுக்கு அப்பறம் அங்க பாத்த சில பெண்களோட வாழ்க்கைய சேக்கணும்னு தோணினதால கதைல கொஞ்சம் மாத்தி இருக்கேன். இப்போ சேஞ்சஸ் இருந்தா நடிக்க மாட்டேன்னு ஹீரோயின் சொல்றா? நமக்கு ஹீரோயின் முக்கியமா இல்ல ஸ்க்ரிப்ட் முக்கியமா?”

ஜோபி சிரித்தான்.

“நீங்களே நடிகைதான் ஆனந்தி. அவங்கள விடவும் இந்தக் கதைல உங்களால நல்லாவே நடிக்க முடியும். அதனால உங்களுக்கு ஆத்மார்த்தமா எந்த விசயத்த படமா பண்ணணும்னு தோணுதோ அதுக்கு இம்பார்ட்டன்ஸ் குடுங்க.”

ஆனந்தி சிரித்தாள். அவன் சொல்வது சரியென ஏற்றுக்கொள்வதுபோல் ஆமோதித்துத் தலையாட்டினாள். மறுபடியும் மேனேஜருக்கு அழைத்தவள்

“நாம வேற நடிகையப் பாத்துக்கலாம் ஸார்... அவங்களுக்கு ஒன் மந்த் டைம் குடுங்க. விருப்பம் இல்லைன்னா அட்வான்ஸ திருப்பித் தந்துடட்டும்.”

“ஓகே மேடம்.”

மேனேஜரின் குரல் சோபையே இல்லாமல் எதிர்முனையில் ஓய்ந்தது. கமிஷன் விட்டுப்போன வருத்தமாக இருக்கலாம். அலுவலகத்தைப் பூட்டிவிட்டு மதிய உணவுக்காக இருவரும் வெளியில் போக எத்தனித்தார்கள், இப்போதிருக்கும் நிறையபேர் போய்விடலாம், புதிதாக யாரோ சிலர் நிச்சயம் வரவே செய்வார்களென்கிற நம்பிக்கை அவளுக்குள் ஆழமாய்த் துளிர்விட்டிருந்தது, அவன் அருகில் வரும்போது மெல்லிய பரவசமெழ, கடைசியாக அவனோடு கூடிக்கிளர்ந்த இரவு நினைவுக்கு வந்தது. அலுவலகத்தின் கதவைப் பூட்டிவிட்டுப் படியிறங்கப் போனவனைப் பின்னாலிருந்து மென்மையாக அணைத்துக்கொண்டாள். அவன் பதற்றமே இல்லாமல் மெதுவாகத் திரும்பி அவளை ஆழமாக முத்தமிட்டான்.

★

பாபுவும் ஆனந்தியும் ஒரே வீட்டில்தான் இருக்கிறார்கள். இருப்பினும் இருவருக்குமான அந்தரங்கங்களில் ஒருவர் அனுமதி இல்லாமல் இன்னொருவர் நுழைவதில்லை. தனக்கு அதிகம் பரிச்சயம் இல்லாத நாட்களில் தன்னுடலின் மீது கட்டற்ற மோகம் கொண்டிருந்தவனுக்கு இப்போது அவனோடே இருந்த போதும், இவளே விருப்பத்தோடு இணங்கத் தயாராக இருந்தும் என்ன வந்தது? அவளது உடலைப் பொருட்படுத்தியதாகவே அவன் காட்டிக்கொள்வதில்லை. சக்தியைத் தன்னோடு வைத்துக் கொள்ள முடியாதென்பதால் தேவைப்படும்போது அழைத்துக் கொள்கிறேனென ஆனந்தி சொல்லி அனுப்பிவிட்டாள். பாபுதான் பெரும்பாலும் அவளுக்கு சமைத்துக் கொடுக்கிறான். தேவையான எல்லாவற்றையும் பார்த்துப் பார்த்துச் செய்கிறான். ஜெயிலுக்குப் போய்விட்டு வந்ததால் தன் மீதான கரிசனமாக இருக்கலாமென நினைத்துக்கொண்டாள். பரிதாபமோ, இரக்கமோ எதையும் வெளிப்படுத்தாமல் இயல்பாகத்தான் இருந்தான். ஜோபியை அவளோடு பார்க்கும்போது மட்டும் கொஞ்சம் எரிச்சலாவான். ஆனால், அவளிடம் காட்டிக்கொள்வதில்லை.

இவள் வம்புக்கென்றே இவனோடு இருக்கையில் ஜோபி எதிர்ப்பட்டாள் அவனோடு குழைவாள். பாபு இறுக்கமான கோபத்துடன்-

"எதுக்கு சும்மா அவன் கிட்டயே கொழஞ்சிட்டு இருக்க? அசிங்கமா இல்லையா?" எனக் கேட்பான்.

"உங்கிட்ட கொழஞ்சாத்தான் உனக்குப் பிடிக்கலையே... நீயும் என்கூட படுக்க மாட்ட. நான் யார் கூடயாச்சும் படுக்கணும்னு ஆசப்பட்டாலும் விடமாட்ட... சரியான சாடிஸ்ட்..."

ஆனந்தி கேலியாகச் சொல்லுவாள்.

"யாரு நான் சாடிஸ்டா... வேணும்னே என் முன்னால அவனக் கொஞ்சற. நீதான் சாடிஸ்ட்..."

பாபு கோபமாகச் சொல்லிவிட்டுப் போய்விடுவான். சில மணி நேரங்களில் அவனே மீண்டும் வந்து எங்காவது அழைத்துக் கொண்டு போவான். தொடர்ந்து ஃபைனான்ஷியர்கள் நிறைய பேரை அழைத்து வருவது அவளுக்குத் தேவையான மற்ற விசயங்களைச் செய்துகொடுப்பதென எப்போதும் அவளது படம் குறித்தான எண்ணமே அவனுக்குள் ஓடும்.

ஆனந்தி தன் இளவயது கேரக்டரில் நடிக்க நிறைய சிறுமிகளை நடிக்க வைத்துப் பார்த்தாள். திருப்திகரமான ஒரு முடிவுக்கு வரமுடியாமல் இருந்தது. பாபுதான் நிறைய சிறுமிகளை பி.ஆர். ஓக்கள் மூலமாக நடிப்புத் தேர்வுக்குக் கூட்டிவரச் செய்தான். தனது பால்யத்தை அந்தச் சிறுமிகளின் வழியாய்த் தேடிக் கண்டடைய நினைத்தது அவளது மனம். அச்சம் நிறைந்த மருண்ட கண்களை யாரிடமும் அவளால் காண முடியவில்லை. வெவ்வேறு படங்களில் கேமராவிற்கு முன்னால் நின்று பழகியிருந்ததில் போலியான உணர்ச்சிகளை முகத்தில் கொண்டுவரும் கலையைத் தெரிந்து வைத்திருந்தவர்கள் தேர்ந்த நடிகைகளாக அன்றி சிறுமிகளாக இல்லை.

அவளைத் திருப்தி செய்ய முடியாத சோர்வில் பாபு தான் நடிக்கும் படத்திற்கான படப்பிடிப்பிற்காக சிக்மகளூர் கிளம்பிப் போய்விட்டான். தற்காலிகமாக சிறுமியைத் தேடும் பணி ஒத்திவைக்கப்பட்டு மற்ற வேலைகள் நடந்துகொண்டிருக்க, புதிதாக பணம் கடன் கொடுக்க கேரளாவிலிருந்து அவளது முன்னாள்

தயாரிப்பாளர்கள் இரண்டு பேர் முன்வந்தனர். இழப்புகளுக்குப் பழக்கப்பட்டுக்கொண்டிருந்த நாட்களில் இவர்களின் வருகை அவளை ஆறுதல் கொள்ளச் செய்தது.

படத்திற்கு வேறு கதாநாயகி ஒப்பந்தமாகி இருக்க, இரண்டாவது மற்றும் மூன்றாவது முக்கியமான கதாபாத்திரங்களில் நடிக்க இன்னும் சில புதிய நடிகைகளைத் தேர்ந்தெடுத்திருந்தாள். புதிய திரைக்கதை அவளுக்குள் பெரும் நம்பிக்கையை உருவாக்கிவிட்டிருக்க, அதன் வடிவத்திற்குள் ஒத்துப்போகும் முகங்களைத் தேடியடைவது பெரும் வேலையாக இல்லை. ஒரு போட்டோ ஷூட்டிற்கு நாள் குறித்தவர்கள் அதற்கான எல்லா வேலைகளையும் முடுக்கிவிட்டிருந்தனர்.

ஜோபியோடு பழைய உதவி இயக்குநர்களும் வேலையில் சேர்ந்துவிட்டதால் அலுவலகத்தில் வேலை தீவிரமாய் நடந்து கொண்டிருந்தது. கடைசி நேரம் வரையிலும் ஒரு சிறுமி கிடைக்காமல் தேடிக்கொண்டிருந்தனர்.

புண்

பாபுதான் சத்யாவை அழைத்து வந்தான். பத்து அல்லது பன்னிரண்டு வயது இருக்கும் அவளுக்கு. ஆனந்திக்கு அவளைப் பார்க்கையில் பல வருடங்களுக்கு முன் தன்னைக் கண்ணாடியில் பார்த்துக்கொண்டதுபோல இருந்தது. பெரிய வேலை ஒன்று முடிந்துவிட்ட திருப்தி எல்லோருக்கும்.

தேர்ந்தெடுக்கப்பட்ட சிறுமியைப் படம் முடியும்வரை எங்கும் அனுப்ப வேண்டாம் வீட்டிலேயே வைத்துக்கொள்ளலாமென முடிவுசெய்யப்பட்டது. பாபுவுக்கு அதில் உடன்பாடில்லை. கடுமையாக மறுத்தான். அவள் அவனுக்குத் தொந்தரவாக இருந்தால் புதிதாக இன்னொரு வீடு எடுத்துக்கொண்டு தானும் அந்தச் சிறுமியோடு இருந்துகொள்வதாகச் சொன்னாள். வேறு வழியே இல்லாமல் சம்மதித்தான். ஆனந்தி மது அருந்துவதைக் குறைத்துக்கொண்டாள்.

பாபுவோடு மட்டும் எப்போதாவது இரவுகளில் அதுவும் வீட்டில் குடிப்பதோடு சரி. அவர்கள் இருவரும் சேர்ந்து இருக்கத் தொடங்கிய முதல் சில நாட்களிலேயே ஒரு புலனாய்வு பத்திரிகையில் கிசுகிசுவைப்போல் 'திருட்டுத்தனமாய்க் குடும்பம் நடத்தும் பிட்டு நடிகையும் பிட்டு நடிகரும்' என ஒரு செய்தி போட்டிருந்தார்கள். இவளது முகம் இல்லாத உடலை மட்டும் கொண்ட கோட்டுப் படத்தோடு வந்த செய்தி. ஆனந்தி அந்தக் கிசுகிசுவை ரசித்தாள். அந்த அலுவலகத்திற்கு போன்

செய்தாள் தன் உடலை அடுத்து கிசுகிசு போடும்போது அழகாக வரையவேண்டும் எனச் சொன்னதோடு இந்தக் கோட்டோவியம் போட்டவருக்கு ரெண்டாயிரம் ரூபாய் அனுப்பி வைத்திருப்பதாகச் சொன்னாள். அதன்பிறகு அந்தப் பத்திரிகையில் அவளைப் பற்றி கிசுகிசுக்கள் வரவில்லை.

வாரத்திற்கு ஒருமுறை அந்தச் சிறுமியின் வீட்டிலிருந்து அவளை வந்து பார்த்துச் சென்றார்கள். சிக்மகளூரில் பழக்கடை வைத்திருப்பவரின் மகள். எளிய குடும்பம். படப்பிடிப்பு நடந்த இடத்திற்கு அருகில் அவர்களின் கடை. தற்செயலாக ஒரு மாலை நேரத்தில் சாலையைக் கடந்து வந்து கொண்டிருந்த பாபுவுக்குக் கடையிலிருந்த இவளைப் பார்த்ததும் ஆனந்தியின் முகச்சாயல் தெரிய உடனடியாக அவர்களிடம் பேசிச் சம்மதிக்க வைத்திருக்கிறான். எதையும் வேகமாகக் கற்றுக்கொள்ளக் கூடியவளாய் இருந்தாள். அவளுக்கு நடிப்பு சொல்லித் தரவேண்டுமென நினைத்தபோதுதான் ஆனந்தி தனக்கே இன்னும் சரியாக நடிக்கத் தெரியவில்லை என்பதைத் தெரிந்துகொண்டாள்.

முன்பு ஃபிலிமில் படம் பிடிக்கும்போது ஃபிலிம் ரோல் வீணாகக்கூடாதென்பதற்காக அதிகம் டேக் போக சம்மதிக்க மாட்டார்கள். “போதும்மா... ஓகே...ஓகே... க்ளோஸ் ஷாட்ல சரியா பண்ணிக்கலாம். இதுல டீடெய்ல் தெரியாது...” என நன்றாக நடிக்க அவகாசம் தரமாட்டார்கள். இப்பொழுது டிஜிட்டல் என்பதால் எத்தனை டேக்குகள் வேண்டுமானாலும் போகலாம். பத்து நிமிடம் திரையில் வந்தாலும் இந்தச் சிறுமியின் பாத்திரம் வலுவாக இருக்க வேண்டுமென்பது அவளது எண்ணம். பால்யத்தின் துயரமான எல்லா வலிகளையும் நினைவுகளையும் இந்தச் சிறுமியின் கண்கள் வழியாகவும் நடிப்பின் வழியாகவும் தான் வெளியேற்றிக் கடக்க வேண்டும். எழுதப்பட்ட காட்சிகளை ஜோபியிடம் கொடுத்து அவன் வழியாக அந்தச் சிறுமிக்கு நடிப்பு சொல்லிக்கொடுத்தவள், சினிமாவிற்காக அந்தச் சிறுமியின் பெயரையும் மாற்றி ‘சத்யா’ என்று வைத்தாள்.

ஸ்டில் ஷூட்டிற்கு மூன்று நாட்கள்தான் இருந்தன. சத்யாவை எங்கும் அலையாமல் வீட்டிலேயே ஓய்வில் இருக்க வைத்தார்கள். அவள் இப்போது அந்தக் கதையின் மொத்த சாரத்தையும் உள்வாங்கிய குட்டி ஆனந்தியாகத்தான் இருந்தாள். ஆனந்தியின் கடந்த காலம் அவளுக்கு எதிரில் எப்போதும்

விளையாட்டுத்தனங்களோடு சுற்றிக்கொண்டிருந்ததைப் பார்க்க அவளுக்கே சந்தோஷமாக இருந்தது. தான் இழந்த எல்லாவற்றையும் தனது பால்யத்தை நினைவுபடுத்தும் இவளுக்குக் கொடுத்துவிட வேண்டுமென மனம் தவித்தது. சினிமாவில் எல்லோரையும் எதிர்த்து நிற்கும் துணிச்சலையும் நுட்பத்தையும் மட்டும் இவளுக்குக் கற்றுக்கொடுத்துவிட்டால் போதும் தன்னைவிடவும் பெரிய நடிகையாய் அவளை உருவாக்கிவிட முடியும்.

வளசரவாக்கத்திலிருக்கும் ஒரு படப்பிடிப்புத் தளம் ஸ்டில் ஷூட்டிற்காக உறுதி செய்யப்பட, அதைப் பார்வையிட்டு வந்த ஆனந்தி அங்கு சின்னதாக ஒரு செட் போடச் சொல்லி இருந்தாள். நள்ளிரவை நெருங்கி வீட்டிற்குத் திரும்பியவள் தன் அறையில் சத்யாவைத் தேடினாள். அங்கு இல்லாததால் பாபுவின் அறையில் இருக்ககூடுமென 'சத்யா' எனச் சத்தமாகக் கூப்பிட்டாள். எந்தப் பதிலும் இல்லை. பாபு மட்டும் வெளியே எட்டிப்பார்த்தான். "நல்லா தூங்கறா... இரு தூக்கிட்டு வர்றேன்...."கதவை நன்றாகத் திறந்துவிட்டவன் வெறும் பாவாடை சட்டையோடு இருந்த அவளைத் தூக்கிக்கொண்டு வந்து ஆனந்தியின் படுக்கையில் படுக்க வைத்தான். "சாப்ட எதாவது செஞ்சு தரட்டுமா?" அலைச்சலில் அவனது குரலும் சோர்ந்து போயிருக்க, ஆனந்தி வேண்டாமெனச் சொல்லிவிட்டு உட்கார்ந்தாள். "சரி நான் தூங்கறேன். காலைல பேசுவோம்..." திரும்பி நடந்த பாபுவின் இடது முழங்கையில் ஏதோ கீறி லேசாய்க் குருதி கசிந்திருந்தது. "என்னாச்சு? கைல... ரத்தம் வருது..." முழங்கையில் தேடி குருதியைத் துடைத்துக் கொண்ட பாபு, "காட் ல இடிச்சிக்கிட்டேன்," என சிரித்துவிட்டுப் போனான்.

சரியாக உறக்கமில்லாமல் உடலில் வெக்கை கூடிப்போயிருந்தது. உட்காரும்போது குதத்தில் எரிச்சலும் வெக்கையும் அதிகமாகி இருப்பதால் மூலநோயின் அறிகுறியாய் இருக்கலாமென நினைத்துக் கொண்டாள். இப்போதைக்கு மருத்துவரைப் பார்க்கவெல்லாம் நேரமில்லை. தண்ணீர் குடித்துவிட்டு படுக்கப் போனவளுக்கு அசதியை மீறி அந்த செட் எப்படி இருக்க வேண்டுமென ஒரு வடிவம் தேவையாய் இருந்தது. இணையத்தில் தேடலாமென கம்ப்யூட்டரை ஆன் செய்தவள், பழைய படங்களின் போட்டோக்களைச் சேமித்தாள்.

★

நேரம் பின்னிரவைத் தாண்டியிருந்தது. நேரம் தப்பி உணவருந்துவதும், அதிக தேநீர் அருந்துவதும், உடலின் பித்தத்தை அதிகரித்தது. ஆனந்தி எழுந்துபோய் ஜன்னல் அருகே நின்றுகொண்டாள். வழக்கமாக பாபுவை எழுப்புவாள். என்னவோ அன்று மாலையிலிருந்து அவனைக் காணவில்லை. ஆனந்தி இருட்டுக்குள் வெகு நேரம் பார்த்துக்கொண்டிருந்தாள்.

“ம்ம்ம்ம்ம்ம்மம்ம்......”

ஆனந்தி திடுக்கிட்டுத் திரும்பினாள்.

சத்யா தூக்கத்தில் மிரண்டுபோய் அழுதாள்.

ஆனந்தி அவளை வாரி அணைத்து மடியில் கிடத்தினாள்.

சத்யா, படுக்கையில் சிறுநீர் கழித்திருந்தாள்.

ஆனந்திக்கு ஏதோ பொறிதட்டியது. சத்யாவின் அழுகையின் வலி அவளுக்குள் ஊடுருவிச் சென்று மனத்தின் ஆழத்தில் அவள் புதைத்து வைத்திருந்த புண்ணைக் கிளறியது.

சத்யாவின் ஆடைகளை விலக்கிப் பார்க்கக்கூட ஆனந்திக்குத் தோன்றவில்லை. சத்யாவின் அழுகையே அவ்வளவையும் சொல்லிவிட்டது.

“ஆஆஆஆ...” ஆனந்தியின் மனம் பெருங்குரலெடுத்து அழுதது.

படுக்கையின் மறு ஓரத்தில் சத்யாவைக் கிடத்திவிட்டு, அவள் பாவாடையை மட்டும் கழற்றி வேறு பாவாடையை அணிவித்தாள்.

லாண்ட்ரி பேகில் பாவாடையைப் போடப் போனவள், ஒரு நொடி, பாவாடையின் உள்பக்கமாகத் திருப்பிப் பார்த்தாள். வழுவழுப்பான ஆண் கழிவு.

பாவாடையை நெஞ்சோடு வைத்து அழுத்திக்கொண்டு அப்படியே கீழே சாய்ந்தாள் ஆனந்தி.

அபாயம்:
இது மாமாக்கள் உலவும் பகுதி

அந்த வீட்டிற்குள் ஒரு தண்ணீர்த் தொட்டி இருந்தது. தம்பாவின் அம்மா அதிலிருந்து ஒரு மக்கில் தண்ணீர் எடுத்துக்கொண்டு, தொடைக்கு மேல் சேலையைத் தூக்கியபடி உள்ளே போவாள் வருவாள். ஒரு பக்கம் சமையலறை. இன்னொரு பக்கம் பாத்திரம் கழுவும் இடம். அங்கேயே தம்பா அம்மா புடவையைத் தூக்கிவிட்டுக்கொண்டு மூத்திரம் கழிப்பாள். எவ்வளவு பெரிய தொடைகள் தம்பா அம்மாவிற்கு. ஆனந்திக்கு அசிங்கமாக இருந்தது அவளை அப்படிப் பார்க்க. அம்மா ஏன்தான் இவளது பாதுகாப்பில் தன்னை விட்டுச் செல்கிறாளோ என்றிருக்கும்.

வாசலருகே போடப்பட்டிருந்த ஸ்டூலில் மாலை வரை அசையாமல் அமர்ந்திருப்பாள் ஆனந்தி. ஒருமுறை, நல்ல மழை பெய்து ஓய்ந்திருந்தது. தம்பா மாமா வீட்டில் இருந்தான். அப்படித்தான் அவனை அழைக்க வேண்டும் என்று அவன் அம்மா சொல்லியிருந்தாள்.

“மாமா...டி உனக்கு” என்று ஆனந்தியின் கன்னத்தைக் கிள்ளும்போது ஆனந்திக்கு என்னவோ போலிருக்கும்.

“அம்மா...சீக்கிரம் வா...” என்று மனத்திற்குள் ஓயாமல் அழைப்பாள்.

அம்மா எப்போது நேரத்தோடு வந்திருக்கிறாள். அவள் உலகில்

தான் ஒரு பின்னிணைப்பு மட்டுமே என்று ஆனந்திக்கு அப்போது தெரிந்திருக்கவில்லை.

“ரேசன் கட வரை போய்ட்டு வந்துரேன் தம்பா... பாப்பாவ பாத்துக்க” என்று சொல்லிவிட்டு அந்தப் பெண் வெளியே சென்றாள்.

ஆனந்தி வாசல் ஸ்டூலில் நகராமல் அமர்ந்திருந்தாள்.

உள்ளே ரேடியோவில் பாட்டு ஓடிக்கொண்டிருந்தது. திடீரென பாடல் நின்றுவிட்டது. ஆனந்தி உள்ளே எட்டிப் பார்த்தாள்.

“ரேடியோ போடணுமா? உள்ள வா...வந்து போட்டுக்கோ” என்றான் தம்பா.

ஆனந்தி தயங்கியபடி ரேடியோவிடம் சென்றாள். அது ஒரு ப்ரவுன் கலர் பெட்டி போல் இருந்தது. ஆனந்தி அதன் பட்டன்களை அழுத்திக்கொண்டிருந்தாள்.

“ரேடியொ கேக்கணுமா...” என்று பின்புறமிருந்து அவளைத் தூக்கிய தம்பா...ரேடியோவை அவளது கையில் கொடுத்துவிட்டு அவளைத் தன் மடியில் அமர்த்திக்கொண்டான்.

அவனது கைகள் தன் உடல்மீது ஊர்வதை அறிந்திராத ஆனந்தி, தன் தொடைகளுக்கிடையே ஓர் இடத்தில் அவன் விரல்கள் தன் தோலைக் கிழிப்பது போல் இழுக்கவும், பயந்து உடனே விலகினாள்.

“ஒண்ணுமில்ல... ஒண்ணுமில்ல... பயப்படக்கூடாது...வலிக்குதா... மாமா பாக்கட்டுமா...” என்று தம்பா அவளைப் படுக்கையின்மீது உட்கார வைத்து அவள் கால்களை விரித்து...

எங்கடா... வலிக்குது? இங்கயா? இங்கயா? என்று ஒவ்வொரு இடமாகத் தொட்டுக்கொண்டே கேட்டான்.

ஆனந்தி அழுதுகொண்டே அவனைப் பார்த்தாள்.

சரி... சரி... மாமா சாக்லேட் வாங்கித் தரேன்... வலிக்குதுன்னு யார் கிட்டயும் சொல்லக்கூடாது... சொன்னா மாமா என்ன செய்வேன் தெரியுமா?

ஆனந்தி, அழுதுகொண்டே சொல்ல மாட்டேன்... சொல்ல மாட்டேன் என்று வேகவேகமாகத் தலையாட்டினாள்.

“யார்கிட்டயாச்சும் மாமா இப்படிப் பண்ணாரு அப்படிப் பண்ணாருன்னு சொன்னா... அதோ தெரியுது பார் அந்தத் தண்ணித் தொட்டி....” என்று சொன்னவன், ஆனந்தியைத் தூக்கிக் கொண்டு தண்ணீர்த் தொட்டிக்குச் சென்று தண்ணீரில் அவளை ஒரு முக்கு முக்கி வெளியே எடுத்தான்.

“போ...” என்று ஆனந்தியின் பின்னந்தலையில் அடித்துத் தள்ளினான்.

ஆனந்திக்கு மூச்சும் பேச்சும் நின்றுபோனது ஒரு நிமிடம்.

தம்பாவைப் பார்த்துக் கத்தி அழுதாள். வாயிலிருந்து எச்சில் வழிய அழுதாள்.

ஒரு சொல்கூட வெளியே வரவில்லை. அவள் அழுகை ஊமையானது அப்போதுதான்.

தம்பா லுங்கிக்குள் கையைவிட்டு ஆனந்தியைப் பார்த்துக் கொண்டே ஏதோ செய்தான்.

ஆனந்தி கதறி அழுதாள். ஒரு துளி சத்தமில்லாமல்.

வதை

கடுமையாக சஞ்சலமுற்ற பின் உடைந்து நொறுங்கும் மனதை என்ன செய்தும் ஆற்றுப்படுத்திவிடலாகாது. சமாதானங்களில் அத்தனை எளிதாகத் துயரங்களை மீட்டெடுத்துக்கொள்ள முடிவதில்லை. சாத்தான்களின் நீண்ட கோரைப்பற்களுக்குள் சிக்கித்தவித்த குழந்தைகளின் வதையை எண்ணி ஆனந்தி துயருற்றாள். கொஞ்சமாகவேனும் ஆற்றுப்படுத்திக்கொள்ளக் கேட்ட இசை அமைதிக்குப் பதிலாக சினத்தையே கிளறியது. எந்த இசையாலும் இந்த வலியை மறக்கச் செய்ய இயலாது. அந்த வீட்டிலிருந்த எல்லாமும் அருவருப்பின் அதீத வடிவங்கள். சிதைவை இருப்பாக்கிக்கொண்டிருக்கும் அதனைப் பார்க்க நேர்கிற ஒவ்வொரு நொடியும் உடலைக் கூசச் செய்தது. அலமாரியிலிருந்த மதுவை எடுத்துக் குடிக்கத் தொடங்கியபோது, முன்னறையிலிருந்த பெரிய தொலைக்காட்சியில் யானியின் இசை ஓடிக்கொண்டிருந்தது.

பெரும் கூட்டத்தின் மத்தியில் தனது தாயின் பெயரில் யானி உருவாக்கி *felista* என்னும் அந்த இசைக்கோவை பிரபஞ்சத்தின் ஆழ் மௌனத்திலிருந்து தொடங்குவதுபோல் மிக மெதுவாகத் தொடங்கி, அந்த ஹால் முழுக்க நிறையத் தொடங்க, ஆனந்தி மதுவை தம்ளரில் ஊற்றித் தண்ணீர் கூட சேர்க்காமல் குடித்தாள். போதையில் உடல் கசந்து எரிந்தபோது, ஃபெலிஸ்தாவின்

வசீகரத்தையும் மீறி சத்யாவின் முனகல் மட்டுமே ஆனந்தியின் செவிகளில் எதிரொலித்தது. அவளைப்போல சிறுமியாக ஆனந்தி முனகியதும் மாறி மாறி நினைவுக்கு வர ஆத்திரம் உடலை வதைத்தது.

தனது தோற்றத்தில் அவளை நடிக்க வைக்கத்தானே அழைத்து வந்தான், அந்த வயதில் தன் மீது நிகழ்த்தப்பட்ட வன்முறை அத்தனையையும் இவள் மீது நிகழ்த்துவதன் மூலம் வாழ்வை துயருற்றதாய் மாற்ற நினைக்கிறானா? மங்கிய மஞ்சளான வெளிச்சத்தில் ஏசியின் குளிரை மீறி வியர்வை கசியும் உடலுடன் பாபு, சத்யாவின் மீது ஊர்ந்து பரவுவதை அவளால் நினைத்துப் பார்க்க முடியவில்லை.

அவன் முன்னால் வீழ்ந்துபோகும் பட்சத்தில் சத்யா அவன் வாழ்வின் ஆகப்பெரிய துயருக்குள் வீழ்ந்துவிடுவாள். என்ன செய்யலாம்? அந்தக் குழந்தையை ஊருக்குத் திருப்பி அனுப்பிவிடலாமா? ஆனால் அவளுக்குள்ளிருக்கும் இந்த மிருக நினைவுகளிலிருந்து அவளை எப்படி மீட்டெடுப்பது. இனி தன்னை எதிர்கொள்ளும் எல்லோரையும் அச்சத்தோடுதானே பார்ப்பாள். தன்னால்தான் எல்லாம்... குற்றவுணர்ச்சி மிகுந்து எழ, மேஜையில் மோதிக்கொண்டாள். கொஞ்சம்கூட வலிக்கவில்லை. *Felista* முடிந்து நைட்டிங்கேல் தொடங்கியிருந்தது. முரட்டுப் புல்லாங்குழலின் ஆரம்ப இசை அவளது வன்மமும் ஆத்திரமும் இசையைப் பொருட்படுத்தாமல் அவளுடலை மீறி எதிரொலித்தது. தற்கொலை செய்துகொள்ளலாம். யாருக்கும் எந்த இழப்பும் இல்லாமல் தன்னையே வதைத்துக்கொள்ள ஆக இறுதியாய் இருக்கும் ஒரே வழி இப்போதைக்கு அதுதான். அறையில் மின்சாரம் தடைபடுவதும் மீண்டும் வருவதுமாய் இருந்தது. தனது டைரியை எடுத்துக்கொண்டவள் போதையில் கைகள் நிலைகொள்ளாத இருளிலும் வெளிச்சத்திலுமாய் எழுதினாள். நைட்டிங்கேல் பாதியில் நிற்பதும் பிறகு மின்சாரம் வந்ததும் மீண்டும் முதலிலிருந்து ஓடுவதுமாய் இருந்தது. யானி அவளுக்காக இசைக்க சளைக்கவில்லை. இறப்பதற்கு முன்னால் குறைந்தபட்சம் தான் எதிர்கொண்ட துரோகங்களை எல்லாம் கதையாக்கி யாரிடமாவது சேரும்படி செய்துவிடவேண்டும். கைகளில் நிற்க மறுத்து நழுவிய பேனாவை சிரமத்துடன் பிடித்து நிறுத்திக்கொண்டாள். இந்தக் கடிதத்தை வாசிக்கப்போகும் யாரோ

ஒருவனுக்குத் தனது இறப்பிற்கான அசலான காரணம் அவசியம் தெரிந்தே தீரும். ஆனால் எப்படித் தொடங்குவது? கதையென்றா? கடிதமென்றா?

(இனி அவள் கையெழுத்திலேயே அந்தக் கடிதம்.)

இதுவரை யாரிடமும் சொல்லாத கதையை உங்களிடம் சொல்லிக் கொண்டிருக்கின்றேன். நம்பினால் நம்புங்கள், இது ஒரு அது அற்புதமான கதை. உலகத்தில் இருக்கும் யாருக்குமே சொல்லப்படாத கதை உங்களுக்கு தான் முதன் முறையாக தெரியப் போகிறது என்பது உங்களுக்கு சிறு பதட்டத்தை ஏற்படுத்தியிருக்கலாம்.. இது இருட்டில் எழுதப்பட்ட கதை என்பது உங்களுக்கு அதிக ஆச்சர்யத்தை கொடுக்கலாம், ஏனெனில் இந்த கதை எழுதத் துவங்கிய சில நொடிகளிலே மின்சாரம் நின்று விட்டது. அதுவரையிலும் வெளி வராண்டாவிலிருந்து விழுந்த ஜன்னல் வெளிச்சத்தில் இந்த கதையை எழுதிமுடித்துவிடலாமென்று எண்ணியிருந்தேன்.

மன்னிக்கவும் என்னுடைய எழுத்து

தெளிவாக புரியும்படி இல்லாமல் இருக்கலாம்

அது என்னுடைய தவறல்ல. எழுத்தை பற்றிய

கவலையை விடுங்கள். எப்படியேனும்

உங்களுக்கும் புரியும்படியான ஒரு கதையை

சொல்லிவிட முயற்சிக்கிறேன்.

நீங்கள் நினைப்பது சரிதான். நான் குடித்திருக்கிறேன்

மிதமாக என்று சொல்வதிற்கில்லை. இப்பொழுது

என்னுடைய எழுத்து உங்களுக்கு புரியட்டும் என்று நான் முயல்கிறே

மின்சாரம் இப்பொழுது வந்துவிட்டது. இன்னமும்

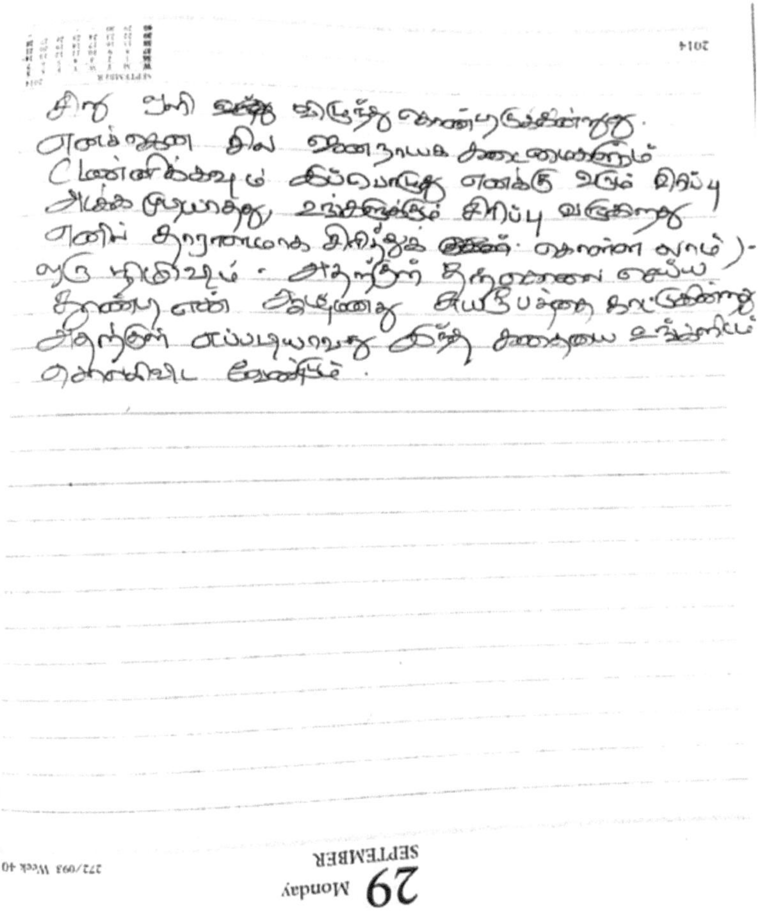
சிறு பூனி வந்து இருந்து கொண்டிருக்கின்றது.
எனக்குள்ள சில ஞாபக கதைகளையும்
சொல்லிக்கவும் இப்பொழுது எனக்கு வரும் சிரிப்பு
அடக்க முடியாதது. உங்களுக்கும் சிரிப்பு வருகிறது
எனில் தாராளமாக சிரித்துக் கொள்ளலாம்).
ஒரு முடிவும். அதற்கான தருணமும் செய்ய
தூண்டுகிற என் ஆழ்மனது சமிக்ஞை காட்டுகின்றது
அதற்குள் எப்படியாவது இந்த கதையை உங்களிடம்
சொல்லிவிட வேண்டும்.

அவளால் தொடர்ந்து எழுதமுடியவில்லை. தான் செத்துப்போவதால் மட்டும் எல்லாம் சரியாகிவிடப் போகிறதா என்ன? இவளைப் பாதுகாக்க வேண்டுமாயின் வாழவேண்டும். பாபுவின் வன்மத்தை எழுதிவைத்துவிடுவதால் மட்டும் என்ன ஆகிவிடும்? டைரியைத் தூக்கிப் போட்டவள் தனது படுக்கையறையை எட்டிப் பார்த்தாள். சத்யா எல்லா வலிகளையும் மீறி அயர்ந்து உறங்கிக் கொண்டிருந்தாள். “இந்த உறக்கம் தற்காலிகமானது கண்மணி. உன்னைச் சுற்றி வேட்டையாடக் காத்திருக்கும் மிருகத்திடமிருந்து உன்னை மீட்டெடுத்த பிறகுதான் இனி நம் இருவருக்கும்

உறக்கம்." ஆனந்தியால் உறங்க முடியவில்லை. அப்படியே உட்கார்ந்திருந்தவளுக்கு நேரம் குறித்த எந்த பிரக்ஞைகளும் இல்லை.

மிச்சமிருந்த மதுவையும் குடித்து முடித்தபோது அதிகாலையின் முதல் வெளிச்சம் சிவப்பேறிய அடர்த்தியோடு ஜன்னலுக்கு வெளியே வீதியில் விழுந்திருந்தது. தனது அலைபேசியை எடுத்து சிரமத்துடன் ஜோபியின் எண்ணுக்கு அழைத்தாள். இன்னும் உறக்கத்திலிருந்து விடுபட்டிருக்காதவனாய், "சொல்லுங்க ஆனந்தி?" என முனகினான். "ஒரு டாக்ஸி எடுத்துட்டு வீட்டுக்கு வாங்க..." இணைப்பைத் துண்டித்தவள், தனக்கும் சத்யாவுக்கும் அத்தியாவசியமான பொருட்களை மட்டும் எடுத்து வைக்கத் தொடங்கினாள். சத்யாவை உறக்கத்திலிருந்து எழுப்பிட விருப்பமில்லை. வண்டி கீழே வந்திருக்கவேண்டும். ஜோபி மொபைலில் அழைத்தான். அவனை மேலே வரச் சொன்னவள், அவனிடம் பைகளைக் கொடுத்துவிட்டு சத்யாவை உறக்கம் களையாதபடி தன் தோள்மீது போட்டுக்கொண்டு நடந்தாள். வாசல் கதவை சத்தம் வராமல் பூட்டிவிட்டு முன்னால் நடந்தவளிடம், "எங்க போறோம் ஆனந்தி?" தயக்கத்தோடு ஜோபி கேட்டான். அவளுமே இன்னும் அதை யோசித்திருக்கவில்லை. "இப்போதைக்கு ஆஃபிஸ் போவோம், பிறகு பாத்துக்கலாம்..." காரின் பின் சீட்டில் சத்யாவை படுக்க வைத்துவிட்டு, அவள் தலையை மட்டும் தனது மடியில் எடுத்து வைத்துக் கொண்டாள்.

★

நீண்ட பகலில் ஒருமுறைகூட பாபு அவளை போனில் அழைத்திருக்கவில்லை. அலுவலகத்திலும் வந்து பார்க்கவில்லை. இவளே ஒருமுறை அழைத்தபோது அவனது எண் அணைத்து வைக்கப்பட்டிருந்தது. முந்தின இரவு நடந்த எதுவெல்லாம் சத்யாவிற்கு நினைவிலிருக்கிறது? அவளிடம் எப்படிக் கேட்பது? எது சரி எது தவறெனக் கற்றுக்கொண்டிருக்காத குழந்தையில்லை அவள். பிறகேன் தன்னிடம் எதுவும் சொல்லாமலிருக்கிறாள். உறங்கி எழுந்தபோது அவளிடம் எந்த மாறுதல்களையும் ஆனந்தி கவனிக்கவில்லை. "என்னாச்சு ஆண்ட்டி? நான் வீட்லதான தூங்கிட்டு இருந்தேன். எப்போ ஆஃபிசுக்கு வந்தோம்?" அப்பாவியாகக் கேட்டாள். "ஒண்ணுமில்லமா

வீட்ல எனக்கும் அங்கிளுக்கும் சண்ட. அதான் காலைல உன்ன இங்க கூட்டிட்டு வந்துட்டேன்...” ஆனந்தி இறுகிய முகத்துடன் சொன்னாள். “அய்யய்ய... அவரு நல்ல அங்கிள். அவர்கூட ஏன் சண்டபோட்டீங்க? அப்போ அவரும் இங்க வரமாட்டாரா?” சத்யாவின் கண்களில் நடந்த எதையும் நினைவில் வைத்திருக்கும் தடமில்லை. குழந்தைத்தனத்தின் வசீகரமும் அறியாமையும் பெருகி வழிந்தது.

“ம்ம்... வருவாரும்மா... நாளைக்கு வருவாரு...” தனக்கு நிகழ்ந்ததை உணராத அந்தக் குழந்தையிடம் இதுதான் நடந்ததெனச் சொல்லி அவளுக்குள்ளிருக்கும் அறியாமையையும், குழந்தைத்தனத்தையும் கொலைசெய்ய விருப்பமில்லை அவளுக்கு. ஆனால் சத்யாவிற்கு எது சரி எது தவறென எல்லாவற்றையும் சொல்லிக்கொடுக்க வேண்டும். தனக்கு இன்று நிகழ்ந்திருப்பது என்ன மாதிரியான கொடூரம் என்பதைச் சில வருடங்களுக்குப் பின்பாகவேனும் அந்தக் குழந்தை உணரவேண்டும். இப்போதிருக்கும் சிதைந்த மனநிலையில் தன்னால் அதைச் செய்ய முடியாதென்பதால் சில நாட்களுக்குக் காத்திருப்பதைத் தவிர வேறு வழியில்லை.

பிற்பகலுக்குப்பின் சக்தியை அலுவலகம் வரச்சொன்னவள், சத்யாவை அவளது பொறுப்பில் விட்டுவிட்டு மீண்டும் பாபுவின் வீட்டிற்கு வந்து சேர்ந்தபோது, முந்தின இரவு நடந்த அசிங்கத்தின் எந்தச் சுவடுகளுமில்லாமலிருந்தது வீடு. அவன் அங்கில்லை. தனது வருகையை உணர்ந்து எங்காவது சென்றிருக்கக்கூடும். ஆனந்தியிடம் திறப்பதற்குத் தனியாக ஒரு சாவி இருந்ததால் அவளுக்கு எந்தத் தடையுமில்லை. கதவைத் திறந்து உள்ளே சென்றவள், அத்தனை நாட்களுமிருந்த நெருக்கமான உணர்வுகள் விலகி ஒருவிதமான அந்நியத்தன்மையை உணர்ந்தாள். எப்போதும் சாத்திவைக்கப்பட்டிருக்கும் அவனது படுக்கையறைக்குள் இந்த உலகத்திற்குக் காட்ட விரும்பாத இன்னொரு முகமும் உடலும் ஒளித்துவைக்கப்பட்டிருக்கலாமென நினைத்தாள். அவன் அந்த அறைக்குள் அரிதாகவே பிறரை அனுமதித்தான். சர்வ ஒழுங்குகளோடு இருக்கும் அவ்வறையைக் காணும் எவருக்கும் முதலில் ஆச்சர்யப்படுத்துவது அதன் ராணுவ ஒழுங்குதான். சின்னதாக நீண்டால் கூட நகத்தை நறுக்க வேண்டுமென்பதில் கவனமாய் இருப்பான். தனது அறையில் சின்னதொரு அழுக்கைக் கூட அவன் அனுமதித்ததில்லை. மாசடைவதையும்,

அழுக்கானவற்றிற்குள் இருப்பதையும் வெறுக்கிறவனாகவே அவனை நினைத்திருந்தாள்.

★

பாபுவால் இயல்பாக வீட்டிற்குத் திரும்ப முடியவில்லை. நள்ளிரவுக்கு மேல் அவன் வீடுவந்து சேர்வதற்கு முன்பாக தன்னிலை மறக்குமளவிற்குக் குடித்திருந்தான். பழக்கத்தில் கால்கள் வீட்டை நோக்கி அவனை அழைத்து வந்திருந்தன. கதவைத் திறந்து உள்ளே வந்தவன், தனது அறை திறக்கப்பட்டு இருப்பதையும் பொருட்கள் களைந்து கிடப்பதையும் பார்த்துவிட்டு ஆனந்தியைத் தேடினான். அவளது அறைக்குள் கணினியின் முன்னால் அமர்ந்திருந்தவள், இவனைப் பொசுக்கிவிடும் வெறுப்போடு பார்த்துக்கொண்டிருந்தாள். அவளது கால்களுக்குக் கீழ் உடைத்து நொறுக்கப்பட்ட ஹார்ட் டிஸ்க், குப்பையைப் போல் சிதறிக்கிடந்தது. அவளைப் பொருட்படுத்தாமல் ஹாலிலிருந்த எல்லா விளக்குகளையும் போட்டுவிட்டு தொலைக்காட்சியை உயிர்ப்பித்தான். முந்தைய இரவில் பாதியிலிருந்த யானியின் இசைத்தொகுப்பு மீண்டும் ஓடத் தொடங்கியது. உடைகளைக் களைந்துவிட்டு உள்ளாடையுடன் நீரருந்தியவன் சோஃபாவில் அமர்ந்தான். தனது அந்தரங்கம் அவளுக்குத் தெரிந்துவிட்ட எந்தப் பதட்டங்களும் அவனிடமில்லை. அவளே மனமுவந்து ஆதாரங்களையும் அழித்திருக்கிறாள்.

“பி.எஸ்.எஃப் ல இருந்து ஏன் உன்ன டிஸ்மிஸ் பண்ணாங்க?”

“செக்ஷுவல் அசால்ட் அண்ட் ரேப் அடெம்ப்ட் ஆன் எ மைனர் கேர்ள்.”

பாபு ஒவ்வொரு வார்த்தையாக அழுத்தம் திருத்தமாகச் சொல்லி முடித்துவிட்டு ஆனந்தியை நிமிர்ந்து பார்த்தான்.

ஆனந்தி எழுந்து நின்றாள்.

பாபுவின் முகம் இப்போது தம்பா மாமாவின் சாயல் கொண்டிருந்தது.

சத்தமில்லாமல் கண்கள் சிவக்க, வாயில் எச்சில் வழிய சிரித்தாள் ஆனந்தி.

வதம்

உறக்கம் கலையாத பெருநகரின் வீதிகளில் அதிகாலை, ஒரு பூனைக்குட்டியைப் போல் விழித்துக்கொண்டிருந்தது. ஆனந்தி அலுவலகம் திரும்பி வந்தபோது ஜோபி மட்டுமிருந்தான். இவளுக்காகக் காத்திருந்ததில் உறக்கமில்லாத முகம் சோர்ந்திருந்தது. களைப்பிலும் சோர்விலும்கூட இவளுக்கான புன்னகையை நிறைய வைத்திருந்தான். ஸ்டில் ஷூட் எடுப்பதற்கான தயாரிப்புகளோடு இருந்தான். எல்லாத் துயரங்களையும் மீறி தூக்கக் கலக்கம் அவளுக்கு. நிற்க முடியாதளவிற்கு உடல் அசதி. சத்யாவைத் தேடினாள். ஜோபி அவளை சக்தி தன்னோடு கூட்டிச்சென்று விட்டதாய்ச் சொன்னான். உடைகளைக் களையவேண்டுமென்கிற அக்கறைகூட இல்லாமல் சோஃபாவில் சாய்ந்து படுத்துக் கொண்டாள். சிவந்த கண்களோடு அவனைப் பார்த்தவள்–

“ஜோபி எனக்கு ஒரு உதவி பண்ணுவீங்களா?” எனக் கேட்டாள்.

“சொல்லுங்க ஆனந்தி என்ன செய்யணும்?”

“நான் சொல்ற வரைக்கும் நீங்க பாபுவோட வீட்ல இருக்கணும். பாபு எங்கன்னு யார் கேட்டாலும் அவன் டிரிப் போயிருக்கான்னு மட்டும் சொல்லுங்க.”

ஆனந்தி நிதானமாகச் சொல்ல, ஜோபிக்குத் தயக்கமாய் இருந்தது.

“ஏன் என்னாச்சு ஆனந்தி? பாபு இருக்காரில்ல...”

ஆனந்தி ஆமாம் என தலையை மட்டும் ஆட்டினாள். பதிலெதுவும்

சொல்லவில்லை. ஜோபி அவளது தலைமாட்டில் சோஃபாவிற்குக் கீழ் உட்கார்ந்தான். அவளது கண்களுக்குள் ஊடுருவிப் பார்க்க முயன்றான். அந்தப் பார்வையைத் தவிர்த்தவள் அவனை முத்தமிட்டாள்.

“ஸ்டில் ஷூட்டுக்கான எல்லாம் ரெடி பண்ணியாச்சு. பதினொரு மணிக்கு மேனேஜர் வந்துடுவார். காஸ்ட்யூம்ஸ் வந்துடும். நீங்க இப்போ கொஞ்ச நேரம் தூங்குங்க.”

“ம்.... ஆனா அதுக்கு முன்னால நீங்க உங்க திங்க்ஸ் எல்லாத்தையும் எடுத்துட்டு அங்க போயி செட்டில் ஆகிடணும்.”

ஆனந்தி, பாபுவின் வீட்டுச் சாவியை எடுத்துக் கொடுத்தபோதுதான், அவள் கைகளில் சின்னச் சின்னதாய் காயங்களிருப்பதைப் பார்த்தான். கேட்கத் தயக்கமாய் இருந்தது. எழுந்துகொண்டு போய் தனது பொருட்களை எடுத்துக்கொண்டான். கார் சாவியை அவனிடம் கொடுக்கும்போது அவளுக்குத் தயக்கமாக இருந்ததால், ‘நானும் உங்ககூட வரேன் ஜோபி,’ என்றாள். அவன் மறுக்கவில்லை. ஆனந்திதான் காரை ஓட்டினாள். ஜோபி எதுவும் பேசாமல் வேடிக்கை பார்த்துக்கொண்டு வந்தான். பாபுவோடு அவனுக்கு பிணக்குகளோ வருத்தங்களோ எதுவுமில்லை. ஆனால் திடீரென அவன் மறைந்துபோவதாய் நினைத்துக்கொள்ள வற்புறுத்தப்படுகிற போது சங்கடமாய் இருந்தது. அவளாக சொல்லாவிட்டால் எதையும் தெரிந்து கொள்ள முடியாது. பாபுவின் வீட்டை நெருங்கும்வரை ஆனந்தி இறுக்கமாக இருந்தாள். அதிகாலை ரேடியோக்களில் பேசும் பெண்களின் குரல் அந்த வேளையில் அவர்களிருவருக்கும் நடுவிலிருந்த மௌனத்தை நிறைத்தது. ஆனந்தி திரும்பி ஜோபியைப் பார்த்தாள்.

“பாபுவ நான் இன்னும் சாகடிக்கல ஜோபி பயப்படாதீங்க.”

ஜோபி உள்ளிருக்கும் அதிர்ச்சிகளைக் காட்டிக்கொள்ளாமல்–

“என்ன பிரச்சன ஆனந்தி? நேத்துக் காலைல இருந்தே ஒரு மாதிரியா இருந்தீங்களே...”

“ரொம்ப அன்பா இருக்க எல்லோருக்குள்ளயும் கொடூரமான ஒரு மிருகம் ஒளிஞ்சிருக்கும்போல ஜோபி. பாபு தனக்குள்ள இருந்த மிருகத்த மறைக்கிறதுக்காக மனுஷ வேஷம் போட்டுட்டு இருந்திருக்கான்.”

"புரியலங்க..."

ஆனந்திக்குக் கண்ணீர் முட்டியது. தனது துயரங்களை யாரிடமும் பகிர்ந்துகொள்ள முடியாத வேதனை. முகத்திலிருந்த இறுக்கத்தை சிரமப்பட்டு மறைத்துக்கொண்டவள்–

"தேவ்டியாப் பைய... சின்னக் குழந்தைங்கள சிதைச்சி அத வீடியோவா எடுத்து வெச்சிருக்கான் ஜோபி..."

ஜோபியால் நம்பமுடியவில்லை. இதுமாதிரி நிறைய ஆபாச வீடியோக்களை அவனும் பார்த்திருக்கிறான். ஆனால் பாபுவை அந்த மாதிரி ஒருவனாய்ப் பார்க்க முடியவில்லை. எப்போதும் அவன் முகத்தில் ஒரு சாந்தமும் தெளிவும் இருக்கும். அவனா இப்படி?

"என்ன சொல்றீங்க ஆனந்தி? பாபுவா அப்பிடி?"

"ம்ம்ம்..."

"சரி பேசாம போலீஸ்ல புடிச்சுக் குடுத்துடலாமே..."

"இல்ல ஜோபி இவன மாதிரி ஆளுங்களுக்கு அதெல்லாம் ஒரு தண்டன இல்ல... இவன நான் கொல்லவும் மாட்டேன். போலீஸ்லயும் புடிச்சுக் குடுக்க மாட்டேன். இவனுக்கு வலின்னா என்னன்னு தெரியணும்."

கார் பாபுவின் வீட்டின் முன்னால் நிற்க, ஜோபி கதவுகளைத் திறந்துகொண்டு தனது பொருட்களோடு இறங்கினான். அந்த வீட்டிற்குள் நுழைந்தபோது வினோதமான ஒரு அந்நியத்தன்மையும் வன்முறையின் நெடியையும் உணர்ந்தான்.

"ஜோபி பாபுவோட ரூம் மட்டும் தெறக்க வேணாம். நான் அத லாக் பண்ணி வெச்சிருக்கேன். நான் இருந்த பெட்ரூம நீங்க யூஸ் பண்ணுங்க..."

அவன் பொருட்களை எடுத்துச் சென்று, அந்த வீட்டை அவனுக்கானதாய்ச் சரிசெய்து கொடுத்தாள். பொருட்கள் அவ்வளவும் ஒழுங்குகளுடன் இருந்தன. ஹாலில் மூன்று பக்கம் வெள்ளை நிறமும் ஒரு பக்கம் ஆரஞ்சு நிறமுமாய் அடிக்கப்பட்டிருந்த வர்ணம் அந்த வீட்டை இருளிலும்கூட பிரகாசமாய்க் காட்டியது. இடது பக்கச் சுவரில் பெரிய உருவாக கண்களை மூடிய புத்தர் அந்த வீட்டின் நிசப்த வடிவமாய்

இருந்தார். ஆனந்தி இருவருக்குமாகச் சேர்த்து தேநீர் எடுத்து வந்தாள். ஜோபி வாசல் கதவையும் ஜன்னலையும் திறந்துவிட்ட போது அந்த நாளின் முதல் வெளிச்சம் புதிய வாழ்க்கைக்கான பிரகாசமாய் வீட்டிற்குள் நிரம்பியது. தேநீரை வாங்கிக் கொண்டவன் அவளுக்கு நன்றி சொன்னான்.

“நீங்களும் இங்கயே வந்து ஸ்டே பண்ணிக்கங்க ஆனந்தி.”

“இல்ல ஜோபி, சத்யா கண்டிப்பா பாபுவக் கேப்பா.. வேற எங்கயாவது இருந்தா அவள சமாளிச்சிடலாம். இப்போதைக்கு ஆஃபிஸ்ல இருந்துக்கறோம்...”

மௌனமாக இருவரும் தேநீரைக் குடித்து முடிக்க, பாபு என்ன ஆகப் போகிறானென்கிற குழப்பம் அவனுக்குள் முடிவில்லாமல் ஓடிக்கொண்டிருந்தது.

“பாபுவ என்ன செய்யப்போறீங்க?”

தேநீர்க் கோப்பையை வைத்தவன் அவளுக்கு அருகில் வந்து உட்கார்ந்தான். அவளுமே தனக்குத் தெரியாது என்பதுபோல் தலையாட்டினாள்.

“தப்பு செய்றீங்களோன்னு தோணுது ஆனந்தி...”

“உங்களுக்கு பிரச்சனை வந்துடும்னு பயப்படறீங்களா ஜோபி?”

“ச்சே... ச்சே... அப்டி எல்லாம் இல்லம்மா... அப்டியே பிரச்சன வந்தாலும் கவலப்பட மாட்டேன்.”

ஆனந்தி தேநீர்க் கோப்பைகளை எடுத்துக்கொண்டு சென்றாள். ஜோபி சோஃபாவில் சாய்ந்து படுத்துக்கொண்டான். இத்தனை சுவையான தேநீரை அவள் தயாரிக்க முடியுமென்பதை அவனால் நம்பமுடியவில்லை. கண்கள் பாபுவின் அறைக்கு எதிர்த்தாற்போலிருக்க, அந்த அறைக்குள் அவன் என்னவாய் இருக்கிறானெனப் பார்க்க ஆர்வம் தூண்டியது. முந்தின இரவு உறக்கமில்லாமல் போனதால் உடல் முழுக்க ஒருவிதமான வெறுமை. செரிமானமாகாமல் ஏப்பம் வந்துகொண்டிருந்தது.

“என்னாச்சு ஜோபி காலைல இவ்ளோ ஏப்பம்? அல்சர் இருக்கா?”

ஆனந்தி சமயலறையை ஒழுங்கு செய்தபடியே சத்தமாகக் கேட்டாள். ஜோபி எழுந்துசென்று அவளுக்கு அருகில் கிச்சன்

மேடையில் உட்கார்ந்தான். ஒருசில பாத்திரங்களைத் தவிர எல்லாமும் அலமாரியில் அதனதன் ஒழுங்குகளோடு இருந்தன. பெரும்பாலும் கண்ணாடி மற்றும் பீங்கான் பாத்திரங்கள்.

“சினிமாவுல இருக்கறவனுக்கு தவறாம இருக்கற சொத்து இது. முதல்ல அல்சர் வரும். அப்பறம் ஹேர் லாஸ் ஆகும். கண் பார்வை குறையும். அப்பறம் ஒவ்வொரு பிரச்சனையா வரும்...”

ஜோபி சிரித்தான்.

“நீங்க சீக்கிரமா ஒரு படம் பண்ணிட்டா அப்பறம் எல்லாம் சரியாகிடப் போகுது... உங்களுக்கு சர்வீஸ் பண்ண ரெண்டு பேர் எப்பவும் கூட இருக்கப் போறாங்க...”

பாத்திரங்களை முழுமையாக ஒழுங்கு செய்துவிட்டவள், கியாஸை ஆஃப் செய்துவிட்டு அவனுக்கு அருகில் மேடையில் உட்கார்ந்தாள். கிச்சன் ஜன்னல் வழியாய்க் கசிந்த வெளிச்சம் அவர்கள் இருவருக்கும் நடுவில் ஊடுருவிச் சென்றது. அந்த வெளிச்சத்தில் கைகளை அலையவிட்டவன்-

“நல்ல லைட் ஆனந்தி... இதுல ஷூட் பண்ணினா ஷாட்ஸ் ரொம்பப் பிரமாதமா இருக்கும்.”

“காலைலயேவா?... பேசாம கொஞ்ச நேரம் தூங்கி ரெஸ்ட் எடுங்க... நானும் ஆஃபிஸ்ல போய்த் தூங்கறேன். இன்னைக்கும் நாளைக்கும் வேல நிறைய இருக்கு.”

“சினிமாக்காரனுக்கு எப்பவும் சினிமாதாங்க. பாக்கற எல்லோருமே நம்மளுக்கு கேரக்டராத் தெரியறதும், இருள் வெளிச்சம் எல்லாத்தையும் ஷாட்ஸா பாக்கறதும் தவிர்க்க முடியுமா என்ன?”

ஆனந்தி திரும்பி ஜன்னலுக்கு வெளியே பார்த்தாள். வெளிச்சம் இப்பொழுது அவளது முகத்திலும் கசிந்தது. உடலைத் தொந்தரவு செய்யாத வெளிச்சம். கண்ணாடியைப் பாதி மறைக்கும்படி அவன் திரையை இழுத்துவிட்டான். அந்த வெளிச்சம் முன்னைவிடவும் அழகானதாக மாறியது. ஆனந்தி அந்த மெல்லிய வெளிச்சத்தில் இரண்டு நாட்கள் உறங்காத களைப்பையும் மீறி அற்புதமானவளாய் இருந்தாள். ஜோபி அவள் இடையோடு கைகளைப் பிணைத்து கழுத்திலும் இதழ்களிலும் அழுத்தமாய் முத்தமிட்டான். தன் கதவுகளைத் திறந்து அவனுக்கு வழிவிட்டவள் மெதுவாக

ஜன்னலில் சாய்ந்துகொண்டாள். காற்றை விடவும் மென்மையாக அவனது கைகள் அவளின் உடலெங்கும் ஊர்ந்து செல்ல மெதுவாக அவனைத் தவிர்த்தவள்,

“காலங்காத்தாலயேவா? இன்னைக்கு வேணாம். ரொம்ப டயர்டா இருக்கேன். ஷூட் முடிஞ்சதுக்கு அப்பறம் பாக்கலாம்.”

மெதுவாக கிச்சன் மேடையிலிருந்து இறங்கி நடந்தாள். அவளுக்குப் பின்னால் இறங்கிக்கொண்ட ஜோபியிடம் –

“நீங்க ரிலாக்ஸா கிளம்பி வாங்க ஜோபி... நான் ஆஃபிஸ் கெளம்பறேன்.” சொல்லிவிட்டு பாபுவின் அறை சாவியைக் கையோடு எடுத்துச் சென்றாள். அவள் கிளம்பிச் செல்வதை வாசலில் நின்று பார்த்த ஜோபிக்கு அசதியில் கண்கள் வலித்தன. தான் பார்க்கவே முடியாத ஒருவன் தனது சகாவாக ஒரே வீட்டில் இருக்கப்போகிறானென்பது இப்பொழுது சுவாரஸ்யம். சோஃபாவிலேயே மீண்டும் போய்ப் படுத்துக்கொண்டான்.

★

ஆனந்திக்கு ஒரு வேலையைச் செய்யத் தொடங்கும்வரை இந்த வேலையை நம்மால் சரியாகச் செய்ய முடியுமாவென்கிற சந்தேகம் எப்போதுமிருக்கிறது. ஸ்டில் ஷூட் தொடங்கின முதல் சில நிமிடங்கள் அவளுக்குள் இருந்த தயக்கம் குழப்பம் அவ்வளவும் தானாக சரியானது. என்ன மாதிரியான போட்டோக்கள் வேண்டும் என்பதற்கு நிறைய உதாரணங்கள் எடுத்து வைத்திருந்தாள். அத்தோடு ஒளிப்பதிவாளர், கலை இயக்குநர் எல்லோருக்கும் அதன் பிரதிகளைக் கொடுத்திருந்தாள். எல்லாம் கொரிய, ஹாலிவுட் படங்களின் போஸ்டர்கள், ஸ்டில்கள். அவற்றை உதாரணமாகக் கொண்டே தனது படத்திற்கான அறிவிப்பு போட்டோக்களையும் வெளியிட விரும்பினாள். அவள் ஸ்டூடியோவிற்குள் நுழையும் போது அதற்கு முன்பாக ஆர்ட் டிப்பார்ட்மெண்ட் ஆட்கள் மட்டும் செட்டின் இறுதி வேலையைப் பார்த்துக்கொண்டிருந்தனர். ஜோபியும் மற்ற உதவி இயக்குநர்களும் முந்தைய தின இரவிலிருந்து வேலை செய்து கொண்டிருக்கிறார்கள்.

“ஜோபி பசங்கள போயி குளிச்சிட்டு வரச் சொல்லுங்க. நீங்களும் ரெடியாகிடுங்க. செட்ட நான் பாத்துக்கறேன்.”

ஆர்ட் அசிஸ்டெண்ட் ஒருவர் அசதியில் அரங்கத்தில் கீழே

விரிக்கப்பட்டிருந்த தார்ப்பாயிலேயே தூங்கிக்கொண்டிருந்தார். மேனேஜர் வேகமாக வந்து இவளுக்கு வணக்கம் சொன்னான். செட்டிற்கு இடதுபுறமாக புரொடக்ஷன் ஆட்கள் உணவை எடுத்து வந்து இறக்கி வைத்துக் கொண்டிருந்தனர். ஆனந்தி கறுப்பு நிற ஜீன்ஸும், ஆரஞ்சு வர்ணத்தில் ஒரு டாப்ஸும் அணிந்திருந்தாள். மேக்கப் இல்லாத முகத்தோடு முதல்முறையாக படப்பிடிப்பிற்கு வந்திருக்கிறாள்.

“ஹீரோயின் எத்தன மணிக்கு வர்றாங்க? கேமராமேன் எப்போ வர்றாரு?”

“மேடம் கேமரா மேன் ஆன் தி வே மேடம். ஹீரோயின் இன்னும் ஒரு மணி நேரத்துல இங்க வந்துடுவாங்க.”

செட் முழுமையாவதற்கு அருகிலிருந்தது. ஆர்ட் டைரக்டரைப் பார்க்க முடியவில்லை. ஜோபி சத்தமாக அவளைக் கூப்பிட்டான்.

“பசங்க போயிட்டு வந்துடட்டும் ஆனந்தி. நான் இங்கயே குளிச்சி ரெடி ஆகிடறேன்.”

ஆனந்தி சரியெனத் தலையாட்டினாள். புதிதாகச் சில செட் பிராப்பர்ட்டிகள் வெளியில் குட்டியானை வண்டியில் வந்திறங்கின.

“ஆர்ட் டைரக்டர் எங்க?”

“இப்போதான் மேடம் கிளம்பினாரு. பக்கத்துலதான் வீடு. குளிச்சிட்டு உடனே வந்துடுவாரு.”

“ஓ... சரி ஸ்டுடியோவுல நல்ல டாய்லெட் இல்ல. ஏசியும் இல்ல. மேக்கப் போட்டா சீக்கிரமா களைஞ்சிடும். நீங்க உடனடியா ஒரு கேரவனுக்குச் சொல்லிடுங்க.”

மேனேஜர் சிரித்தான்.

“மேடம் நான் முன்னாலயே சொன்னேன் நீங்க கேக்கல... வெளில எங்கயும் சொல்ல முடியாது. நமக்குத் தெரிஞ்சவரோட கேரவன் இருக்கு வரச் சொல்லிடவா?”

“தெரிஞ்சவரோடதா? இல்ல உங்களோடதா?”

மேனேஜர்கள் பிழைக்கத் தெரிந்தவர்கள், இதுமாதிரி நிறைய உபதொழில்கள் எப்போதும் அவர்களுக்கிருக்கும்.

“ரெண்டு பேரு பார்ட்னர்ஷிப்ல வாங்கி இருக்கோம் மேடம். இப்போதான் பதினஞ்சு நாள் ஆகுது.”

மேனேஜர் தனது மொபைலை எடுத்துக்கொண்டு தனியாக நடந்தான். எல்லா டிப்பார்ட்மெண்ட்டிலிருந்தும் கமிஷன் வந்திருக்க வேண்டும். ஆள் கொஞ்சம் செழிப்பாகவே இருந்தான். சொந்தத் தயாரிப்பு என்பதால் தனது மேனேஜரோடு சேர்த்துப் புதிதாக ஒருவரையும் வரவு செலவுக் கணக்குகளைப் பார்க்க நியமித்திருந்தாள். போதுமான பணம் வந்து சேர்ந்துவிட்டது. எவ்வளவு விரைந்து முடிக்க முடியுமோ அவ்வளவு விரைவில் படத்தை முடிக்க வேண்டும்.

போட்டோ பிளட்காரர்கள் ஓரேயொரு செட் லைட் மட்டும் போட்டிருந்ததால் செட்டின் பெரும்பாலான இடம் வெளிச்சமில்லாமலிருந்தது. ஆனந்தி லைட் இருந்த இடத்திற்குக் கீழ் நின்றிருந்தாள். மொபைல் ரிங் ஆக, எடுத்துப் பார்த்தாள். சக்தி.

“சொல்லுங்க சக்திம்மா...”

“பாப்பாவும் நானும் கௌம்பிட்டோம். பதினஞ்சு நிமிசத்துல அங்க வந்துடுவோம்.”

“அவ இங்க வந்ததும் மேக்கப் போட வேணாம். டிஃபன் கொடுத்துட்டு கேரவன்ல தூங்க வெய்ங்க. அவங்க வீட்ல இருந்து யாரும் வந்திருக்காங்களா?”

“அவங்க அப்பா மட்டும் வந்திருக்காரு. எங்களோடதான் வந்திருக்காரு...”

“சரி பத்ரமா பாத்துக்கங்க.”

அழைப்பைத் துண்டித்துவிட்டு ஆனந்தி செட்டை தனது மொபைலில் சில படங்கள் எடுத்துக்கொண்டாள். சாம்பிளுக்காக எடுத்து வைக்கப்பட்டிருந்த அத்தனை ஸ்டில்களும் பைண்ட் செய்யப்பட்டு அவளிடம் இருந்தன. ஒவ்வொன்றாய்ப் புரட்டிப் பார்த்தவள் எந்த வரிசையில் எடுக்கலாமென இடத்தை வைத்துப் பார்த்தாள். லைட் வெளிச்சத்தின் வெக்கையில் உடை வியர்த்துப் போனது. வியர்த்தால் டச்சப் செய்துவிடுவதற்கு இப்பொழுது மேக்கப் மேனோ உதவியாளர்களோ இல்லை. ஆனாலும் இந்த வியர்வை பிடித்துப் போயிருந்தது. போன வேகத்தில் ஜோபி

ரெடியாகி வந்தான். இவளை மாதிரியே கறுப்பு வர்ண ஜீன்ஸூம், ஆரஞ்சு வர்ண டிஷர்ட்டும் அணிந்திருந்தவனை ஆச்சர்யமாகப் பார்த்தாள்.

'ஹலோ என்னாதிது? நம்ம ரெண்டு பேரும் ஒரே மாதிரி டிரஸ் பண்ணி இருக்கறதப் பாத்தா யூனிஃபார்ம்னு நெனைக்கப் போறாங்க..”

“அட நெனச்சுட்டுப் போகட்டுமே... இது கோ இன்சிடன்ஸ் தான...”

“ம்ம்... *orange shoots you...*”

ஆனந்தி அவன் தோளில் தட்டிக்கொடுத்தாள். இருவரையும் ஆச்சர்யமாகப் பார்த்தபடியே வந்த மேனேஜர்-

“மேடம் ஒரு அஞ்சு நிமிசத்துல கேரவன் வந்துடும்.”

இருவருக்கும் அந்தரங்கமாக ஒரு சிரிப்பைத் தந்துவிட்டு மெதுவாக நடந்தான்.

“என்னாச்சு எதுக்கு இப்பிடி சிரிக்கிறான்?”

ஆனந்தி மேனேஜரையே பார்த்தாள்.

“விடுங்க ஆனந்தி. அவர் எத வேணும்னாலும் நெனச்சுக்கட்டும். பாருங்க இந்த வாரம் வரப்போற எல்லா மேகசின்லயும் துணை இயக்குநருடன் காதலான்னு உங்களப் பத்தி ஒரு கிசுகிசு வரும்...”

ஆனந்திக்கு சிரிப்பை அடக்கமுடியவில்லை.

“அதுசரி அப்போ இந்த வாரம் நீங்க... வாங்க வேலையப் பாப்போம்.”

ஆல்பத்தைக் காட்டியவள் எதை முதலில் எடுக்கலாமென அவனிடம் ஆலோசித்தாள். இருவரும் வரிசைப்படுத்திக் கொண்டிருக்க கேமரா மேன் வேகமாக செட்டிற்குள் வந்தார். அவரது உதவியாளர்கள் அவருக்குப் பின்னால் வர ஆனந்திக்கு வணக்கம் சொன்னவர், செட்டின் மையமாக நின்றுகொண்டு தனது உதவியாளர்களிடம் எங்கெங்கு லைட் வேண்டுமெனக் குறித்துக் கொடுத்தார்.

லைட் மேன் யூனிட்டிலிருந்து நேற்று இரவே வந்து

செட்டிற்குத் தேவையான முக்கியமான லைட்களை எல்லாம் பொருத்தியிருந்தனர்.

“இப்போதைக்கு ரெண்டு பார் லைட், ஒரு ஷாஃப்டி மட்டும் எடுத்துட்டு வரச் சொல்லு. மத்தத எல்லாம் அப்றம் பாத்துக்கலாம்... ஃபில்டர்ஸ் மாத்தச் சொன்னேன் மாத்தியாச்சா?”

“மாத்தியாச்சு ஸார்.”

“சரி போய் வேலையப் பாருங்க.”

கேமரா டிப்பார்ட்மெண்ட் ஆட்கள் எல்லாவற்றையும் தயார் செய்யும் அவசரத்தோடு ஓடிக்கொண்டிருந்தனர். ஸ்டில் ஷூட் என்பதால் நல்ல போட்டோ கிராஃபர் வைத்தே எடுத்துக் கொள்ளலாமென்றுதான் ஆனந்தி நினைத்திருந்தாள். கேமராமேன் தானே எடுத்துத் தருவதாகச் சொன்னார். தனக்கும் படத்தின் மூட் இப்பொழுதே செட் ஆக வசதியாக இருக்குமென்றார். அதனால் சம்மதித்துவிட்டாள்.

“பாபு எங்க மேடம்?”

கேமரா மேன் இயல்பாகக் கேட்டார்.

“அஸ்ஸாம் போயிருக்காரு ஸார். கொஞ்சம் பெர்சனல் வேலை போல...”

“ஓ... நாம முதல்ல எத எடுக்கறோம்?”

ஆனந்தி ஆல்பத்தை விரித்துக் காட்டினாள். ஹீரோயின் ஒரு பாத் டப்பில் மதுக்குவளையுடன் இருக்க அவளைச் சுற்றிலும் மாயமாய் அக்னி எரிவது போல் ஒரு ஸ்டில். பாகிஸ்தான் பாடகி நாஸியா ஹசனின் பாடலொன்றின் இறுதி ஷாட் அது. நாஸியாவின் பிரம்மாண்டமான புகைப்படம் மெதுவாக எரியத் தொடங்குவதோடு பாடல் முடியும். அதை மாதிரியாய் வைத்து எடுக்க நினைத்தாள். இதை முதலில் எடுத்து முடித்துவிட்டால் பிறகு மேக்கப் போடலாம்.

கேமரா மேன் பாத் டப் வைக்க சரியான இடம் தேடி நடந்தார். ஹீரோ அவளுக்குத் தெரிந்த பெங்களூர் பையன். நீண்ட நாட்களாக வாய்ப்புத் தேடிக்கொண்டிருப்பவன் என்பதோடல்லாமல் இந்தப் படத்திற்கு அவனும் ஒரு பங்குதாரராக இருப்பதாக வாக்களித்தான். எல்லோரிடமும் தானாகவே சென்று

அறிமுகப்படுத்திக்கொண்டான். இதற்கு முன் சில கன்னடப் படங்களில் அவன் நடித்திருந்தாலும் தமிழ்ப்படங்களில் நடிப்பதுதான் அவனது நீண்ட நாள் விருப்பம். பாபுதான் அவன் இந்தக் கதைக்கு சரியாக இருப்பானென ஆனந்தியை சம்மதிக்க வைத்தான். இந்த நிமிடம் இந்த மொத்த செட்டையும் தனது கட்டுப்பாட்டில் வைத்துக்கொண்டு வேலை செய்ய வேண்டியவன் பாபு. அவனில்லாதது கொஞ்சம் வெறுமையாக இருந்தாலும் அதை ஆனந்தி காட்டிக்கொள்ளாமல் இருக்க விரும்பினாள். எல்லோருமே தவறாமல் அவளிடம் கேட்ட கேள்வி. “பாபுவ எங்க?” எல்லோருக்கும் சிரித்தபடி ஆனந்தி அவன் அஸ்ஸாம் போயிருப்பதைச் சொன்னாள்.

முதல் போட்டோ பாத் டப் எனச் சொல்லி இருந்ததால் கதாநாயகி குளிக்காமலேயே கிளம்பி வந்துவிட்டாள். தனக்கு இந்தப் படம் பெரிய பெயர் வாங்கித்தருமென்கிற நம்பிக்கையில் ஆனந்தியின் மீது பெரிய மரியாதை இருந்தது. நேராக செட்டிற்குள் வந்து ஆனந்தியை அணைத்துக்கொண்டாள்.

“ஹலோ மேடம்.”

ஆனந்தி அவளுக்கு ஜோபியை அறிமுகப்படுத்தி வைத்தாள்.

“நீங்க கேரவன்ல வெயிட் பண்ணுங்க... இன்னும் ஒரு பதினஞ்சு நிமிஷம் ஆகும் நான் வந்து கூப்டறேன்.”

“பரவா இல்ல மேடம்... செட்லயே இருக்கேன்.”

ஆர்வமாக அங்கு வைக்கப்பட்டிருந்த பொருட்களை எல்லாம் சுற்றிப் பார்த்தாள். ஆர்ட் டைரக்டர் சிறைச்சாலைக்கான செட் அப்பிற்காக அட்டையில் தயார் செய்து கொண்டிருந்தார். அதனருகில் சென்று இரும்புக் கதவைத் தொடப்போனாள்

“ஹலோ ஹலோ தொடாதீங்க. பெயிண்ட் ஒட்டிக்கும்.”

ஆர்ட் டைரக்டர் யாரோ ஒரு பெண் என நினைத்துக் கத்தினார். ஹீரோயின் வேகமாகப் பின்னால் வந்துவிட்டுத் திரும்பி ஆர்ட் டைரக்டரிடம் ஸாரி சொன்னாள். ஹீரோயின் எனத் தெரிந்ததும் ஆர்ட் டைரக்டரும் சிரித்தபடி, “ஸாரி மேடம்... இன்னும் பெயிண்ட் காயல...” வழிந்தார்.

உதவி இயக்குநர்கள் அவள் எதிர்பார்த்ததைவிடவும் உற்சாகமாக

வேலை செய்தனர். பாத் டப்பைச் சுற்றி கேமரா மேன் அழகாக லைட் வைத்திருந்தார். நல்ல வார்ம் டோனிலேயே எடுத்துவிடலாமென அவர் சொல்லியதை ஆனந்தியும் ஏற்றுக்கொண்டாள். சத்யா புதிதாகப் பார்க்க நேர்ந்த அந்தச் சூழலுக்குள் உற்சாகமாக ஓடி விளையாட, சக்தி அவளைத் துரத்திப் பிடிப்பதும் ஒரு இடத்தில் உட்கார வைப்பதுமாய் இருந்தாள். ஆனந்தி அவள் ஓடி விளையாடுவதை சந்தோஷமாகப் பார்த்தாள். அடுத்த ஜெயில் செட் அப்பிற்கு வரவேண்டிய இரண்டு புதிய நடிகைகளும் வந்திருந்தனர். கதாநாயகிக்கு இணையான பாத்திரம் அவர்களுக்கு. வைதேகியையும், மஞ்சுளாவையும் மனதில் வைத்து அந்தக் கதாபாத்திரங்களை உருவாக்கி இருந்தாள். ஜோபி அவர்களை மேக்கப் போடச் சொல்லி அனுப்பி வைத்துவிட்டு நீண்ட நேரமாக டிஃபன் சாப்பிட்ட இடத்திலேயே உட்கார்ந்திருந்த மேக்கப் மேன்களை விரைவுபடுத்தினான்.

பாத் டப் செட்டப்பிற்கான உடையை மாற்றிக்கொண்டு வந்த ஹீரோயினுக்கு ஆனந்தி, சத்யாவை அறிமுகப்படுத்தி வைத்தாள். தனது சின்ன வயது கதாபாத்திரம் என்பதால் அவளோடு ஹீரோயின் நிறைய போட்டோக்களை எடுத்துக் கொண்டாள். லைட் வைத்துவிட்டு ஆர்ட்டிஸ்ட் இல்லாமல் சில போட்டோக்களை கேமராமேன் எடுத்துக் கொடுத்தார். அற்புதமாய் இருந்தன. பாத் டப்பில் தலை இருக்கும் இடத்தில் தலைக்குப் பின்பாக பெரிய மெழுகுவர்த்தி இருந்தால் நன்றாக இருக்குமென ஆனந்திக்குத் தோன்றியது. அவள் யோசித்துக்கொண்டிருக்கும் போதே அந்த இடத்தில் ஜோபி ஒரு மெழுகுவர்த்தியை வைத்தான். அவள் சந்தோஷமாக அவனைப் பார்த்துச் சிரித்தாள்.

ஹீரோயினை சாதாரணமாகப் பார்ப்பதற்கும் போட்டோக்களில் பார்ப்பதற்கும் நிறைய வித்தியாசங்களிருந்தன. அவளுக்கு விருப்பமான *in the mood for love* படத்தில் வரும் ஒரு ஸ்டில்லைப் போல் இவளும் எடுக்க நினைத்திருந்தாள். கதாநாயகி படுத்திருக்க, அவளது கால்மாட்டில் கதாநாயகன் அவளது வலது பக்கத் தொடையின் மேல் படுத்திருப்பான். முழுக்கச் சிவப்பு வர்ணத்திலும் பின்னணியில் அடர்த்தியான கறுப்பு நிறத்திலுமிருக்கும் அதை எடுக்கும்போது கதாநாயகியின் முகத்திலும் தனித்துவமான சில உணர்ச்சி வெளிப்பாடுகளைப் பார்க்க முடிந்தது. அவளிடம் எந்தக் கூச்சங்களும் இல்லை. அழகாக ஒத்துழைத்தாள். கேமரா

மேன் நிறைய போட்டோக்கள் எடுத்துக்கொண்டார். ஆனந்தி காலையிலிருந்து உட்காரவில்லை. இரண்டு மூன்று முறை ஜோபி அவளை உட்காரச் சொன்னான், அவள் மறுத்துவிட்டாள். சங்கடங்கள் எதுவுமில்லாமல் உற்சாகமாகவே இருந்தாள்.

மதிய உணவுக்குப் பின் சத்யாவுக்கான போட்டோக்கள் எடுக்கத் தயாரானது. முழுக்கப் பசுமையான புல்வெளியில் மலைகள் சூழ்ந்திருக்க ஒரு புத்த துறவியைப் போல் அவள் கண்கள் மூடி அமர்ந்திருக்க வேண்டும். பின்னணியில் வரவேண்டிய அவ்வளவையும் போட்டோ ஷாப்பில் செய்துகொள்ள ஏற்பாடு. துறவிகளுக்கான உடையில் அவள் வந்தபோது குறும்புகள் மறக்காத குட்டி துறவியாக இருந்தாள். வலியைக் கடந்த ஞானம் கொண்டவள் என்பதை உணர்த்தவே இந்த போட்டோவை எடுக்க விரும்பினாள். சத்யாவிற்கு அதிகம் சொல்லிக்கொடுக்கத் தேவை இருக்கவில்லை. கேமராவிற்கு முன்னால் தன்னை அழகாக வெளிப்படுத்திக்கொள்ள அவளுக்குத் தெரிந்திருந்தது. சாதாரணமாக அவளைப் பார்த்ததற்கும் இப்பொழுது நடிகையாகப் பார்ப்பதற்கும் சின்ன மாறுதலை ஆனந்தி உணர்ந்தாள்.

படப்பிடிப்பு முடியும்வரை சத்யா உற்சாகம் குறையாமல் விளையாடிக்கொண்டிருந்தாள். அவளது அப்பா சில நாட்களுக்கு ஊரில் வந்து தன்னோடு இருக்கும்படி கூப்பிட்டபோதும் போக மறுத்துவிட்டாள். சக்தியை அவளுக்குப் பிடித்துப்போனதால் அவளை விடாமல் பின்னாலேயே சுற்றிக்கொண்டிருந்தாள். மகளை இப்பொழுது பார்க்க அவருக்குப் பெருமிதமாக இருந்தது. பழக்கூடையில் கசங்கி மங்கவேண்டியதில்லை. அவளுக்கு விருப்பமான எல்லாவற்றோடும் இனி பயணிக்க முடியுமென்பதே ஆறுதலானதாய் இருந்தது. சந்தோஷமாக ஊருக்குத் திரும்பியவருக்கு மேனேஜர் மூலமாக ஆனந்தி கொஞ்சம் பணம் கொடுத்தனுப்பினாள். எல்லா விளக்குகளும் அணைக்கப்பட்டு காலை வரும்போது இருந்த செட் லைட் மட்டும் எரிந்துகொண்டிருந்தது. வந்திருந்த நடிகர்கள் எல்லோரும் நிறைவுடன் இருந்தார்கள். ஒரு நடிகைக்கு டைரக்ஷன் என்ன தெரியப்போகிறதென நினைத்திருந்த கேமரா மேன் கூட அவளை இப்பொழுது கொஞ்சம் மதித்தான். இவள் ஆசைக்காக படம் எடுக்க வரவில்லை என்பது புரிந்திருந்தது. ஜோபி இன்னும் அதே உற்சாகத்தோடு எல்லோரையும் அனுப்பிவைத்துக் கொண்டிருந்தான்.

“சக்திம்மா நீங்க சத்யாவக் கூட்டிட்டுப் போயிடுங்க. நான் காலைல வர்றேன்…”

சத்யா, ஆனந்தி வரும்வரை போக மாட்டேன் என அடம்பிடித்தாள். சக்தி நிறைய விளையாட்டுக் காட்டி, “இன்னும் ஒரு மணிநேரத்துல ஆனந்திம்மா வந்துடுவாங்க...” எனப் பொய்களைச் சொல்லி அவளைக் கூட்டிப் போனாள்.

மேனேஜரிடம் காலையில் மொத்த கணக்குகளையும் பார்த்துக் கொள்வதாகச் சொன்னவள் ஜோபியோடு கிளம்பினாள். பகல் முழுக்க வேலை செய்த களைப்பு சிறிதுமில்லை. தான் நினைத்ததை விடவும் சிறப்பாக வேலை நடந்திருக்கும் திருப்தி. மதுவருந்த வேண்டும். ஜோபியோடு கொஞ்சம் நேரம் செலவழிக்க வேண்டும். எல்லாவற்றையும் விட முக்கியமாக இன்னொரு வேலை இருக்கிறது. நாற்பத்தி எட்டு மணி நேரங்களாக ஒரு சிறிய அறைக்குள் யாராவது வந்து மீட்டுச் செல்வார்களாவென பாபு காத்திருப்பான். அவனை என்ன செய்யலாமென்பதற்காகத் தனியாக ஒரு திரைக்கதையை இவ்வளவு வேலைகளுக்கு நடுவிலும் அவள் உருவாக்கியே வைத்திருந்தாள்.

★

பாபுவின் அறை முழுக்க மங்கலான சிவப்பு நிற வெளிச்சம் படர்ந்திருக்க, கைகள் கட்டப்பட்ட நிலையில் அரை மயக்கத்தில் உட்கார்ந்திருந்தான். வாயில் கட்டப்பட்டிருந்த துணியில் அவன் எச்சில் வழிந்து ஈரமாகி இருக்க வேறு எந்த விளக்குகளையும் போடாமல் ஆனந்தி அவனுக்கு எதிரில் உட்கார்ந்தாள். பசி மயக்கத்தில் அவனால் சரியாகப் பார்க்க முடியவில்லை. தனது அறை இப்பொழுது யாரோ ஒருவருடையதைப்போல் மாறிவிட்டிருந்தது. ஆனந்தி தேர்ந்த வதைக்கூடமாய் அந்த அறையை மாற்றியிருந்தாள். கொஞ்சமாக மதுவருந்தியிருந்தாள். ஹாலில் ஜோபி *passion of Christ* படம் பார்த்துக்கொண்டிருந்தான். கதவை சாத்துவதற்கு முன்பாக வந்த லேசான சத்தம் கொஞ்சம் கொஞ்சமாய் மங்கி இப்பொழுது வேறு கிரகத்திலிருந்து கேட்பது போல் கேட்டது. பாபுவின் குறியிலிருந்து ஒரு டியூப் செருகி அதன் இன்னொரு முனையை கீழே ஒரு பீங்கான் கோப்பையோடு இணைத்திருந்தாள். நீர் எதுவும் குடிக்காமல் பசி மயக்கத்தில் கிடந்தவனால் அந்த கோப்பையை சிறுநீரால் நிரப்ப முடியவில்லை.

கோப்பையிலிருந்த சிறுநீரை எடுத்து கழிவறையில் ஊற்றிவிட்டு சுத்தம் செய்தாள்.

ஈரத்துணி கொண்டு உள்ளாடை மட்டுமே அணிந்திருந்த அவனுடலை சுத்தம் செய்துவிட்டாள். அவனது அரக்கு நிற விழிகள் அவளது அசைவுகளுக்கு தகுந்தாற்போல் அசைந்து கொண்டிருந்தன. முழுமையாய்த் துடைத்துவிட்டவள் வாயிலிருந்த துணியை அவிழ்த்துவிட்டாள். அவன் எந்தச் சத்தமும் எழுப்பவில்லை. ஆனந்தி கைகளைக் கழுவிக்கொண்டு வந்து அவனுக்கான உணவை தட்டில் வைத்துக்கொண்டு எதிரில் உட்கார்ந்தாள்.

“தண்ணி வேணும்...”

பாபு முனகலாகக் கேட்டான். வாட்டர் பாட்டிலில் இருந்து கொஞ்சமாகக் குடிக்கக் கொடுத்தாள். நீண்ட நேரமாக அடைக்கப்பட்ட வாய்க்குள் காற்றுப் போகாமல் இப்பொழுது தண்ணீரும் தடுமாற்றத்தோடு இறங்கியது. தண்ணீரைக் குடிக்க முடியாமல் தடுமாறினான். வாட்டர் பாட்டிலைத் தளர்த்திவிட்டு அவன் மாரைத் தடவி விட்டு இயல்பாக்கினாள். தட்டில் அவனுக்கு விருப்பமான பாஸ்தா. ஸ்பூனிலிருந்து கொஞ்சம் கொஞ்சமாய் எடுத்து ஊட்டினாள். பாபுவால் சாப்பிட முடியவில்லை. வேண்டாமென மறுத்து தலையை அசைத்துவிடாதபடி விடாப்பிடியாக அவனுக்கு உணவைத் தந்துகொண்டிருந்தாள். இருமல் எழுந்து பாஸ்தாவை துப்பினான்.

வாயையும் உடலையும் துடைத்துவிட்டாள். தட்டை ஓரமாக வைத்துவிட்டு ஆனந்தி இன்னும் கொஞ்சம் மதுவருந்தினாள். பாபுவுக்கு இந்த அறையின் வெளிச்சம் தலைக்குள் பூச்சிகள் பறப்பது போன்ற உணர்வைக் கொடுத்தன. “இந்த லைட்ட ஆஃப் பண்ணிடேன் ஆனந்தி...” அவள் முடியாதெனச் சிரித்தாள். பாபுவுக்குத் தன்னை விடுவித்துக்கொள்ள விருப்பமில்லை. ஆனால் வெளிச்சத்தைப் பார்க்க முடியாமல் தலையைக் குனிந்து கொண்டான்.

ஆனந்தி எழுந்து வந்து அவன் வாயை மறுபடியும் துணி கொண்டு கட்டினாள். அவன் இந்தமுறை கொஞ்சம் விடாப்பிடியாய்த் தலையை அசைத்துத் தன் எதிர்ப்பைத் தெரிவித்தான். மது அருந்தியிருந்ததால் அவளுக்குள் இப்போது அசாத்தியமான வலுவும்

வன்மமும் மிகுந்திருந்தது. தனித்தனியாகக் கட்டப்பட்டிருந்த அவனது கைகளின் கட்டுக்களை அவிழ்த்துவிட்டவள், இரண்டு கைகளையும் ஒன்றாக வைத்துக் கட்டினாள். அதற்கு மேல் கெரசினில் நனைக்கப்பட்ட துணிகளைக் கொண்டு மெதுவாக சுற்றத் தொடங்க பாபுவுக்கு விபரீதம் புரிந்து அவன் அடித்தொண்டையிலிருந்து கத்தினான். எந்த மனிதனுக்கும் வலிக்கும்போது அலறுவதை தானே கேட்க முடிவது கூடுதலான வலியைத் தரக்கூடியதுதான். அவனது காதுகளில் ஹியர் போனை மாட்டியவள் தனது மொபைலில் சேமித்து வைத்திருந்த ஒலிக்கோர்வையை ஆன் செய்தாள். தாமிரத் தகடுகளைச் சுரண்டும் போது வரும் கொடூரமான ஒலியை சேமித்திருந்த ஒலிக்கோர்வை அது.

அது ஆன் செய்யப்பட்டதும் சில நொடிகள்கூட பாபுவால் அதைக் கேட்கமுடியவில்லை.

அவனது நரம்புகள் சிலிர்த்து அருவருப்பையும் எரிச்சலையும் கொட்ட முடியாமல் திணறி அவனது உடல் துடித்தது. கண்களைத் திறக்க முடியாமல் திணறினான். இப்பொழுது கைகளில் மூர்க்கமான வெப்பம் ஏற அலறியபடியே கணகளைத் திறந்து பார்த்தான். எரிந்துகொண்டிருக்கும் அவன் கைகளையும் வேதனையில் அலறிக்கொண்டிருக்கும் அவன் முகத்தையும் ஆனந்தி நிதானமாகத் தனது இன்னொரு மொபைலில் படம் பிடித்துக் கொண்டிருந்தாள். துணி முழுமையாக எரிந்து முடிந்து அவன் விரல்கள் நெருப்பில் கருகிக்கொண்டிருந்தன. சதையும் தோலும் உருகும் நெடி அந்த அறையைத் தாண்டி ஹாலில் இருந்த ஜோபிக்கும் எட்டியிருக்க வேண்டும். கதவைத் திறந்து கொண்டு அவசரமாக உள்ளே வந்தான்.

பாபுவின் அந்த நிலையையும் அதைப் படமெடுத்துக் கொண்டிருக்கும் ஆனந்தியையும் பார்த்து அதிர்ச்சியானவனை முறைத்த ஆனந்தி, “நீ எதுக்கு உள்ள வந்த?”

“போடா வெளிய.” கத்தினாள். ஜோபி அவசரமாக கதவைச் சாத்திவிட்டு ஓடிவிட்டான். அச்சத்தில் நா வறண்டு வியர்த்துப் போனது அவனுக்கு. காதுகளின் வழியாய் நிறைந்த கொடூரமான ஒலியின் அதிர்ச்சிகள் ஒருபுறமாகவும் எரிந்துகொண்டிருந்த கைகளில் இருந்து கசிந்த வலியின் அதிர்ச்சிகள் இன்னொரு புறமாகவும் மூளையை சிதைத்துக்கொண்டிருந்தன. கனமான

ஈரத்துணிகளை அவன் கைகளில் போட்டவள் அவற்றை ரொம்பவும் அழுத்தமாகச் சுற்றாமல் வெறுமனே ஒத்தி எடுத்துவிட்டு முதலுதவி செய்வதற்கான மருந்துகளைத் தடவி விட்டாள். பாபுவின் காதுகளுக்குள்ளிருந்த ஹியர் போனை எடுத்துவிட அவனுக்கு சுவாசம் இயல்பானது. மருந்துகளின் மேல் மெல்லிய துணியால் கட்டுப்போட்டு விட்டவள், அவனைச் சுற்றி இருந்த எல்லாப் பொருட்களையும் எடுத்து வைத்தபோதுதான் கவனித்தாள், வலியில் மலம் கழித்துவிட்டிருந்தான். கத்தரிக்கோல் எடுத்து வந்து உள்ளாடையை வெட்டி தனியாக எடுத்தவள் அவன் உட்கார்ந்த நிலையிலேயே இருக்க மலத்தைத் துடைத்து அவன் கால்கள் அந்த நாற்காலி எல்லாவற்றையும் சுத்தப்படுத்தினாள்.

பாபு உடல் முழுக்க மிகுந்து கிடந்த வலியிலும் அவமான உணர்வாலும் கண்களைத் திறந்துகொள்ளும் திராணியின்றி மயங்கிக்கிடந்தான். ஒரு டவலை மட்டும் அவன் இடையோடு சேர்த்து நாற்காலியில் மடித்துப் போட்டவள் அந்த அறையில் அவனைத் தனித்து விட்டு வெளியேறினாள். அவ்வளவு நேரமும் சிவப்பு நிறத்தில் எரிந்துகொண்டிருந்த வெளிச்சம் மாறி இப்பொழுது மங்கலான பச்சை நிறத்தில் ஒளிர்ந்துகொண்டிருந்தது.

ஜோபிக்கு அவளை நேர்கொண்டு பார்க்கும் துணிச்சலில்லை. தனது அறைக்குள் சென்று உடை மாற்றிவந்தவளை அச்சத்துடன் பார்த்துக்கொண்டிருந்தான். அந்த அறையிலிருந்து வெளியேறியபின் அவளது முகம் முன்னைப் போலவே இயல்பாகி இருந்தது. தனக்கான உணவை எடுத்துக்கொண்டு வந்தவள், “நீ சாப்ட்டியா?” அவன் பதிலுக்குக் காத்திராமல் உட்கார்ந்து சாப்பிட்டாள். அறையில் இன்னும் சதை எரிந்த நாற்றத்தின் மிச்சமிருந்தது. அவன் மிரட்சியோடு அவளைப் பார்த்துக்கொண்டிருக்க, “ரொம்ப ஸ்மெல் இருக்குல்ல.... கொஞ்சம் ரூம் ஸ்ப்ரே அடிச்சுவிடேன்...”

அலமாரியிலிருந்த ஸ்ப்ரேவை அவனுக்குக் காட்டினாள். ஜோபி எதுவும் சொல்லாமல் ஸ்ப்ரேவை அடித்துவிட்டான். அவள் சாப்பிட்டு முடிக்கும்வரை இருவரும் எதுவும் பேசிக்கொள்ளவில்லை. பின்னிரவைத் தாண்டியிருந்ததால் களைப்பில் அவளுக்குக் கண்கள் சொருகிக்கொண்டன.

“சரி தூங்கட்டுமா? ரொம்ப டயர்டா இருக்கு...”

“ஆனந்தி... இந்தச் சித்ரவத தேவதானா?”

ஜோபி தயங்கித் தயங்கிச் சொல்ல, அவள் இயல்பான முகத்துடன் "கண்டிப்பா அவனக் கொல்ல மாட்டேன் ஜோபி. ஏதோவொரு வகையில என் வாழ்க்கைல அவனுக்கு ஒரு முக்கியமான இடம் இருக்கு. ஆனா அவன் வலிய உணரணும். நான் இத்தோட விடவும் மாட்டேன். உனக்கு என்னோட இருக்கத் தயக்கமா இருந்தா வேற இடம் ஸ்டே பண்ண ரெடி பண்ணித் தர்றேன்..."

அவனது நெற்றியில் முத்தமிட்டாள்.

"நான் இங்கயே இருக்கேன் ஆனந்தி. ஒண்ணும் பிரச்சன இல்ல."

சிரமத்தோடு ஜோபி சிரிக்க, ஆனந்தி அழுத்தமாக அவனது இதழ்களில் முத்தமிட்டாள். அவள் எச்சிலின் ஈரம்கூட இன்னும் அதீத வெக்கையுடன் இருப்பதாக உணர்ந்தவன், அவளைத் தன்னிலிருந்து விலக்காமல் இறுக்கமாக அணைத்துக்கொண்டான்.

★

சத்யாவோடு ஆனந்தி புதிய வீட்டிற்குக் குடியேறியிருந்தாள். முன்னைவிடவும் சிறிய வீடுதான். ஆனால், சத்யா அவளுடனிருப்பதில் அந்த வீட்டிற்குள் ஏராளமான சந்தோஷங்கள் பெருகிக்கிடந்தன. தனது ஊர் மொழி எல்லாவற்றையும் மறந்துவிட்டு இந்தப் புதிய சூழலுக்குள் சத்யா மிக வேகமாகத் தன்னை மாற்றிக்கொண்டாள். பாபுவைத் தண்டிப்பது மட்டுமல்ல, சத்யாவை பாதுகாப்பதும் இப்பொழுது தனது கடமையென்பதை நன்றாகவே புரிந்துகொண்டிருந்த ஆனந்தி அவளுக்கு எல்லாவற்றையும் சொல்லிக்கொடுத்தாள். சத்யாவிற்கு அவள் சொல்லிக்கொடுக்கும் எல்லாமே புதிதாய் இருந்தது. எதற்காக இதையெல்லாம் தான் தெரிந்துகொள்ள வேண்டும்? தன் மீது பிரியமிருந்தால் மட்டுந்தான் ஒருவர் தன்னைத் தொட முடியும். அதற்காக ஏன் வருத்தப்பட வேண்டும்? சத்யா என்கிற பெயரோடு பாப்பு என இன்னொரு செல்லப்பெயரும் சத்யாவிற்குச் சேர்ந்திருந்தது. ஆனந்தி அவளை பாப்பு என்றுதான் கூப்பிட்டாள்.

"பாப்பு உன்னத் தவிர உன் உடம்ப வேற யாரும் தொடக்கூடாது. அப்பிடி யாராவது தொட்டா நீ என்ன செய்யணும்?"

"சத்தம் போட்டுக் கத்தணும்."

சத்யா சிரிப்போடும் சோர்வோடும் சொல்லுவாள்.

“ஏன் ஆண்ட்டி இதையெல்லாம் சொல்லிக்குடுக்கறீங்க?”

“இப்பிடி ஒரு குழந்த கிட்ட செய்றது எல்லாம் தப்பும்மா... யாரும் அத செய்யக் கூடாது...”

“நீங்க பொய் சொல்றீங்க, இதெல்லாம் விளையாட்டுன்னுதான் பாபு அங்கிள் சொல்லி இருக்காரு...”

பாபு என்ன சொல்லி குழந்தைகளைத் தன் பக்கமாய் வசீகரித்துக் கொள்கிறான் என்பது புரிந்தது. எல்லாவற்றையும் விளையாட்டெனச் சொல்லும்போது குழந்தைகள் வன்முறையின் வீரியம் தெரியாமல் வீழ்ந்துவிடுகிறார்கள். பாபுவைப்போல் சாந்தமான முகமும் விளையாட்டுக் குணமும் கொண்ட ஒருவனிடம் குழந்தைகள் ஏமாறாமல் இருந்தால்தான் ஆச்சர்யம்.

★

“அதெல்லாம் விளையாட்டில்லடா... ஆண்ட்டி உன்னோட விளையாடும்போது உன்ன டச் பண்றனா?”

சத்யா இல்லையெனத் தலையாட்டினாள்.

“அந்த மாதிரி விளையாண்டாதான் விளையாட்டு. டச் பண்ணினா தப்பு. சரியா?”

சத்யாவும் சரியெனத் தலையாட்டினாள்.

“அப்போ பாபு அங்கிள் செஞ்சது எல்லாம் தப்பா? அவரு எங்க போனாரு? ஏன் நம்மள வந்து பாக்கறதில்ல?”

இந்தக் கேள்விகளுக்கு மட்டும் ஆனந்தியால் அத்தனை சாதாரணமாக பதில் சொல்ல முடியவில்லை. முடிந்தவரை வேறு ஏதாவது விஷயங்களைச் சொல்லித்தான் சத்யாவை திசை திருப்ப வேண்டியிருக்கும்.

“அங்கிள் ஊருக்குப் போயிருக்காரும்மா... வந்துடுவாரு... நீ ஒரு படம் வரஞ்சியே அத முடிச்சிட்டியா?”

சத்யா இல்லையெனத் தலையாட்டினாள். ஆனந்தி தன் ஐபேடை அவளுக்குக் கொடுத்துவிட்டு அந்த அறையிலிருந்து வெளியேறினாள். ஆனந்தியையும் ஜோபியையும் தவிர்த்து பாபுவைக் குறித்த ரகசியம் வேறு யாருக்கும் தெரியாது. கூடிய விரைவில் அவனை எல்லோரது நினைவுகளில் இருந்தும்

அழித்துவிட வேண்டுமென ஆனந்தி நினைத்துக் கொண்டாள். வீடியோ கேம்ஸ் விளையாடி நீண்ட நாட்களாகி இருந்ததோடு ஷின் லியை மறந்தும் போயிருந்ததால் ஆர்வத்துடன் தனது டிவிடி அலமாரியில் வீடியோ கேம்ஸ் டிவிடிக்களைத் தேடினாள்.

ஐபேடில் படம் வரைந்துகொண்டிருந்த சத்யாவுக்கு அது சலிப்பூட்ட ஐபேடை அப்படியே போட்டுவிட்டு ஆனந்தியின் அலமாரிகளில் விளையாடுவதற்கு வேறு என்ன இருக்கிறதெனத் தேடினாள். வீடியோ கேம்ஸையும் கொஞ்சம் பொம்மைகளையும் தவிர்த்து ஒரு குழந்தை விளையாடுவதற்கான எதுவும் அங்கில்லை. அலமாரியை முக்கால்வாசிக்கும் மேல் களைத்துவிட்டுத் தேடியபோது ஆனந்தியின் ஸ்க்ராப் புக் மட்டும் கிடைத்தது. வித்தியாசமான படங்கள், உடன் ஆனந்தியின் கோணல்மாணலான கையெழுத்துகள். சத்யாவிற்கு அதைப் பார்க்க உற்சாகமாக இருக்க இதுமாதிரி ஒரு நோட் தனக்கும் வேணும் எனக் கேட்பதற்காக ஆனந்தியைத் தேடி ஹாலுக்கு ஓடினாள். ஆனந்தி ஷின் லியாகி எதிரிகளை அடித்துத் துவம்சம் செய்துகொண்டிருந்தாள். சத்யா அவளுக்கு அருகில் உட்கார்ந்து கண்கள் விரிய ஷின் லியையும் ஆனந்தியையும் மாறி மாறிப் பார்க்க, ஷின் லீ யிடம் வெளிப்பட்ட மூர்க்கம் ஆனந்தியின் முகத்திலும் வெளிப்பட்டது. ஆனந்தியின் இடையைப் பிடித்து அசைத்தாள். கேமை பாஸ் பண்ணாமலேயே “என்னடா பாப்பு?” ஆனந்தி கண்களைத் திருப்பிக் கேட்டாள்.

“எனக்கும் இதுமாதிரி ஒரு நோட் வேணும்...” ஆனந்தியே மறந்துபோன அந்த நோட்புக் சத்யாவின் கைகளுக்குள்ளிருந்தது. ஆனந்தி இப்பொழுது பாஸ் வைத்துவிட்டு அந்த ஸ்க்ராப் புக்கை கையில் வாங்கினாள்.

“இது நோட் இல்ல பாப்பு. ஸ்க்ராப் புக். எனக்குப் புடிச்ச எல்லாத்தை யும் இதுல வெட்டி ஒட்டுவேன். உனக்கு ஒரு நோட்புக் வாங்கித் தர்றேன் நீயும் உனக்குப் புடிச்ச எல்லாத்தையும் ஒட்டிக்கோ.”

சத்யா அந்த ஸ்க்ராப் புக்கிலிருந்த படங்களை எல்லாம் காட்டி எதற்காக அதையெல்லாம் ஒட்டியிருக்கிறாள் எனக் கேட்டாள். அதை ஒட்டும்போது ஆனந்திக்குமே காரணம் தெரியாது. பாதிக்கும் மேல் போதையில் விளையாட்டுத்தனமாய் ஒட்டியது.

காரணமில்லை என்றும் சொல்ல முடியவில்லை. அவளாகவே ஒரு கதையைச் சொல்லி சமாளித்தாள்.

"இது மாதிரி உங்க கிட்ட வேற புக் இருக்கா?"

ஆனந்தி, சத்யாவைத் தூக்கிக்கொண்டு அறைக்குள் சென்றாள். அலமாரிக்கு மேலிருந்த பையிலிருந்த பழைய ஸ்க்ராப் புத்தகங்களையும் வெளியில் எடுத்தாள். தூசியும் அழுக்கும் ஏறிப்போயிருந்த புத்தகங்களை புரட்டும்போது ஆனந்திக்கும் சந்தோஷமாக இருந்தது. ஒரு புத்தகத்தில் சில பக்கங்கள் மட்டும் மிச்சமிருக்க-

"ஆண்ட்டி ஆண்ட்டி இதுல வேற எதையாச்சும் ஒட்டலாமா?"

"ஓ... வா... நான் கொஞ்சம் நியூஸ் பேப்பர் கட்டிங்ஸ் வெட்டி வெச்சிருக்கேன். ஒட்டலாம்."

இருவரும் ஸ்க்ராப் புத்தகங்களோடு ஹாலுக்கு வந்தனர். ஆனந்தி அட்டைப் பெட்டிக்குள் சேமித்து வைத்திருந்த நியூஸ் பேப்பர் கட்டிங்ஸ் அவ்வளவையும் வெளியே எடுத்துப் போட்டாள். சத்யா வெறுமனே படத்தை மட்டும் பார்க்க, ஆனந்தி சுவாரஸ்யமான செய்திகளைத் தனியாக ஒதுக்கினாள்.

(ஸ்க்ராப்பில் ஒட்டப்பட்ட சில சுவாரஸ்யமான செய்திகள்.)

1.

மதுரையில் 'பிளையிங் கிஸ்' கொடுத்து பிரசாரம் துவக்கினார் நடிகை

மதுரையில், தி.மு.க., பிரசாரத்தில் நடிகை குஷ்பு.

கற்பா — குஷ்பு டென்ஷன்

1. (முதல் செய்தித் துண்டை ஒட்டிக்கொண்டவள் அதற்குக் கீழ் இப்படி எழுதிக்கொண்டாள்.) "ஃப்ளையிங் கிஸ் கொடுத்து பிரச்சாரத்தைத் துவக்கிய நடிகை." ஒரு நடிகையின் பறக்கும் முத்தம் சர்வ நிச்சயமாய் சுவாரஸ்யமானதாகத்தான் இருக்க முடியும். அதுவும் குஷ்பு. எனக்கே கூட குஷ்புவின் மீது மட்டற்ற காதலிருக்கிறது. ஒரே ஒருமுறையாவது ஆழமாக இதழ்களில் முத்தமிட்டு காதலோடு கொஞ்ச நேரம் அணைத்துக்கொண்டால் போதும். அப்படி இருக்கையில் ஆண்கள் பாவம். அவர்களின் காமம் அதிகமும் பிம்பங்களின் மேல்தான் இருக்கிறது. புகைப்படமோ, வீடியோவோ ஏதோவொரு வகையில் அவர்களுக்கு உடமையில்லாத ஒன்றுதான் அவர்களைத் தூண்டுவதாக இருக்கிறது.

2.

குழந்தையை ₹3,000க்கு விற்று செல்போன் வாங்கிய தாய்

Sheela Na-Gig

The Goddess Displaying Her Parts. This Celtic archetype of the Great Mother appeared in folk and church art by at least 1080 AD, but undoubtedly is of much earlier origin. She may be identical with the war goddess Morrigan , consort to the Dagda . One of her images is found near the ancient goddess shrine of Avebury, where she symbolized fertility; displaying her sexual parts was believed to ward off evil. Carvings of Sheela-na-Gigs may have accompanied the seasonal harvest custom of weaving corn dollies which dates from North European antiquity.

செய்தித் துண்டுகள் புத்தகத்தின் பக்கங்களை முழுமையாக ஆக்கிரமித்துவிட, இருவரும் ஒட்டப்பட்ட காகிதங்கள் காய்வதற்காக அதனைக் காற்றில் வைத்தார்கள். ஒவ்வொரு செய்திகளுக்குள்ளும் ஒளிந்து கிடக்கும் கதைகளை எல்லாம் எடுத்துக்கொண்டு படமாக எடுக்கலாம் போலிருந்தது. குவிக் பிக்ஸ் கையில் கசிந்திருக்க, அதைத் துணி கொண்டு துடைத்துக்கொண்டவள், சத்யாவோடு மீண்டும் வீடியோ கேம் விளையாடச் சென்றுவிட்டாள்.

★

ஆனந்தி வீட்டிற்கு வரும்போது முடிந்தவரை ஜோபி அங்கிருந்து வெளியே இருக்க விரும்பினான். பாபுவின் கைகளிலிருந்து

நெல்லையில் நமீதாவுக்கு கோயில்?

திருநெல்வேலி, ஜூலை 12-

நெல்லையில் நடிகை நமீதாவுக்கு கோயில் கட்டப் போவதாக ஒரு ரசிகர் அவருக்கு கடிதம் எழுதியுள்ளார்.

தமிழகத்தில் சினிமா நடிகைகளுக்கு ரசிகர்கள் ஆர்வ மிகுதியில் கோயில் கட்டவுள்ளதாக அவ்வப்போது கூறி வருகின்றனர். சில ஆண்டுகளுக்கு முன் ஈரோட்டில் நடிகை குஷ்புவுக்கு கோயில் கட்டப்பட்டதாக கூறப்பட்டது பரபரப்பை ஏற்படுத்தியது. தற்போது தமிழ் சினிமா ரசிகர்களை 'கலங்கடித்து' வரும் நடிகை நமீதாவுக்கு நெல்லையில் கோயில் கட்டப்போவதாக ரசிகர் ஒருவர் அவருக்கு கடிதம் எழுதியுள்ளார். அதுகுறித்து நமீதா ஒரு இணையதளத்திற்கு அளித்துள்ள பேட்டியில்,' தமிழகத்தில் எனக்கு அதிகப்படியான ரசிகர்கள் உள்ளனர். அவர்கள் எனக்கு நிச்சயம் அங்கு கோயில் கட்டினாலும் ஆச்சர்யப்படுவதற்கில்லை' என பெருமிதத்தோடு தெரிவித்தார். நெல்லை நமீதா ரசிகர் மன்ற நிர்வாகிகள் கூறுகையில், 'நமீதாவுக்கு கோயில் கட்டவுள்ளதாக கூறப்படுவது ரசிகரின் தனிப்பட்ட விஷயம். அதில் ரசிகர் மன்றத்திற்கு எவ்வகையிலும் பங்கு கிடையாது' என்றார்.

நமீதா

பெண்ணிடம் மதபோதகர் உல்லாசம்

திருமணம் செய்ய மறுத்ததால் கைது

கும்மிடிப்பூண்டி, நவ. 27–
இளம்பெண்ணிடம் ஆசை வார்த்தை கூறி, பலமுறை உல்லாசமாக இருந்த மதபோதகர், அந்த பெண்ணை திருமணம் செய்ய மறுத்ததால், அவரை போலீசார் கைது செய்தனர்.

கவரைப்பேட்டை அருகே, ஏ.என்.குப்பம் கிராமத்தைச் சேர்ந்தவர் முத்து மகன் பிரபுதாஸ், 28; கிறிஸ்தவ சபையில் மதபோதகர்.

அதே பகுதியைச் சேர்ந்தவர் அருள் மகள் தமிழ்ச்செல்வி, 22; தனியார் மருத்துவமனை செவிலியர். இருவரும், இரண்டு ஆண்டுகளாக காதலித்து வந்தனர்.

பிரபுதாஸ்

இடைப்பட்ட காலத்தில், தமிழ்ச்செல்வியை திருமணம் செய்து கொள்வதாக ஆசை வார்த்தை கூறி, அவரிடம் பல முறை பிரபுதாஸ் உல்லாசமாக இருந்துள்ளார். தமிழ்ச்செல்வி கர்ப்பம் தரிக்காமல் இருக்க, கருத்தடை மாத்திரை கொடுத்தும், இரு முறை கர்ப்ப பரிசோதனையும் செய்துள்ளார்.

இந்நிலையில், தற்போது பிரபுதாசுக்கு அவரது குடும்பத்தார், வேறு பெண்ணுடன் திருமண ஏற்பாடுகள் செய்தனர். தன்னை திருமணம் செய்ய மறுத்த அவரை, தமிழ்ச்செல்வி தட்டி கேட்டார். ஆனால், அவரை திருமணம் செய்ய பிரபுதாஸ் மறுத்து விட்டார்.

இதையடுத்து, தமிழ்ச்செல்வி அளித்த புகாரையடுத்து, கும்மிடிப்பூண்டி அனைத்து மகளிர் போலீசார், வழக்கு பதிந்து, பிரபுதாஸை கைது செய்தனர்.

காயங்கள் முழுமையாக ஆறியிருக்காததால் ஆனந்தி புதிய முயற்சிகள் எதையும் அவனிடம் செய்து பார்த்திருக்கவில்லை. கவனமாக அவனது காயத்திற்கு மருந்துகளைத் தடவுவதும் அவனுக்கான உணவைத் தயாரித்துக் கொடுப்பதையும் செய்து வந்தாள். ஜோபி பாபுவைப் பற்றி விசாரிப்பதைக் கூடத் தவிர்த்துவிட்டான். அந்த அறைக்கான சாவியை அவள் தன்னோடு வைத்துக்கொண்டிருந்தாள். அவன் கையிலிருந்த காயத்திலிருந்து உறைந்த குருதியின் நாற்றம் வராமலிருக்க தினமும் இரவு ஒரு முறை தவறாமல் சுத்தப்படுத்தினாள். முதல் நாள் எந்தவித எதிர்ப்புமில்லாமல் சாப்பிட்டதைப்போல் பாபுவால் அடுத்தடுத்த நாட்கள் சாப்பிட முடியவில்லை. கால்கள் கட்டப்பட்டு ஒரே இடத்திலிருந்ததால் முதுகும், முழங்கால்களும் வலியில் பிடித்து இழுத்துக்கொண்டன. இடைக்குக் கீழ் கொஞ்சம் கொஞ்சமாய் உணர்ச்சிகள் குறைந்துகொண்டு வருவதை உணர்ந்தான்.

“ஒரே இடத்துல என்னால உக்கார முடியல. கொஞ்சம் கட்ட அவிழ்த்துவிடறியா? ப்ளீஸ்....”

சாப்பிடுவதற்கு முன்னால் கேட்டான். அவளுக்கும் அவனைப் பார்க்கப் பாவமாகத்தான் இருக்கிறது. ஆனால் காயம்பட்டிருக்கும் அவனுக்குள்ளிருக்கும் அசாத்தியமான வன்மத்தைச் செயல்படுத்திப் பார்ப்பதற்கான வாய்ப்பளித்துவிடக் கூடாதென்பதால் கவனமாக அதைத் தவிர்த்தாள். அவன் சாப்பிட்டு முடித்தபின் திருட்டுத் தனமாக வாங்கி வந்திருந்த மயக்க மருந்தைக் கொண்டு ஊசி போட்டவள் அவன் மயங்கிவிட்டான் என்பது உறுதியாகத் தெரிந்தபின் கட்டுக்களை அவிழ்த்துவிட்டு நாற்காலியிலிருந்து இறக்கினாள். சரியான உணவில்லாமல் மெலிந்துபோயிருந்துமே கூட அவனைத் தனியானவளாய்த் தூக்க முடியவில்லை.

ஜோபியை உதவிக்கு அழைத்தபோது ஒரு வாரத்திற்குப்பின் பாபு இப்பொழுது என்ன நிலையிலிருப்பானோ என்கிற பரிதாப உணர்வோடு உள்ளே வந்தான். இருவருமாகச் சேர்ந்து அவனைக் கட்டிலில் கிடத்தினர். மிகச் சுத்தமான அந்தப் படுக்கையில் நிர்வாணமான அவனது உடலை ஈரத்துணியால் துடைத்துவிட்டவள் முன்பைப் போலவே கால்களைக் கட்டிவிட்டாள். கைகளை மணிக்கட்டிற்குக் கீழாகக் கயிறுகள் கொண்டு கட்டியிருந்தாள். எந்த வெறுப்பும் கோபமும் இல்லாமல் இயல்பாக எப்படி இவ்வளவையும் செய்ய முடிகிறதென ஜோபிக்கு ஆச்சர்யமாக இருந்தது. கொஞ்சமும் முகம் சுளிக்காமல் அவனது மலஜலங்களையும் சுத்தம் செய்தாள். சுத்தமாக இருந்தபோதும் அந்த அறையில் முரட்டுத்தனமான கவுச்சி நிறைந்திருந்தது. ஒரேயொரு மஞ்சள் விளக்கு மட்டும் எரிந்துகொண்டிருக்க, ஆனந்தி பாபுவோடு சேர்த்துத் தன்னையும் தண்டித்துக் கொள்கிறாளோ? என்று யோசித்தான்.

பாபுவுக்கு லேசாக மயக்கம் தெளிவது போலிருக்க, ஆனந்தி தனது மொபைலோடு ஹியர்போனை இணைத்து அவனது காதுகளில் செருகினாள். பறவைகள் கூட்டமாய்க் கூச்சல் போடும் கரைச்சல். இன்னதென்று இல்லாமல் ஏராளமான பறவைகளின் ஒலி. பறப்பதும் கத்துவதுமாய் லட்சம் பறவைகளின் ஒலி. காதுகளுக்குள் நுழைந்த சத்தம் நரம்புகளின் வழியாய் உடல் முழுக்க இறங்கியது. மயக்கம் முழுமையாய்த் தெளிவதற்கு முன்பாகவே உடல் அந்த அதிர்வின் குரூரம் தாங்கமுடியாமல் துடித்தது. ஜோபி ஆனந்தியிடம் சொல்லிக்கொள்ளாமலேயே

அங்கிருந்து போய்விட்டான். வதைபடுவதை அருகில் நின்று பார்க்கும் திராணி அவனுக்கில்லை. பல காலமாய் வெவ்வேறு விதங்களில் வதைபடுதலை எதிர்கொண்ட ஆனந்தி இன்னும் செய்து பார்க்க ஏராளமாக இருக்கிறதென்கிற நிதானத்துடன் இருந்தாள்.

சில நிமிடங்களுக்குப் பின் அந்த ஒலியை நிறுத்தியவள் மொபைலை எடுத்துக்கொண்டு அங்கு ஒளிர்ந்துகொண்டிருந்த மஞ்சள் விளக்கை அணைத்துவிட்டு அறையை முழுக்க இருளாக வைத்தாள். பாபு கண்விழித்தபோது அவனது கண்களுக்குள் பறவைகளின் சலசலப்பையே உணர்ந்தான். இத்தனை இருளாய் ஒருபோதும் உணர்ந்ததில்லை. வலிக்குப் பிறகு எதிர்கொண்ட இந்த இருள் அவனது இரைப்பைக்குள்ளிருந்த எல்லாவற்றையும் துப்பத் துடித்தது. படுத்திருந்த நிலையில் முடியாமல் தவித்தான். கையிலிருந்த மொபைலில் டார்ச்சை ஆன் செய்தவள் பாபுவின் மூத்திரக் கோப்பையைப் பார்த்தபோது இந்த முறை அச்சத்தில் மிக அதிகமாக சிறுநீர் கழித்திருந்தான்.

பாபுவிற்கு நிதானம் திரும்பியபோது முழுக்க இருள் நிரம்பிய அந்த அறை எங்கு இருக்கிறதெனப் புரிந்துகொள்ள முடியவில்லை. இன்னும் இரைப்பையிலிருந்து எழுந்த ஓங்கரிப்பு அடங்காமல் குமட்ட வைத்தது. நான்கைந்து நாட்கள் உட்கார்ந்திருந்ததில் இருந்த முதுகுவலி விலகி ஆறுதலை உணரச் செய்தாலும் தலைக்குள் இன்னும் அதிர்வலைகள் ஓய்ந்தபாடில்லை. நாசியில் பறவைகளின் எச்சங்களை உணர்ந்தான். நாற்றம் வேகமாய்க் குடல்களின் வழி இறங்கி உடல் முழுக்க நிரம்பியது. இருளுக்குள் கோடுகளாய்த் தெரிந்த ஓர் உருவம் அவனது படுக்கையின் அருகில் வந்து தலையை வருடிக்கொடுத்தது. பாபு அந்த இளைப்பாறுதலில் இருளைப் பார்க்க முடியாமல் மெதுவாகக் கண்களை மூடிக்கொண்டான். அந்த உருவத்தின் மேல் மிச்சமிருந்த தனக்கு விருப்பமான சிறுமியின் வாசனை இப்பொழுது பறவை எச்சங்களின் நாற்றத்தை மீறி அவனுக்குள் ஊர்ந்து கிளர்த்தியது.

ஆனந்தி அவனது உடல் முழுக்க வருடிக்கொடுத்தாள். தனக்கு அருகில் சத்யாவின் இருப்பையே உணர்ந்த பாபுவின் இடைக்கு மேலாக இருந்த டவல் மெதுவாக உயர்ந்தது. அத்தனை இருளிலும் உயர்ந்து வந்த டவலின் இயக்கத்தைக் கவனித்த ஆனந்தி டவலை விலக்கினாள். நோய்மையை உட்கொண்ட வெக்கையோடு

விழித்திருந்த அந்தச் சிறுவிலங்கை மெதுவாக வருடிக்கொடுத்தவள் அவன் அதை முழுமையாய் அனுபவிக்க அனுமதித்தாள். தன்னுடலில் கசிந்த நாற்றத்தையும் வலியையும் மீறி பாபு அந்த நொடியின் பரவசத்தை அனுபவித்துக்கொண்டிருந்தான்.

ஆனந்தி தனது இன்னொரு கையால் ஹியர் போனை மீண்டும் அவனது காதுகளுக்குள் செருகி பாதியில் நிறுத்தியிருந்த ஒலியை மீண்டும் தொடரவிட்டாள். உச்சத்திற்கு வெகு அருகில் சென்றிருந்த பாபுவின் உடல் சடாரென அந்த அலறல்களை எதிர்கொள்ள முடியாமல் துடித்தது. படுக்கையிலிருந்து எழுந்து கொண்ட ஆனந்தி பிரகாசமான வெளிச்சம் பரவும்படி விளக்கைப் போட்டாள். வினோதமான இந்த வேதனைகளை எதிர்கொள்ள முடியாமல் துடித்தான். அவ்வளவு நேரமும் குமட்டலாய் இருந்ததைப் பீறிட்டு வாந்தியெடுத்தான். மொபைலைத் துண்டித்து எடுத்துக் கொண்டவள் முழுமையாக அவன் வயிற்றிலிருக்கும் அவ்வளவும் வெளியேறும்வரை காத்திருந்தாள். பாபு மீண்டும் மயங்கிப் போக, பழகிப் போன ஒன்றைச் செய்கிறவளாக ஆனந்தி அவனுடலை சுத்தப்படுத்திவிட்டு அடர்த்தியான நீல நிற விளக்கைப் போட்டு விட்டாள். அந்த அறைக்குள்ளிருந்து வெளியேறும் ஒவ்வொரு நாளும் தனக்குள்ளும் வினோதமான ஒளிகளும் நாற்றமும் கலந்து கொண்டிருப்பது போன்ற அருவருப்பு அவளுக்குள்.

கம்போசிங்

“யாருக்கும் சொல்லாத கதை” படத்தின் மொத்த முன் வேலைத் திட்டங்களும் வேகமாக நடந்துகொண்டிருந்தன. பாடல்கள் வைக்கத் தனிப்பட்ட முறையில் அவள் விரும்பியிருக்காத போதும், வியாபாரம் அதைச் செய்யச் சொன்னது. எதை அடிப்படையாகக் கொண்டு பாடல் வைக்கலாம்? ஒரு பெண்ணின் சிதைவை? காமத்தை? வாழ்க்கை எதிர்பாராமல் தரும் வினோதப் பரிசுகளை? யோசிக்க சலிப்பாக இருந்தாலும் இதிலிருந்து தப்பிக்க முடியாது. இசையமைப்பாளரைப் புதிதாக அறிமுகம் செய்கிறாள். மறைந்த இசைமேதை ஒருவரின் மகன். பாடல்களுக்கான சூழலைச் சொல்லி மூன்று பாடல்கள் வேண்டுமென்பதையும் பாடலாசிரியரை நீங்களே தேர்வு செய்துகொள்ளுங்கள் என்றும் முழு சுதந்திரம் கொடுத்தாள். கிழக்குக் கடற்கரைச் சாலையிலிருக்கும் ஒரு கெஸ்ட் ஹவுசில் கம்போசிங் தொடங்கியது.

பெயருக்கு கம்போசிங் என்றாலும் பாடலாசிரியர் அதிகாலையிலிருந்து குடிப்பவராகவே இருந்தார். குடித்துவிட்டு நீச்சல் குளத்தில் மூழ்கிக் கிடப்பது, பின் எழுந்து சாப்பிடுவதும் மீண்டும் குடிப்பதும் முற்பகல் வரையிலான வேலை. பிற்பகல் கொஞ்சம் உறங்கி எழுந்து கடற்கரையில் ஒரு நடை. பிறகு இரவானதும் நீச்சல் குளத்திற்குள் பாதி உடல் மூழ்க மீண்டும் மதுவருந்தியபடியே கொஞ்சம் பேச்சு. ஆனந்திக்கு இதையெல்லாம்

பார்க்க சலிப்பாக இருந்ததால், பெரும்பாலும் தனது அறையை விட்டு வெளியே வராமல் இருந்தாள். முதல் நாள் எந்த வேலையும் நடந்திருக்கவில்லை. மூன்று பாடல்களுக்குமான நோட்ஸ்களை இசையமைப்பாளர் தயாராக வைத்திருந்தான். தனது உபகரணங்கள் அவ்வளவையும் கொண்டு வந்திருந்தவன் பாடலுக்கான சின்னச் சின்ன சத்தங்களைக்கூட தனியாக எடுத்து வந்து அவளிடம் போட்டுக் காட்டினான். மாதிரியாகச் சில வரிகளை ராகத்தோடு சேரும்படி அவனே சொல்லியும் காட்டினான். அவனிடமிருந்த ஆர்வம் கொஞ்சம் உற்சாகமளித்தாலும் எதிர்ப்பக்கத்தில் எந்தச் சலனமுமில்லாமல் இருந்த பாடலாசிரியரைப் பார்த்து எரிச்சலாகி இருந்தாள்.

இரண்டாவது நாள் காலையிலும் பாடலாசிரியர் மதுவருந்த வெளியே வந்தபோது ஆனந்தி நீச்சல் குளத்தில் குளித்துக் கொண்டிருந்தாள். ஒரு நொடி படப்பிடிப்பு நடக்கும் தளம் எதற்கும் வந்துவிட்டோமோ என யோசித்தபடியே அவளுக்கு அருகில் வந்து உட்கார்ந்தவரிடம்–

“என்ன ஸார் இப்படி குடிச்சீங்கன்னா உடம்பு என்னாகும்?”

என கேலியாகச் சொன்னாள். அவளது வார்த்தைகளில் இருந்த சீண்டலைப் புரிந்துகொண்டவர்–

“நீங்க ஒரு தடவ சாங்க்கான மூட் எக்ஸ்பிளைன் பண்ணினீங்கன்னா இப்பவே உக்காந்து எழுதலாம் மேடம்” என்றார்.

“ஓ... நல்லது. நான் இப்போ தண்ணிக்குள்ள இருக்கட்டுமா? இல்ல மேல வந்து சொல்லவா?”

“உங்க இஷ்டம்...” என பாடலாசிரியர் அவள் மேலே ஏறிவரக் காத்திருக்கும் ஆர்வத்துடன் சொன்னார்.

அங்கிருந்த பணிப்பெண்ணிடம் இரண்டு பேருக்குமாக தேநீர் கொண்டு வரச் சொன்னாள். நீரிலிருந்து வெளியேறி வந்தவளை பால்கனியிலிருந்து பார்த்துக்கொண்டிருந்த ஜோபி தயாராக வைத்திருந்த பேடையும் காகிதங்களையும் எடுத்துவந்து கொடுத்தான். பாடலாசிரியர் இவளை ஒரு பொருட்டாகவே நினைக்கவில்லை. இத்தனைக்கும் டிராக் ஷூட்டும் சின்னதொரு ப்ரேசியரும் மட்டுமே அணிந்திருந்தாள். இசையமைப்பாளர் கொடுத்திருந்த இசைக்கோவையை மூன்று நான்கு முறை ஓடவிட்டார்கள்.

கைகள் லேசாக நடுங்கியபடி இருக்க, பேனாவை ஆட்டியபடியே கண்களை மூடிக் கேட்டுக்கொண்டார். மெதுவாக வரிகளை எடுத்துக் கொடுக்கத் தொடங்கினார். ஆனந்திக்கு ஆச்சர்யமாக இருந்தது. குடி எந்தவிதத்திலும் அவருக்குள்ளிருந்த கலைஞனை சிதைத்திருக்கவில்லை. ஒரு மணி நேரத்திற்குள் ஒரு பாடலுக்கான மொத்த வரிகளையும் எழுதிக் கொடுத்துவிட்டார். பாடல் வரிகளை ஒருமுறை அசைபோட்டுப் பார்த்தாள். தன் வாழ்வின் முக்கிய கணங்களை அழுத்தமாக நினைவுபடுத்தின. எப்படி ஒரு கவிஞனால் இன்னொருவரின் உணர்வுகளுக்குள் இத்தனை ஆழமாக பயணித்துவிட முடிகிறது?

இசையமைப்பாளருக்கும் திருப்தி. பிற்பகலுக்குப் பிறகு ஆனந்தியே இன்னொரு ரெமி மார்ட்டின் வாங்கிக் கொடுக்கும்படி சொன்னாள். ஜோபி அதுவரை போட்டு வைத்திருந்த ஷெட்யூலைக் கொண்டுவந்து அவளிடம் பேசினான். கதாநாயகி இடையில் இரண்டு நாட்கள் வேறு ஒரு படத்திற்கு முன்பே தேதி கொடுத்திருக்கிறாள். எப்படியாவது சமாளிக்க வேண்டும். அந்தத் தேதிகளில்தான் முக்கியமான காட்சிகளைத் திட்டமிட்டிருந்தனர். ஆனந்தி இன்னும் பாடல் தந்த அழுத்தத்திலிருந்து வெளிவந்திருக்கவில்லை. அதனால் கால்ஷீட் பிரச்சனையைப் பொருட்படுத்தாமல் –

“அப்புறம் பாத்துக்கலாம். நீ ஏன் வேல வேலன்னு சீரியஸாவே இருக்க. கொஞ்ச நேரம் நம்ம கவிஞருக்குக் கம்பெனி குடு. நான் பாபு வீடு வரைக்கும் போயிட்டு காலைல வர்றேன்.”

“இன்னைக்கும் போகணுமா?”

“அப்பறம் அவனுக்கு சாப்பாடு யார் குடுப்பா? ஒரு நாளைக்கு ஒரு வேளதான் சாப்பாடு குடுக்கறோம். அதையும் நிறுத்திட்டா செத்துடுவான்.”

கார் சாவியை எடுத்துக்கொண்டு வெளியே கிளம்பினாள். அவனும் வாசல் வரை வந்தான். அவளுக்கு சந்தோஷமாக இருந்தது. ஒரு நிழலைப்போல் தன்னை இத்தனை நெருக்கமாக ஒருவன் தொடர்கிறானென்பதில் அலாதியானதொரு பாதுகாப்பு உணர்வு தெரிந்தது. இப்பொழுது அவனையும் தன்னோடு கூட்டிக்கொண்டு போனால் சந்தோஷப்படுவான். ஆனால் இங்கு வேலைகள் நின்றுவிடும். வண்டியை ஸ்டார்ட் செய்தபின் ஒருமுறை திரும்பிப் பார்த்தாள். அதற்காகவே காத்திருந்தவன்போல் சந்தோஷமாக அவளுக்குக் கையசைத்து விடைகொடுத்தான்.

வழியெங்கும் படத்தின் போஸ்டர்கள் ஒட்டப்பட்டிருந்தன. தனது தயாரிப்பு நிறுவனத்திற்கு *'wildcats'* எனப் பெயரிட்டிருந்தாள். இயக்கம் ஆனந்தி என்பதை முதன் முறையாகப் பார்த்த நிறைவு.

ஒரு பக்கம் கதாநாயகியின் எரியும் பாத் டப்பும் இன்னொரு பக்கம் சிறைச்சாலைக்குள்ளிருக்கும் மங்கலான மூன்று உருவங்களும் நடுவில் எதையும் பொருட்படுத்தாமல் அமர்ந்திருக்கும் துறவியைப் போல் சத்யாவின் முகமும் ஒரே போஸ்டரில் வெவ்வேறு விதமான உணர்வுகளைப் பார்ப்பவர்களுக்குத் தந்தன. மற்ற எல்லோரையும் விட சத்யாவின் உருவத்தைப் பெரிதாகத் தெரியும்படி போஸ்டரை ஆனந்தி டிசைன் செய்யச் சொல்லி, இருந்தாள். மொத்த படத்தையும் பார்த்துவிட்ட நிறைவு அவளுக்குள். பாபு வீட்டிற்குப் போவதற்கு முன்னால் சத்யாவைப் பார்த்துவிட்டுப் போக வேண்டும்.

இங்கு வந்து இந்தச் சில நாட்களில் அவள் வேகமாக வளர்ந்துவிட்டாள். எல்லாவற்றைக் குறித்தும் அவளிடம் கேள்விகளிருக்கின்றன. அவள் மீது இவளுக்கிருக்கும் அக்கறையைப் போலவே இவள் மீது அவளுக்கும் இருந்தது. யாருக்கும் சொல்லாத கதை திரைக்கதையை மொத்தமாகச் சொல்லச் சொல்லிக் கேட்டு அவள் தனக்குப் பிடித்தது பிடிக்காதது எல்லாவற்றையும் சொன்னாள். ஒவ்வொரு வேலையைச் செய்யும்போதும் தான் ஆனந்தியின் வயதிற்கு இணையானவள் என்கிற கர்வமும் பெருமிதமும் அவளிடமிருக்கும். குழந்தைத்தனமான அவளின் இந்த விளையாட்டுகள் அவளை முன்னைவிடவும் கொஞ்சம் முதிர்ச்சியானவளாகத்தான் மாற்றியிருந்தன.

முப்பத்தி மூன்று நாட்களில் மொத்தப் படத்தையும் முடிப்பதற்கான ஷெட்யூல் போட்டிருந்தார்கள். முழுக்க சென்னையைச் சுற்றித்தான் படப்பிடிப்புத்தளங்கள். ஆனந்திக்கு பார்க்கிற எல்லோருமே தன் படத்தின் கதாபாத்திரங்களைப்போல் தெரிந்தனர். ஜோபியை முன்பொருமுறை கேலி செய்ததை நினைத்து இப்பொழுது சிரித்துக் கொண்டாள். ஒரு படத்தைத் திறமையாக எடுப்பதோடு விற்கவும் தெரிந்தவனாய் ஜோபி இருந்ததால் புரமோஷனுக்குச் செய்யும் ஒவ்வொரு வேலையையும் ஃபைனான்ஷியர்களுக்கு அனுப்பி வைத்தான். அவர்களைத் தயாரிப்பாளர்கள் என்கிற அளவிற்கு உணரவைத்ததில் அவனுக்குத் தனித்துவமான பங்கு இருக்கின்றன.

பாபு இல்லாத வெறுமையை எல்லா இடங்களில் இருந்தும் பூர்த்தி செய்துகொண்டிருந்த ஜோபிக்கு, தயாரிப்பு வேலைகள் குறித்தும் தெளிவு இருந்ததால் செலவுக் கணக்குகளைக் குறித்து ஆனந்தி பெரிதாகக் கவலைப்பட்டிருக்கவில்லை. வெறுமனே தன் படத்தில் வேலை செய்வதற்காக மட்டுமே வந்த அக்கறையல்ல அது. அவனது அருகாமையில் ஒவ்வொரு முறையும் காட்டுப் பூக்களின் நறுமணத்தை உணர்கிறாள். காமம் இவ்வளவு பழகிப்போன பின்னும்கூட தன்னுடலை அவனால் பூக்க வைக்க முடிந்தது. அவனிருப்பில் தனக்குள் விரியும் வினோத ஸ்பரிசத்தை யாரிடமும் காட்டிக்கொள்ளாமல் சிரமங்கொண்டு அடக்கிக்கொள்கிறாள். எல்லாவற்றையும் விட அவனிடம் காட்டிக்கொள்ளாமல் இருப்பதுதான் சிரமம். பாபுவின் இருப்பைத் தவிர்த்து வாழ்வின் பூரணமான ஒரு கணத்தை அனுபவித்துக்கொண்டிருக்கிற உற்சாகம் இப்பொழுது அவளிடம் இருக்கிறது.

Until the last moment

ஓய்ந்த கடல் அலைகள் மெதுவாக உயிர்பெற்றுக் கசிவதைப் போல் தொடங்கி நிறைகிறது பியானோவின் ஒலி. அந்த அறைக்குள் வெளிச்சம் விசுவாசமிக்க ஜீவனாய்த் தொந்தரவு செய்யாத அலைவரிசையில் நிரம்பிக்கொண்டிருக்க மயக்கத்திலிருக்கும் பாபு மெதுவாக விழித்துப் பார்த்தான். அது எல்லாத் துயரங்களிலிருந்தும் அவனை மீட்டெடுக்கும் இசை. யானியின் விரல்களுக்கு மட்டுமே அந்த மந்திரம் இருக்கிறது. ரிதம்ஸ் இப்பொழுது பியானோவோடு இணைந்து வசீகரமான காற்றாய் முன்னை விடவும் உயிர்ப்பான ஒரு தருணத்தை அங்கு உருவாக்கியது. அந்த அறையின் ஒரு மூலையில் ஆனந்தி தூய்மையானவளாய் நின்றாள்.

தன் காதலி லிண்டாவுக்காக யானி உருவாக்கிய *"reflections o fpassion"* ஆல்பத்தைப் போல் தனக்காக இந்த நாட்களை பரிசளிக்கிறாளா? அவள் மீதான எல்லா கோபங்களையும் மீறி நன்றி சொல்லும் விதமாய் சிரிக்க முயன்று தோற்றுப்போனான். நரம்புகளுக்குள் இசை முடிச்சுகள் கிளைதப்பி ஊறிக் கொண்டிருந்தன. பொருட்படுத்த முடியாத வலிகளுக்கு அப்பால் இந்தக் கணம் விடுதலையை வரச் செய்தது. பாதியிலேயே அவள் அதை நிறுத்தியபோதுதான் இது இன்னொருவிதமான வதையோ என்கிற அச்சம் கொண்டான். தொடர்ந்து இருளும், மங்கலான ஒளியும் அவனை சிதைவுக்குள்ளாக்கியிருந்தது. எதிர்க்கும் திராணியற்றுப் போனான். நேற்றைய தினம் வாயிலிருந்த

கட்டைக்கூட அவிழ்த்துவிட்டிருந்தாள். ஆனால் பழக்கதோஷத்தில் வாய் அதே நிலையிலேயே இருந்தது. இதழ்களைத் தாண்டி வர மறுத்த நாக்கை வெளிக்கொண்டுவர அவனும் முயற்சிக்கவில்லை.

இரண்டு நிமிடங்களுக்கு ஒருமுறை குமட்டல் எடுப்பதும், அதைத் துப்ப முடியாமல் தவிப்பதுமாய் இருந்தான். உருவங்கள் அச்சுறுத்தின. நீர், உணவு, காற்று, வெளிச்சம் எல்லாமும் அச்சுறுத்தியதோடு கொஞ்சம் ஆறுதல் படுத்திய இசை பாதியில் நின்றுபோனதில் உடல் முழுக்க நடுக்கம். தனது ஐபேடில் வீடியோவை ஆன் செய்து அவன் பார்க்கும்படி வைத்தாள். தலையைத் திருப்பிக்கொள்ள முடியாமல் அதைக் கண்டிப்பாக பார்க்க வேண்டிய நிர்ப்பந்தம் அவனுக்கு. முதல் சில நொடி யானியைத்தான் அந்த வீடியோவில் பார்த்தான். அது எந்த இசைக்கோவை என்று நினைவுக்குக் கொண்டு வரமுடியவில்லை. சடாரென அந்தக் காட்சி மாறி ஆக்ரோசமாக சண்டையிடும் விளையாட்டுக் காட்சி ஓடியது. தன்னை விடவும் வலிய ஒருவனைத் தூக்கிக் கிழே போட்டு அவன் உடலைக் கொடூரமாக வெட்டி எறிந்தாள். முகத்தில் தெறிக்கும் வேகத்தோடு எதிர்ப்பட்ட குருதியைப் பார்த்ததும் தனது கழுத்து துண்டிக்கப்பட்ட கலக்கத்தில் வேகமாக உடலை சிலுப்பினான். ஐபேட் கீழே விழுந்தது. ஆனந்தி நிதானமாக எடுத்து அடுத்த காட்சியை ஓடவிட்டு மீண்டும் முன்பைப் போல் பார்க்கும்படி வைத்தாள்.

பாபு நடித்த உடலுறவுக் காட்சி. வெறுமனே ஒரு பெண்ணோடு அரைநிர்வாண நிலையில் புரண்டு உருளும் காட்சி. பின் அது மறைந்து இப்பொழுது இரண்டு வெள்ளைக்காரர்கள் ஒரு கறுப்பினப் பெண்ணுடன் உடலுறவு கொள்ளும் காட்சி நீண்டது. அருவருப்போடு அதைப் பார்க்க முடியாமல் "இது எடுத்துடு ஆனந்தி. உடம்புல பூச்சி ஊர்ற மாதிரி இருக்கு. தயவு செஞ்சு எடுத்துடு..." ஈனஸ்வரத்தில் முனகினான். ஆனந்தி பாதியில் நிறுத்தியிருந்த *"until the lastmoment"* மீண்டும் ஒலிக்க விட்டாள். ஒருபுறம் அவனை ஆறுதல் படுத்தும் இசையும் இன்னொருபுறம் உடலை நசுக்கும் வக்கிரமான காட்சியுமாய் சமாளிக்க முடியாமல் திணறினான்.

பாலுறவுக் காட்சி மாறி இப்பொழுது மிருகங்கள் புணர்கிற காட்சித் துண்டுகள் ஓடின. காதுகளின் வழியாய் ஆன்மாவை சாந்தப்படுத்தும் யானியின் இசைக்கோவை. இரண்டும் ஒரே

மூளைக்குள் சென்று சேர முடியாமல் துடித்தான். கண்களை இறுக மூடிக்கொண்டான். ஆனந்தி வேகமாக வந்து ஐபேடை எடுத்துவிட்டு அவன் முகத்தில் அறைந்தாள். என்ன ஆனாலும் கண்களைத் திறப்பதில்லை என்கிற தீர்மானத்தோடு இறுக்கமாக மூடியிருந்தான். வலுக்கட்டாயமாக ஒரு கண்ணைத் திறந்து இமைகளுக்கு நடுவில் இரண்டு குச்சிகளை செருகி நிறுத்தினாள். குச்சிகளை எடுக்காமல் கண்களை மூடமுடியாத அளவிற்கு இறுக்கமாக இருக்க, வலியில் அலறினான். அந்தச் சின்ன இடைவெளியில் இன்னொரு கண்ணையும் திறந்து குச்சியை செருகினாள். மரணத்தைத் தானமாகக் கேட்கும் கருணையோடு அவன் மன்றாடினான்.

“இவ்ளோ சித்ரவத பண்றதுக்குக் கொண்ணுடேன் ஆனந்தி. இதையெல்லாம் தாங்க முடியல....”

அவன் நாக்குழறி அழுதான். உடல் நீர்மையற்று வறண்டு போயிருந்ததால் அவனது கண்கள் ஈரமாகியிருக்கவில்லை. அவள் தன் வேலை இன்னும் முடியவில்லை என்பதுபோல் மீண்டும் ஐபேடில் காட்சிகளை ஓடவிட்டு அவன் முன்னால் வைத்தாள். “வன்முறையை மீற வேண்டுமானால் அதைக் கையிலெடுக்க வேண்டுமென” முன்பு தான் நினைத்துக் கொண்டதை இப்பொழுது செயல்படுத்திக்கொண்டிருந்தாள். ஒலித்துக்கொண்டிருந்த இசைக்கோவை முடிந்து, "*reflections of passion*" தொடங்கியது. இது வெறும் இசையல்ல, ஒரு கலைஞன் தன் காதலிக்காக சேமித்து வைத்து வெளிப்படுத்திய உணர்ச்சிக் குவியல்.

அதை ஏன் தன்னை வதைக்கும் இந்தக் கொடூர கணத்தில் இப்பொழுது ஒலிக்கவிடுகிறாள்? தன் மீது கொண்டிருக்கும் நேசத்திற்கு அவள் தரும் அன்பளிப்பா இது? இந்த வதையும் கூட அவள் காட்டும் ஒருவித பிரியம்தானா? தண்டனைகளின் வழியாய்த் தன்னை மீட்டெடுக்கப்போகிறாளா? அல்லது அடையாளமற்றவனாய் ஆக்கப்போகிறாளா? பிரபஞ்சத்தின் பேரோசையாய் முதல் நோட் முடிந்து அடுத்த நோட் தொடங்க கட்டப்பட்டிருந்த அவனது கை விரல்கள் தானாகவே பியானோவின் கறுப்பு வெள்ளைக் கட்டைகளைக் கற்பனை செய்துகொண்டு அசைந்தன. எரிந்த அந்த விரல்களின் துயரம் மறந்து இடைச்செருகலாய் வரும் மவுத் ஆர்கன் இசையின்போது

அதற்குத் தகுந்தாற்போல் தலையை ஆட்டினான். இடது வலதாய் குச்சிகள் செருகப்பட்ட கண்களுடன் அவன் தலை வீடியோவைப் பார்த்தபடி நகர்ந்துகொண்டிருந்தது. முன்பொருமுறை தற்கொலை செய்துகொள்ள நினைத்திருந்தவனை மீட்டெடுத்த அந்த இசை அவனது சப்த நாடிகளுக்குள்ளும் புகுந்து மீண்டது. இதற்கு முன்பெல்லாம் ஆன்மாவை இலகுவாக்கிய அதே இசை இன்று வாதையை முன்னை விடவும் முழுமையாய் உணரச் செய்தது.

வாழ்வின் அவமானகரமான எல்லா செயல்களையும் அந்த மவுத் ஆர்கன் இசை இன்னொரு முறை கீறி வெளியேற்ற அந்த இசையைக் கவனிப்பதைத் தவிர்த்து வீடியோவின் பக்கம் கவனத்தைத் திருப்பினான். கொடூரமாக உடல்களை வெட்டிக் கொலை செய்யும் காட்சிகள். வெவ்வேறு படங்களிலிருந்து துண்டு துண்டாக எடுத்துத் தொகுக்கப்பட்டவை. வன்மத்தை இந்த இசையின் பின்னணியில் பார்த்தபோது வெட்டுவதும் வெட்டப்படுவதும் தாமே என்கிற பிரமை அவனுக்குள்.

எல்லாவற்றையும் வெறுத்தான். எல்லாம் அருவருப்பூட்டின. திறந்திருந்த கண்களின் வழி நீண்ட நாட்களுக்குப் பிறகு மெதுவாக கண்ணீர்த் துளிகள் கசிந்து வந்தன. வீடியோ இன்னும் முடியவில்லை. விட்ட இடத்திற்கு வந்து மீண்டும் உடலுறவுக் காட்சிகள். பிறகு உடலுறவுக் காட்சிகளும் உடலைத் துண்டாக்கும் வன்முறைக் காட்சிகளும் மாறி மாறி வந்தன.

இத்தனை நாட்களும் இந்த அறையில் அவன் வதை செய்யப்பட்டதை ஆனந்தி எடுத்த காட்சித் துண்டுகள் அதன் தொடர்ச்சியாய் ஓடத் தொடங்க, பாபுவின் கண்களிலிருந்து இடைவிடாது கண்ணீர் வழிந்தபடியிருந்தது. ஒரு பெரிய கண்ணாடியை எடுத்து அவன் முகம் பார்க்கும்படி அவனுக்கு எதிரில் பிடித்தாள். கண்ணாடியில் தன் முகம் கோரமாக பிரதிபலிக்க அச்சத்தோடு அலற முயன்றான். கொஞ்சமும் சத்தமெழுப்ப முடியாமல் முகம் இருண்டது. தலையை வேகமாக ஆட்டினான். ஒரு கண்ணிலிருந்த குச்சி மட்டும் கீழே விழுந்துவிட அந்தக் கண் வலியிலிருந்து மீண்டு ஆறுதல் கொண்டது.

பாபு வேதனையின் உச்சத்தில் ஐபேடின் மேலேயே மயங்கிப் போனான். ஒரு கண் திறந்திருக்க அவன் மயங்கிக் கிடந்த நிலை பரிதாபகரமாய் இருந்தது. கண்ணாடியை ஓரமாக

வைத்தவள், ஐபேடை அவனிடமிருந்து எடுத்தாள். இசை நிறுத்தப்பட்ட அந்த அறை வன்மத்தின் ஒட்டுமொத்த எச்சிலையும் துப்பிவிட்டு அமைதியாகி இருந்தது. அவனை ஒழுங்கு செய்து படுக்க வைத்தபோது இந்த முறை அவன் கொஞ்சமும் சிறுநீர் கழித்திருக்கவில்லை. பாபு வயிறு ஒட்டிப்போய் விடுதலையை யாசிக்கும் பரிதாபகரமான விலங்கை ஒத்திருந்தான்.

கிளைமாக்சிற்கு முன்

முக்கிய நடிகர்களுக்கான ஒத்திகைக்கு திட்டமிட்டிருந்தார்கள். கதாநாயகியும் கதாநாயகனும் ஆர்வத்தோடு வரச் சம்மதித்து இருந்ததால் அதற்கு ஓர் இடம் தேவைப்பட்டது. அவளுக்குப் பழக்கமான ஒரு நடிகை வளசரவாக்கத்திலிருக்கும் தனது பிரம்மாண்டமான பங்களாவைத் தரச் சம்மதித்து இருந்தாள். திருமணத்திற்குப் பின் மும்பையில் செட்டிலாகிவிட்ட அந்த நடிகைக்கு ஆனந்தியின் முயற்சி கேலிக்குரிய ஒன்றல்ல, தன் இருப்பிற்காகப் போராடும் ஒரு பெண்ணின் போராட்டம் என்பது நன்றாகப் புரிந்திருந்தது. மூன்று நாட்கள் நடக்க இருந்த மொத்த ஒத்திகையையும் டிஜிட்டல் கேமராவில் படம் பிடித்தார்கள். அங்கேயே அதைத் திரையிட்டுத் திருத்தங்களைச் சொன்னாள். ஹீரோவுக்கும் ஹீரோயினுக்கும் ஆச்சர்யம். பெரிய இயக்குநர்கள் கூட இத்தனை நுட்பமாய் வேலை வாங்குவதில்லை. ஒரு நடிகையாக இருந்தும் அவளுக்குள் திறமையான இயக்குநர் ஒளிந்திருப்பதைப் பார்த்து மகிழ்ந்தார்கள். ஒவ்வொரு காட்சியையும் ஆனந்தியே ஸ்டோரி போர்டாக வரைந்திருந்தாள். அதனால் ஒவ்வொரு காட்சியும் எவ்வளவு நேரம் இருக்கவேண்டுமெனத் தெளிவாக இருந்தாள். அதன்படி நடிக்கவும் வைத்தாள்.

ஸ்டில் ஷூட் எடுக்கப்பட்ட நாளில் இருந்தே முக்கியமான எல்லாவற்றையும் ஜோபி, உதவி இயக்குநர் ஒருவரின் மூலமாக படம் பிடித்துக்கொண்டு வந்தான். அதில் சில காட்சிகளை

இணையத்தில் வெளியிட்டிருந்தார்கள். ஆனந்தி ஒரு கதைப்படம் இயக்கப்போகிறாளென்பதன் நீட்சியாய் அவளின் அரை நிர்வாண உடை கொண்ட போட்டோக்கள் உலவுவது கொஞ்சம் நின்றுபோயிருந்தன. அவளால் செய்ய முடியாதென மற்றவர்கள் நினைத்திருந்த ஒன்றை நோக்கி வேகமாகச் சென்று கொண்டிருந்தாள். எல்லா அவமானங்களையும் தோல்விகளையும் தாண்டிச் செல்ல ஒரு துளி நம்பிக்கையின் மழை போதுமான அவளுக்கு இப்பொழுது துணையாக அவளை நேசிக்கும் சிலரின் பிரியங்களும் இருந்தன. தான் இந்த வேலைக்குத் தகுதியானவள் என்பதை எல்லோரையும் விட திடமாக நம்பினாள். அதனால் செய்கின்ற வேலையின் ஒவ்வொரு நகர்விலும் தெளிவும் தீர்மானமும் இருந்தது. செலவுக் கணக்குகளில் அத்தனை சாதாரணமாக அவளை ஏமாற்ற முடியாதென்பதை மேனேஜர் புரிந்துகொண்டிருந்ததால் மிகக் குறைவாகவே பேசினான்.

சத்யா ஆனந்தியின் பிரதியாய் இருந்தாள். அவளுக்காக செலவிட்ட நிமிடங்கள் எதுவும் வீண்போயிருக்கவில்லை. அவள் ஒத்திகையில் நடித்ததைப் பார்க்கும்போது இது மாதிரி ஒரு படத்தில் நடிக்கத் தனக்கு வாய்ப்புக் கிடைத்திருக்கவில்லை என ஏக்கம் கொண்டாள். தன் உடலை ஆக்கிரமித்தவர்களுக்குத் தன்னை நடிக்க வைத்துப் பார்க்கும் அக்கறை இல்லாமலே போயிருந்தது துயரம். தன் இளமைக் காலத்தை அனாயாசமான அவளது நடிப்பின் வழி பார்த்தபோது அன்று அச்சத்தோடு ஒடுங்கிக் கொண்டதற்குப் பதிலாக இந்தக் குழந்தையிடம் இருக்கும் ரௌத்திரத்தில் கொஞ்சத்தையாவது வெளிப்படுத்தியிருக்கலாமோ என நினைத்துக்கொண்டாள். எல்லாவற்றுக்கும் பின்னால் வாழ்க்கை மனிதர்களுக்கு இன்னொரு சந்தர்ப்பம் அளிக்காமல் இல்லை. சரியாகப் பயன்படுத்திக்கொண்ட சந்தர்ப்பங்கள் சில காலம் கொண்டாட்டத்தின் உச்சத்தில் வைத்திருந்தது. தவறவிட்ட சந்தர்ப்பங்கள் தண்டிக்கவும் தவறவில்லை. சத்யா தனக்கான சந்தர்ப்பத்தை நிச்சயம் தவறவிடமாட்டாள்.

ஒரேயொரு நாள் ஒத்திகை சத்யாவுக்குப் போதுமானதாக இருந்தாலும், அவள் ஆனந்தியோடுதான் இருந்தாள். அவள் நடிப்பு சொல்லிக்கொடுப்பதையும் நடிக்கும்போது முகத்தைத் தீவிரமாக வைத்துக்கொள்வதையும் அவளிடமே நடித்துக் காட்டினாள். ஆச்சர்யத்தோடு அந்தக் குட்டி முகத்தில் தனது

நடிப்பின் சாயல்களைத் தேடிப்பார்த்துவிட்டுப் பின் செல்லமாக அடிப்பாள்.

“ஆனந்திம்மா நீ பெரிய நடிகைன்னு எல்லாரும் சொல்றாங்க. நீ நடிச்ச படத்த ஏன் எனக்குக் காட்ட மாட்டேங்கற?”

ஒத்திகையிலிருந்த எல்லோரும் சத்யா இப்படிக் கேட்டதும் எழுந்து வந்த சிரிப்பை அடக்க சிரமங்கொண்டார்கள். ஆனந்திக்கும் சிரிப்பு வந்தது.

“அதையெல்லாம் நீ இப்போ பாக்க வேணாம்டி. பெரிய பொண்ணா ஆனதுக்கு அப்பறம் பாத்துக்கலாம்.”

“ஏன் இப்போ பாத்தா என்ன?”

“பாக்கக் கூடாதுன்னா கூடாது...”

“சரி எப்போ நான் பெரிய பொண்ணா ஆவேன்?”

“அதையெல்லாம் சும்மா குத்துமதிப்பா சொல்லிட முடியாது பாப்பு.”

“நீ ஏதேதொ சொல்லி என்னய ஏமாத்தப் பாக்கற? படம் பாக்கறதுக்குப் பெரிய பொண்ணா ஆகணுமாம்... பொய்சொல்லி. ஃப்ராடு...”

திட்டிவிட்டு சக்தியிடம் ஓடினாள்.

‘ஆமா சத்யா, ஆனந்தியம்மா ஃப்ராடு.” ஜோபியும் அவளோடு சேர்ந்து கத்தினான்.

“வெவ்வ்வெவ்வே! அத நீ சொல்லாத.... நீதான் அவள விடப் பெரிய ஃப்ராடு. வீடியோ கேம்ஸ் விளையாடச் சொல்லித் தர்றேன்னு சொல்லி ஏமாத்தின ஃப்ராடு! நீங்க எல்லாருமே ஃப்ராடு!”

சத்யா கோபமாக ஓடினாள். அவள் கோபத்தை சந்தோஷமாக ஏற்றுக்கொண்ட எல்லோரும் சிரித்தார்கள். ஜோபி ஆனந்தியிடம் நெருங்கி வந்து “எனக்கே வீடியோ கேம்ஸ் பத்தி ஒண்ணும் தெரியாது. அழுதாளேன்னு சொல்லி ஒருநாள் சமாதானப்படுத்தறதுக்கு சொன்னேன். அத இன்னும் ஞயாபகம் வெச்சிருக்கா பாருங்க...” என்றான்.

"இந்தக் குழந்த பெரிய கிஃப்ட் ஜோபி. படம் முடியவும் எப்பிடி இவள பிரிஞ்சு இருக்கப் போறேன்னு தெரியல."

"ம். ஏன் பிரியணும். அவளுக்குத் தெரிஞ்சோ தெரியாமலோ நடிகையாகிட்டா. நல்ல நடிகையா வர்றதுக்கான எல்லாத் தகுதியும் அவளுக்கு இருக்கு. அவ இனி நடிகையாதான் இருப்பா. ஆனா நீங்க நெனச்சதும் பாக்க முடியற தூரத்துல இருப்பா."

"எப்பிடி சொல்ற ஜோபி?"

"உங்கள விளையாட்டாத் திட்டக்கூட அவளால முடியல. உங்கமேல அவ்ளோ பிரியம் இருக்கு."

அவன் சொல்வது சரிதான். இந்த நாட்களில் தன்னை அவள் அத்தனை எளிதில் பிரிவதில்லை. எங்கு சென்றாலும் அவளுக்கு நீண்ட விளக்கங்கள் தரவேண்டியிருந்தது. எல்லோரையும் விட அவளுக்கு மட்டுமே தான் உரிமையானவள் என உறுதியாய் இருக்கிறாள். ஆனந்தி யாரிடமாவது சிரித்துப் பேசினால்கூட கோபம் வந்துவிடுகிறது. இத்தனை வருட காலத்தில் தனக்கே தனக்கான ஒரு தோழமையென அவளுக்கு ஒருவருமில்லை. தன்னால் சத்யாவுக்கு இருக்க முடிவதில் மனம் களிப்பு கொண்டது.

இரண்டாவது நாள் ஒத்திகையின்போதே ஹீரோவுக்கும் ஹீரோயினுக்கும் நல்ல புரிந்துணர்வு வந்திருந்ததால் அவர்கள் நடிக்கும்போது ஒருவிதமான அன்யோன்யம் வெளிப்பட்டது. நடிகையாக இல்லாமல் இன்னொரு நடிகையைப் பார்க்கின்ற சுவாரஸ்யத்தில் "என்ன ஜோபி போற வேகத்தப் பாத்தா படம் முடியிறதுக்குள்ளயே ரெண்டும் குடும்பம் நடத்த ஆரம்பிச்சிடுவாங்க போல" ஆனந்தி அவனிடம் கிசுகிசுத்தாள்.

"எது நடந்தாலும் இப்போதைக்கு படத்துக்கு பப்ளிசிட்டிதான். விடுங்க பிரஸ்ஸுக்கு நாமளே நியூஸ் குடுப்போம். அவங்க ரெண்டு பேரும் காதலர்களான்னு தெரியாது. ஆனா அவங்களுக்குள்ள நல்ல நட்பு இருக்கு." சத்தமில்லாமல் சிரித்தான்.

"இப்போதான் புரியுது ஜோபி. கிசுகிசெல்லாம் எங்க இருந்து வருதுன்னு?"

"அட இது இங்க பல காலமா நடக்கற வழக்கம். யோசிச்சுப் பாருங்க அஞ்சு ரூவா பத்து ரூவான்னு கடன் வாங்கி படம்

எடுக்கற புரட்யூசர் இந்த மாதிரி மேட்டர் கெடச்சா சும்மா இருப்பாப்ளையா?"

"ம்... ஆனா ஆர்டிஸ்ட்டோட நெலமையவும் யோசிச்சுப் பாக்கணுமே?"

"அடப் போங்க. எல்லாம் முதல் தடவ வரும்போதுதான் வருத்தமெல்லாம். அப்பறம் கிசுகிசுவா எழுதாதடா பேரப் போட்டு எழுதுன்னு சொல்ற அளவுக்கு ஜாலியான விசயமாகிடும்."

அவர்கள் பேசிக்கொண்டிருக்கும்போதே ஹீரோயின் குறிப்பிட்ட ஒரு வசனத்தை உச்சரிக்க சிரமப்பட்டவளாய் இவளை நோக்கி வந்தாள்.

"சொல்லும்மா...."

"இந்த டயலாக் புரியல மேடம்..."

பள்ளிக்கூட மேடையில் நடிப்பு சொல்லித் தரக் கேட்ட சிறுமி போல் இயல்பாக இருந்தாள். ஆனந்தி அந்த வசனத்தையும் அதை எப்படி உச்சரிக்க வேண்டுமென்பதையும் சொல்லிக்கொடுக்க, உதவி இயக்குநரிடமிருந்து கேமராவை வாங்கி ஜோபி அதைப் படம்பிடிக்கத் தொடங்கினான்.

பெரும்பாலான காட்சிகளும் ஒத்திகை பார்க்கப்பட்ட பின் அவளுக்கு நிறைவாக இருந்தது. ஹீரோ ஊருக்குக் கிளம்புவதற்கு முன்னால் தயங்கித் தயங்கி அவளை அழைத்துப் பேசினான்.

'மேடம் நீங்க தப்பா நெனச்சுக்கலைன்னா ஒண்ணு கேக்கட்டுமா?"

"அட சும்மா கேளுங்க ஸார்... எதுக்கு தயக்கம்?"

"ரெண்டு மூணு பேர் கிட்ட வட்டிக்குப் பணம் வாங்கிதான் வேல நடந்துட்டு இருக்குன்னு ஜோபி சொன்னாப்ள... ஏன் நீங்க சிரமப்படறீங்க? எப்டியும் நான் கொஞ்சம் ஃபண்ட் பண்ணப் போறேன். பேசாம மொத்த பட்ஜெட்டையும் நானே பாத்துக்கறனே. பேனர் உங்களோடதா இருக்கட்டும். என்ன கோ புரட்யூசரா வெச்சுக்கோங்க."

பெரிய பாரம் குறைந்தது போலிருந்தது ஒரு நிமிடம். இதைச் சொல்ல இவன் ஏன் தயங்க வேண்டும். ஜோபியைத் திரும்பிப் பார்த்தாள். அவன் நெருங்கி வந்தான்.

“அதெல்லாம் ஒத்துக்குவாங்க ஸார். நீங்க கான்ஃபிடண்ட்டா போயிட்டு வாங்க. பிளான் பண்ணின மாதிரி செப்டம்பர் 6ல ஷூட் போயிடலாம்.” “ரொம்ப தாங்க்ஸ் மேடம். தாங்க்ஸ் ப்ரோ...”

ஹீரோ இரண்டு பேருக்கும் விடைகொடுத்துவிட்டுக் கிளம்பி விட்டான். பணம் இனி அவள் செய்யப்போகும் வேலைக்கு எந்தவிதத்திலும் தடையாய் இருக்கப்போவதில்லை. இந்தச் சில மாதங்கள் சந்திக்க நேர்ந்த எல்லா இடர்களிலிருந்து மீண்டுவிட்ட நிம்மதிப்பெருமூச்சு அவளிடம்.

“தாங்க்ஸ் ஜோபி... எப்படா படம் முடியும்? எப்படா பணத்தத் திருப்பிக் குடுக்கறதுன்னு தவிச்சிட்டு இருந்தேன். இப்போ எவ்ளோ ரிலாக்ஸா இருக்கு தெரியுமா?”

அவன் எந்த நன்றியையும் எதிர்பார்க்காதவன் போல எப்போதும் போல் சாதாரணமாகச் சிரித்தான். படம் பிடிக்கப்பட்ட ஒத்திகைக் காட்சிகளிலிருந்து தேர்ந்தெடுக்கப்பட்ட பகுதிகளை எடிட் செய்து கொண்டு வந்திருந்த பத்து நிமிட வீடியோவை அவளுக்குப் போட்டுக் காட்டினான். ஒரு படத்தின் நீண்ட டிரெய்லர் பார்க்கிற உணர்வு அவளுக்கு.

ஸ்டில் ஷூட்டிற்காக செட்டில் “ரெடி ரெடி.... டேக் போகலாம். கேமரா... ஆக்‌ஷன்...” என தீவிரமான ஆனந்தியின் முகத்தில் தொடங்கிய அந்த டிரெய்லர் அங்கிருந்து ஒத்திகைக்கு நகர்ந்து பின் கம்போசிங்கில் கவிஞரும் இசையமைப்பாளரும் பேசிக்கொண்டதற்குச் சென்று மீண்டும் ஒத்திகைக்கு வந்து இறுதியில் ஓகே... ஓகே... போதும். சூப்பர் மச்சீஸ்...” என ஹீரோவையும் ஹீரோயினையும் ஆனந்தி ஒருசேரக் கட்டிப்பிடித்துப் பாராட்டுகிற காட்சியோடு முடிந்தது.

“யாருக்கும் சொல்லாத கதை”

ஆக்கமும் தாக்கமும் ஆனந்தி

டைட்டிலை அழகாக வடிவமைத்திருந்தான். அந்த நாளை வாழ்வின் நிறைவான ஒன்றாய் உணர்ந்தவள் எழுந்த கண்ணீரை அடக்கிக் கொண்டு மற்ற உதவி இயக்குநர்களுக்கு முன்பாகவே அவனை அணைத்துக்கொண்டு முத்தமிட்டாள். ஆனந்தியிடமிருந்து

தன்னைப் பிரித்துக்கொண்ட ஜோபி-

“இத நைட்டு பாத்துக்கலாம். நான் இப்போ ஆஃபிஸ் போயிட்டு இந்த வீடியோவ யூடியூப்ல அப்லோட்பண்றேன்.” என சிரித்தான்.

சரியெனத் தலையாட்டினாள். “அப்பறம் மேனேஜர் வருவான். கடலூர் பார்ட்டிக்குக் கொடுக்க வேண்டிய பேலன்ஸ் பணத்த ஹீரோ ஹோட்டல்ல வந்து வாங்கிக்கச் சொல்லி இருக்காரு. அவனப் போயி வாங்கிக்கச் சொல்லுங்க. பணத்த அவன் செட்டில் பண்ண வேணாம். நீங்க வாங்கி பத்ரமா வையிங்க. அசிஸ்டெண்ட் மேனேஜர் காலைல வந்துடுவான். அவன் கிட்ட சொல்லி பேங்க்ல டெபாசிட் பண்ணச் சொல்லலாம்.”

ஜோபியோடு இன்னொரு உதவி இயக்குநரும் கிளம்பிப் போய்விட, பங்களாவில் இருந்த பணியாளர்கள் எல்லோருக்கும் நன்றி சொல்லிவிட்டு ஆனந்தியும் அங்கிருந்து கிளம்பினாள்.

தன்னோடு மதுவருந்த அவனைச் சம்மதிக்க வைப்பதற்குள் படாதபாடுபட்டுவிட்டாள். கெஞ்சியும் கொஞ்சியும் அவள் செய்த எல்லா முயற்சிகளுக்கும் ஜோபி “இருக்கட்டும் ஆனந்தி இன்னொரு நாள் பாக்கலாம்...” என்றே சமாளித்தான்.

“முடியவே முடியாது. இன்னைக்கு நீ என்னோட குடிக்கிற,” என கடுமையாக அவன் சட்டையைப் பிடித்து உலுக்கியபின் சம்மதித்தான்.

“குடிக்கிறேன். ஆனா ரெண்டு பெக் மட்டுந்தான் சரியா?”

ஆனந்தி சரியெனச் சொல்லிவிட்டு இருவருக்குமாக மதுவை ஊற்றினாள். சத்யாவை உறங்க வைத்துவிட்டு வீட்டிலிருந்து கிளம்ப பதினொரு மணிக்கும் மேலாகிவிட்டது. மாலையே ஜோபியிடம் மது வாங்கி வைக்கச் சொல்லி இருந்தாள். அவனோடு மதுவருந்த வேண்டும். இத்தனை நாட்களில் ஒருமுறைகூட அவனோடு மதுவருந்தியதில்லை. அவனோடு அந்தரங்கமான விஷயங்களை நீண்ட நேரம் உரையாடியதில்லை. அவனுக்கு விருப்பமான உணவு, இசை, பெண்கள் எதைக் குறித்தும் கேட்டதில்லை. கேட்க வேண்டுமென நினைத்தாலும் அவன் பட வேலைகள் குறித்த ஏதாவதொரு விஷயத்தைப் பேசத் தொடங்கிவிடுவான். இன்று அதற்கு வாய்ப்பளித்துவிடக் கூடாது. இது அவனுக்கான நாள்.

தனக்கு ரொம்பவும் உரிமையான ஒருவனுடன் இருக்கும் பரவசம் அவளிடம். ஜோபி அவளது அந்த சந்தோஷத்தில் பங்கெடுத்துக்கொள்வதில் அந்தரங்கமாய் எல்லையற்ற மகிழ்ச்சி கொண்டிருந்தான். ஆனால் இரண்டு பெக்குகளோடு முடிந்து போகிற தருணமல்ல அது. இருவரும் கணக்கில்லாமல் குடித்தனர். அவனுக்கு விருப்பமான எல்லாவற்றையும் கேட்டுத் தெரிந்து கொள்ள வேண்டுமென அவளுக்கிருந்த ஆர்வத்தை அவன் பெரிதாக நினைக்கவில்லை. ஆனந்தி சலித்துப்போனாள்.

“நீ ஏண்டா இப்டி இருக்க? ஏதாச்சும் சொல்லேன்?”

அதற்கும் பதிலே சொல்லாமல் சிரித்தான். அவள் அவனைத் தோள்களில் அடித்தாள். மறுப்பைப் பொருட்படுத்தாமல் மதுவருந்தச் செய்தாள். அவன் இவளுக்கு என்ன பிடிக்குமென பதிலுக்குக் கேட்டான்.

“எனக்கு எல்லாம் பிடிக்கும். இப்போ நீ கிஸ் பண்ணினா ரொம்பப் பிடிக்கும்.” என அவன் முத்தமிட இதழ்களை அவனுக்கு அருகாகக் கொண்டு சென்றாள்.

நீண்ட நேரமாகக் காத்திருந்த அந்த நொடியைத் தாமதப்படுத்தாமல் அவளை இழுத்து அணைத்துக்கொண்டு முத்தமிட்டான். தகிப்பும் காத்திருப்பும் அவளை முழுமையாய்த் தனக்குள் ஸ்வீகரித்துக் கொள்ளும் தீவிரத்துடன் அவனை இயங்கச் செய்தது. அந்த இரவில் அவனுடனான உறவு கொடுத்த பரவசம் வேறு எந்த சந்தோஷத்தோடும் ஒப்பிட முடியாதது. அவன் ஒருமுறை உறவு கொண்டு ஒதுங்கிவிடுகிறவனாய் இல்லை. நாளை காலையில் இரண்டு பேரில் ஒருவர் தொலைந்துபோய்விட்டால் என்ன செய்வதென்கிற பதட்டத்துடன் உறவுகொண்டான். மூர்க்கத்தை மட்டுப்படுத்தி முடிந்தவரை இலகுவாக்கினாள்.

“மெதுவாடா ஏன் இவ்ளோ வேகம், ஆவேசம்” அவனிடமிருந்து பதிலாக மூச்சுகள் மட்டுமே வெளிப்பட்டன. இயக்கத்தைக் குறைத்திருக்கவில்லை. இதழ்களை அழுத்தமாகச் சுவைத்து குருதி கசியுமளவிற்கு வலுவாக கடித்தாள். வலி பொறுக்கமுடியாமல் விலகினான். உடல் இன்னும் இளைத்தது. “என்னாச்சு உனக்கு?” நிர்வாணத்தை மறைத்துக்கொள்ளும் அக்கறையின்றி அவன் தலையை வருடிக் கொடுத்தாள். “எனக்கு பயமா இருக்கு ஆனந்தி!”
“ஏன்? என்ன பயம்?”

“ஒரே வீட்ல ஒரு அறைல பாபுவும் இன்னொரு அறைல அவன பொருட்படுத்தாம நானும் இன்னும் கொஞ்ச நாள் இருந்தம்னா அவனுக்கு முன்னால நான் மனநோயாளியா ஆகிடுவேன்.”

ஆனந்திக்கு இவனையும் சேர்த்து வதைத்துவிட்டோமே என சங்கடம். அவனை இழுத்துத் தன் மீது சாய்த்துக் கொண்டவள் உடலை வருடிக்கொடுத்தாள். “இனி உனக்கு அந்தக் கவல இருக்காது. எல்லாத்தையும் சரிபண்ணிடலாம்.” மீண்டும் உறவுக்குத் தூண்டினாள். ஜோபிக்கு மட்டுப்பட்டுப் போயிருந்த உணர்ச்சிகள் விழித்துக்கொள்ள முந்தைய தீவிரமில்லாமல் இம்முறை நிதானமாக அவளோடு இயங்கினான். அவளது காதுகளில் முனகினான்.

“உன்னய ரொம்பப் பிடிச்சிருக்கு ஆனந்தி.”

”எனக்குந்தாண்டா...”

“எப்பவும் உன்னோடயே இருக்கணும்னு ஆசப்படறேன்...”

“இரு. யார் வேணாம்னு சொன்னாங்க..?”

“இந்தப் படம் முடியறவரைக்கும் இல்ல. அதுக்கு அப்பறமும் கூட. வாழ்க்கை முழுக்க.”

ஆனந்தி அவன் முதுகில் செல்லமாகத் தட்டிக்கொடுத்து உற்சாகமூட்டினாள்.

“இரு. நீ எப்பவும் என்கூட இருந்தா எனக்கு சந்தோஷந்தான். ஆனா கல்யாணம் பண்ணிக்கணும்னு மட்டும் வற்புறுத்தாத. உனக்குப் புடிச்ச மாதிரி இருக்கலாம். எனக்குப் புடிச்ச மாதிரிதான் நான் இருப்பேன்...”

“ம்ம்... சரி...”

ஜோபி தனக்கே தனக்கான அவளின் பிரியங்களை முழுவதுமாக சுகித்து ஓய்ந்து அவள் கால்களுக்குக் கீழாக தலை வைத்துப் படுத்துவிட்டான். அச்சம், தயக்கம் இப்போது அவனுக்குள் இல்லை. தனது கடந்த காலம் தனக்குப் பின்னால் வெகு தொலைவு இருப்பதாகவும் எதிர்காலம் பார்வைக்கு அருகில் இருப்பதாகவும் மனம் பூரித்தது. அயர்ந்து உறங்கியவனின் மீது படுக்கையறையிலிருந்து பெரிய போர்வை ஒன்றை எடுத்து வந்து போர்த்திவிட்டுப் போனாள்.

அஸ்வத்தாமம்

போதையின் எந்த அடையாளமும் ஆனந்தியிடம் இல்லை. உடை மாற்றிக்கொண்டு பாபுவின் அறைக்குள் நுழைந்தாள். வெவ்வேறான வெளிச்சங்களை இந்த நாட்களில் எதிர்கொண்டிருந்த அந்த அறை பாபுவைப் போலவே நோய்மை பீடித்திருந்தது. கண்களைத் திறந்துவைத்தபடியே தூங்கிக் கொண்டிருந்தான். மழிக்கப்படாத முகத்தில் இடைவெளியின்றி வளர்ந்திருந்த மயிர் அடையாளம் தெரியாமல் அவனை மாற்றியிருந்தது. கழுத்தில் எலும்புகள் துருத்தி வெளித் தெரிந்தன. அவன் முகத்திற்கு நேராக கைகளை அசைத்தபோது கருவிழி கையின் திசையோடு அலைந்ததால் விழித்து தான் இருக்கிறான் எனத் தெரிந்துகொண்டாள். கட்டப்பட்டிருந்த கைகளையும் கால்களையும் அவிழ்த்துவிட்டு அவனைப் படுக்கையிலேயே வசதியாக உட்கார வைத்தாள். “பாபு! பாபு!”

அவள் கூப்பிட்ட சொற்கள் அவனது காதுகளைத் தாண்டி புலன்களுக்குள் ஊடுருவிச் சென்றதாக அவன் காட்டிக் கொள்ளவில்லை. அவனது கண்களுக்குள் ஆனந்தி இப்பொழுது சிவப்பு நிற வெளிச்சமாக மட்டுமே தெரிந்தாள். எந்த உருவத்தையும் பார்க்க முடியாத அந்தக் கண்களுக்குள் மொபைல் டார்ச்சால் வெளிச்சம் பரப்பினாள். வெளிச்சத்தை உள்வாங்கின அதிர்ச்சிகள் எதையும் காட்டாமல் கண்கள் அப்படியே நிலைகுத்தியிருந்தன.

ஈரத்துணி கொண்டு அவனைத் தூய்மையாகத் துடைத்துவிட்டவள் அவனுக்கு விருப்பமான வெள்ளை நிறச் சட்டையையும் பழைய காட்டன் பேண்ட்டையும் சிரமத்துடன் அணிவித்து விட்டாள். பாபு எந்த எதிர்ப்புகளையும் காட்டியிருக்கவில்லை. வாய் மட்டும் அடிக்கொருமுறை உணவுக்காகத் திறந்து மூடிக்கொள்வதாக இருந்தது. அவனுக்கென உணவு எதுவும் அன்று தயார் செய்திருக்காததால் வாங்கி வந்திருந்த சிக்கனில் கொஞ்சத்தைப் பிய்த்து ஊட்டினாள். அவன் உடல் அந்தச் சுவையை அனுமதிக்கவில்லை. வாய் துப்பியது. கொஞ்சம் தண்ணீரைக் குடிக்கக் கொடுத்தாள். அவன் மீதிருந்த நேசத்தை அவன் செய்த கொடூரங்கள் மீறிச் சென்றிருக்கவில்லை. அணைத்துக் கொண்டு முத்தமிட்டாள். எந்த எதிர்வினைகளுமில்லாமல் அப்படியே இருந்தான். கன்னத்தில் சில முறை முத்தமிட்டுவிட்டு கழுத்தை வருடி முத்தமிட்டபோது அவனுக்குக் குமட்டியது. சத்தம் எழுப்ப சிரமப்பட்ட முகம் வலியில் கோணியது. தன்னிலிருந்து விலக்கியவள் தேடி எடுத்து யானியின் *until the last moment*யை ஒலிக்கவிட்டாள். உடலிலோ முகத்திலோ எந்த மாற்றமும் இல்லாமல் அப்படியே கிடந்தான். வதை அவன் உடலுக்குள்ளிருந்த வலுவையும் நினைவுகளின் சேகாரங்களையும் துடைத்து எடுத்துவிட்டிருந்தது. பார்க்கின்ற எல்லாமும் கோடுகளாகவும் நிறங்களாகவும் மட்டுமே தெரிந்தன. கைத்தாங்கலாகக் கூட்டிவந்து ஹாலில் இருந்த சோஃபாவில் உட்கார வைத்தவள் ஜோபியை எழுப்பினாள்.

புணர்ச்சி முடிந்திருக்காத உணர்வுடன் அவளை மீண்டும் தனக்குள் கிடத்தும் விருப்புடன் கைகளைப் பிடித்துத் தன்னோடு இழுத்தான்.

“படவா எழுந்திரிடா...”

அவனது இடையில் அடித்தாள். ஜோபி உறக்கம் விலகாத கண்களுடன் எழுந்து பார்த்தபோது அந்த அறையின் ஏதோவொரு மூலையை வெறித்துப் பார்த்தபடி இருந்த பாபு தனக்கு அறிமுகமில்லாத யாரோ ஒருவனாகத்தான் முதலில் தெரிந்தான். அடையாளம் தெரிந்துகொண்டதும் ஜோபிக்கு சப்தநாடியும் அடங்கிப்போனது.

“ஆனந்தி...”

திரும்பி அவளைப் பார்த்தான்.

“சீக்கிரமா ரெடியாகிட்டு வா... நாம வெளில போகணும்.”

“எங்க?”

“நீ சீக்கிரம் வா. நான் சொல்றேன்.”

ஜோபி முகத்தை மட்டும் கழுவிவிட்டு உடை மாற்றிக் கொண்டு வந்தான். ஆனந்தி கதவைத் திறந்து சாலையைப் பார்த்தாள். நகரம் இன்னும் இருளில் இருந்து விடுபடாமல் ஆழ்ந்த உறக்கத்திலிருந்தது. இரண்டு பேரும் கைத்தாங்கலாக பாபுவை நடக்க வைத்து காருக்கு கூட்டி வந்தனர். பின் சீட்டில் அவனை உட்கார வைத்துவிட்டுத் திரும்பிய ஜோபி “எங்க போறோம்?” மீண்டும் கேட்டான்.

“செண்ட்ரல் ஸ்டேஷனுக்கு.”

“எதுக்கு?”

“பாபுவ வழியனுப்பப் போறோம்?”

“எங்க?”

“எந்த டிரெய்ன முதல்ல பாக்கறமோ அதுல அனுப்பி வெச்சிடலாம். நீ ஏன் இவ்ளோ கேள்வி கேக்கற? கௌம்பு.”

அவள் வண்டியில் ஏறி உட்கார்ந்தாள். ஜோபி திரும்பி பின்னால் பார்த்தான். பாபுவுக்கு உயிர் இருந்தது. உயிர் மட்டுமே இருந்தது. பிரியமான ஒருவர் செய்யும் துரோகத்திற்கு ஒரு பெண்ணால் எத்தனை தண்டிக்க முடியுமென்பதற்கான சாட்சியாய் அவர்கள் இருவரும் தெரிந்தனர். ஜோபி வண்டியை ஸ்டார்ட் செய்தபோது மிரர் வழியாக பாபுவைப் பார்த்தான். இருளுக்குள் பாபுவின் கண்கள் ஆழமாக எதையோ தேடிக்கொண்டிருந்தன.

செண்ட்ரல் ரயில் நிலையம் அதிகாலையின் பரபரப்புகளோடு இயங்கிக்கொண்டிருக்க, பார்க்கிங்கில் காரை நிறுத்திவிட்டு பாபுவை மெதுவாக நடக்க வைத்துக் கூட்டிச் சென்றனர். தேவையற்ற கவனங்களைத் தவிர்ப்பதற்காக ஆனந்தி தலையோடு முகத்தையும் மறைப்பதுபோல் ஒரு துப்பட்டாவை மட்டும் போட்டு மறைத்திருந்தாள். இன்னும் சில நிமிடங்களில் கிளம்பப் போகும் ரயில்கள் குறித்தும் வரப்போகும் ரயில்கள் குறித்தும் அறிவிப்புகள் தொடர்ந்து ஒலித்துக்கொண்டிருக்க ஆனந்தி முதல் பிளாட்பாரம் நோக்கி ஜோபியை நடக்கச் சொன்னாள். டெல்லி வரை செல்லும் ரயில் அந்த அதிகாலையிலும் பெருங்

கூட்டத்தோடு நகரத் தயாராய் இருந்தது. முன்பதிவு இருக்கைகள் எல்லாமும் பயணிகளால் நிரம்பி வழிந்தன. பாபு அசையும் சதைப்பிண்டமாய் அவர்களோடு வந்துகொண்டிருந்தான். இரண்டாம் வகுப்பில் காலியாக இருந்த ஒரு கம்பார்ட்மெண்ட்டில் அவனை ஏற்றிவிட்டு கழிவறைக்கு அருகில் இருக்கும் இருக்கையில் உட்கார வைத்தார்கள். ஜோபி மறக்காமல் கொஞ்சம் பணத்தை எடுத்து பாபுவின் சட்டைப் பையில் வைத்தான்.

"இனிமே பாபுவுக்கு எதுவுமே தேவப்படாது ஜோபி." ஆனந்தி சொன்னதை ஜோபி பொருட்படுத்தியிருக்கவில்லை.

இத்தனை நாட்களும் ரகசியத் தோழனாய் இருந்த ஒருவனைப் பிரிய இப்பொழுது வருத்தமாக இருந்தது. ஒரு மனிதனை எல்லோருடைய நினைவில் இருந்தும் அழிப்பதற்குச் சில நாட்கள் தனிமைச் சிறை போதுமானதாயிருக்கிறது. ஆனந்தி அவன் நினைவிலிருந்த எல்லாவற்றையும் சேர்த்து அழித்துவிட்டிருந்தாள். அவனைத் தொடர்ந்து காணச் சகிக்காமல் ஜோபி கீழே இறங்கிக் கொண்டான். அவள் அவனைத் தடுத்து நிறுத்தியிருக்கவில்லை. கசங்கியிருந்த சட்டையை சரிசெய்துவிட்டு ஒரு குழந்தையை முத்தமிடுவதுபோல் முத்தமிட்டாள்.

"உனக்குப் பின்னால எதுவும் இல்ல பாபு. உங்கூடவே இருந்துடணும்னுதான் ஆசப்பட்டேன். ஆனா இன்னும் கொஞ்ச நாள் நீ என்னோட இருந்தா எனக்குள்ள இருக்க எல்லா வன்மத்தையும் உன்ன வெச்ச எக்ஸ்பிரிமெண்ட் பண்ணி பாத்திருப்பேன். எனக்கு அந்த வலியோ, அவஸ்தையோ வேணாம். ஒருத்தர தண்டிக்கிறது எவ்ளோ பெரிய வேதன தெரியுமா? இவ்ளோ நாளா அத நான் அனுபவிச்சிட்டு இருந்தேன். இனி என்னால முடியாது. போய்ட்டு வா."

பாபு அவள் விடைபெறுதலுக்கான எந்தப் பதில்களையும் தராமல் எதிர் சீட்டையே பார்த்தபடி அமர்ந்திருந்தான். அவனைத் திரும்பிப் பார்க்க வேண்டுமென எழுந்த நினைப்பை பொருட்படுத்தாமல் வேகமாக ஸ்டேசனை விட்டு வெளியேறினாள்.

கார் அங்கிருந்து கிளம்பிய சில நிமிடங்களிலேயே சக்தி அழைத்தாள். அவசரமாக வீட்டிற்கு வரச் சொல்லிக் கூப்பிட்டதும் ஆனந்திக்கு பதட்டமாகி விட்டது. ஆனந்தி என்ன விசயமென எவ்வளவு கேட்டும் அவள் சொல்லவில்லை. ஜோபியை வேகமாகப் போகச் சொன்னாள்.

மீட்சி

விடியலின் முதல் வெளிச்சம் மரங்களின் வழியாய்க் கசிந்து விழுந்தபடி இருக்க, சிவப்பு நிறக் கொன்றை மலர்கள் வீதி முழுக்க உதிர்ந்து கிடந்தன. பதட்டத்துடன் வீட்டிற்குள் நுழைந்த ஆனந்தியை சக்தி ஹாலைத் தாண்டி உள்ளே செல்ல அனுமதிக்கவில்லை. ஜோபியை ஹாலில் உட்காரச் சொல்லிவிட்டு ஆனந்தியை மட்டும் கூட்டிச்சென்று ஃப்ரிட்ஜிலிருந்து கொஞ்சம் இனிப்புகளை எடுத்து சாப்பிடச் சொன்னாள்.

“என்ன சக்திம்மா அவசரம்னு வரச் சொன்னீங்க? இங்க வந்தா ஸ்வீட் குடுக்கறீங்க. இன்னும் ப்ரஷ் பண்ணக் கூட இல்ல.”

“அதெல்லாம் இருக்கட்டும் ஆனந்திம்மா! முதல்ல இத சாப்பிடுங்க.”

ஆனந்தி அந்த இனிப்பில் லேசாகக் கடித்துக் கொண்டாள். சக்தி மிச்சத்தை அவள் கையிலேயே கொடுத்து “அவருக்கும் குடுங்க.” ஹாலை நோக்கி நகர்த்தினாள்.

“அட என்ன விசயம்னு சொல்லுங்க.”

ஆனந்தி இனிப்பை ஜோபியின் வாயில் ஊட்டிவிட, சக்தி அவளை இழுத்துக்கொண்டு சத்யாவின் அறைக்குள் நுழைந்தாள். ஜோபி ஹாலில் இருந்து எட்டிப் பார்த்தான். காலியாக இருந்த படுக்கையைப் பார்த்துவிட்டு ஆனந்தி, சத்யாவைத் தேட, இரவு உடையுடன் பாதி உறக்கத்தில் சத்யா அறையின் ஒரு மூலையில்

உட்கார்ந்திருந்தாள். அவள் கண்களிலிருந்து இன்னும் தூக்கம் விலகியிருக்கவில்லை. ஆனந்தியைப் பார்த்ததும் சந்தோஷமாகச் சிரித்தாள். எழுந்து வரவில்லை. ஆனந்தி புரிந்தும் புரியாமலும் சக்தியைப் பார்க்க -

"பெரிய பொண்ணாயிட்டா ஆனந்திம்மா..."

ஆனந்திக்குள் பொங்கிய உணர்வை இன்னதென்று அவளால் சொல்ல முடியவில்லை. சந்தோஷமும், பெருமிதமுமாய் சத்யாவைப் பார்த்தாள். குழந்தையாய் அவளிடம் வந்தவள் இத்தனை சீக்கிரத்தில் பெரியவளாகிவிடுவாள் என்பதை எதிர் பார்த்திருக்காததால் இன்னும் ஆச்சர்யம் விலகியிருக்கவில்லை. வேகமாகப் போய் அவளை வாரி அணைத்துக்கொண்டாள். சத்யாவிற்கு வெட்கமாக இருந்தது. உடலுக்குள் பட்டாம்பூச்சிகள் பறப்பது போன்ற பரவசமிருந்தாலும் சில நிமிடங்களுக்கு முன்னால் கசிந்த சில துளிக் குருதியும் லேசான அடிவயிற்று வலியும் தனக்குத் தீங்கு விளைவிக்குமோ என பயந்தாள். ஆனந்தி அவள் நெற்றியில் அழுத்தமாக முத்தமிட்டாள்.

"வயிறு எப்பிடி வலிச்சது தெரியுமா? இங்க பாரு ரத்தம் வேற?"

கையில் பிசுபிசுப்பாய் ஒட்டிக் காய்ந்திருந்த குருதியின் எச்சத்தைக் காட்டினாள். ஆனந்தி தன் துப்பட்டாவால் அந்தக் குருதிக் கறையைத் துடைத்துக்கொண்டிருந்தபோதே சக்தி இருவருக்குமாக திருஷ்டி சுற்றினாள்.

"ஏன் ரத்தம் வந்துச்சு? நான் செத்துடுவனா?" சத்யாவின் கண்களுக்குள் உறக்கம் தொலைந்த அச்சமிருந்தது. ஆனந்தி அவள் முதுகை வருடிக்கொடுத்தாள்.

"இல்லடா பாப்பு. நீ பெரிய பொண்ணாயிட்ட. பயப்படாத உனக்கு ஒண்ணுமில்ல."

"ஓ இதுதான் பெரிய மனுஷியா ஆகறதா? அப்போ இனிமே நீ நடிச்ச படத்த எனக்குக் காட்டுவியா?"

தூக்கக் கலக்கத்திலும் மறக்காமல் கேட்டவளுக்கு சக்தி மாற்று உடையை எடுத்துக்கொண்டு வந்து கொடுத்தாள். உடையோடு நாப்கினும் இருக்க, ஆனந்தி புரிந்துகொண்டு கதவை சாத்தச் சொன்னாள். சத்யாவிற்கு உள்ளாடைக்குள் வைத்துக்கொள்ளும்

அந்தப் புதிய வஸ்துவைப் பார்க்க வினோதமாய் இருந்தது. எதற்காக ஆனந்தி இதை வைக்கிறாள்? ஆனாலும் இப்பொழுது ஒருவிதமான கதகதப்பை உணர முடிந்ததால் அதை வேண்டாமென சத்யா மறுக்கவில்லை. உடை மாற்ற உதவியபடியே ஆனந்தி–

“ம்... ஒரு வாரம் போகட்டும் நான் நடிச்ச படத்தக் காட்டறேன்.” – சத்யா, ஆனந்தியின் கன்னத்தில் முத்தமிட்டாள்.

தன் வாழ்க்கையில் எதிர்கொள்ளும் முதல் விசேஷம். அதுவும் இந்த வீட்டிலேயே நடக்கவேண்டுமென விரும்பினாள். அவளுக்கான அத்தனை உரிமைகளும் தனக்கே இருப்பதாக நினைத்துக் கொண்டவளுக்கு இனி கூடுதல் பொறுப்பு இருக்கிறதெனத் தோன்றியது.

“அவங்க வீட்ல கூப்ட்டு சொல்லிட்டீங்களா சக்திம்மா?”

“ம். சொல்லிட்டேன். அவங்க மதியமா கிளம்பறாங்களாம்.”

உறங்குவதா விழித்திருப்பதா என்கிற குழப்பத்தில் சத்யா அவர்கள் இருவரையும் மாறி மாறிப் பார்த்துக்கொண்டு உட்கார்ந்திருந்தாள். சம்பிரதாயங்களின் பெயரால் அந்தக் குழந்தையை வருத்த ஆனந்திக்கு விருப்பமில்லை.

“நீ பெட்லயே படுத்துக்க செல்லம்!”

ஆனந்தி அவளை எழுப்பி படுக்கைக்கு அனுப்பினாள். ‘நீயும் வா’ என அவளையும் தன்னோடு பிடித்து இழுத்தாள். தனக்கு பிரியமான ஒருத்தனுக்கு விடைகொடுத்துவிட்டு வந்த வருத்தங்கள் எல்லாம் கடந்து போய் புதிய வாழ்விற்கான நம்பிக்கை துளிர்விட்டிருக்கும் ஆனந்தத்தில் அவள் சத்யாவோடு அந்தக் காலையில் விளையாட விரும்பினாள். குறைந்தபட்சம் அவளைக் கதை சொல்ல வைத்துக் கேட்டுக்கொண்டிருந்தால் கூட போதும். இனி அவள் பேசுவதை மழலை மொழி என்று சொல்ல முடியாது. சத்யா இப்பொழுது புதிதாகப் பிறந்திருக்கிறாள். அதன் பரவசத்தை அவளோடே இருந்து அனுபவிக்க வேண்டும். இருவரும் உடலை பாதி மறைக்கும்படி போர்வையைப் போட்டுக்கொண்டு கதை பேசினார்கள். ஜோபி ஹாலில் இருந்தே அவர்கள் இருவருக்கும் விடைகொடுத்துவிட்டுக் கிளம்பினான்.

“ஏன் ஜோபி அங்கிள் என்னயப் பாக்காமயே போறாரு?”

“இப்போ நீ பெரிய பொண்ணா ஆகி இருக்க இல்லியா? சடங்கு செய்ற வரைக்கும் ஆம்பளைங்க யாரும் பாக்கக் கூடாது.”

“ஓ! எப்போ சடங்கு செய்வ?”

“உங்க அப்பா அம்மா எல்லாரும் வந்ததுக்கு அப்பறம்.”

“அவங்களும் வர்றாங்களா? ஏய்ய்ய்!” சந்தோஷமாகக் கத்தினாள். ஆனந்தியைக் கட்டிக் கொண்டாள். இருவரும் ஒரே வயதிற்குள் புகுந்து இரண்டு பறவைகளாகி குதூகலமாய் பறந்து கொண்டிருந்தனர். ஆனந்தி அவளைக் கதை சொல்லச் சொல்லிக் கேட்டாள். சத்யா முடியாதென தலையாட்டினாள்.

“நீதான் எனக்கு கதையே சொன்னதில்ல. நீ கத சொல்லு...”

ஆனந்தி யோசித்துப் பார்த்தாள். சொல்வதற்கு நினைவிற்கு உடனடியாக எந்தக் கதைகளும் வரவில்லை .

“நான் நாளைக்குச் சொல்லட்டுமா?”

“அதெல்லாம் முடியாது. இப்பவே சொல்லு...”

சத்யா அடம்பிடித்தாள்.

ஆனந்தி யோசித்துவிட்டு தன் நினைவுகளில் இருந்து தேடி எடுத்து ஒரு கதையைச் சொன்னாள். முன்பு எப்போதோ ஒரு புத்தகத்தில் வாசித்திருந்த கதை. ஆனந்தி சொல்லச் சொல்ல சத்யா உம் கொட்டியபடியே வந்தாள்.

“ஒரு ஊர்ல ஒரு குட்டிப் பொண்ணு இருந்தா உன்னய மாதிரியே. அவளுக்குத் தெரியாத கதையே இல்ல. அவ்ளோ கத சொல்லுவா. ஒரு நா அவ தூங்கிட்டு இருக்கும்போது அவளுக்கு ஒரு கனவு. அவ பறவையா மாறி பறந்து போயிடற மாதிரி. அத ஃப்ரண்ட்ஸ் கிட்ட சொல்றா. யாரும் நம்பல. அப்பறம் அம்மா கிட்ட சொல்றா, மிஸ் கிட்ட சொல்றா. யாருமே நம்பல. எல்லாரும் அவள லூசுன்னு சொல்லி சிரிக்கிறாங்க. ஒரு நா அவ தூங்கி எழும்போது அவ உடம்புல சின்னதா ரெண்டு பக்கமும் இறக்கைங்க. அம்மாவுக்கு பயங்கரமான ஆச்சர்யம். பயந்துகிட்டு டாக்டரக் கூப்பிடறாங்க. டாக்டர் வந்து பாத்துட்டு, ‘இவளுக்கு எந்தப் பிரச்சனையும் இல்லையேன்னு’ சொல்லிட்டுப் போயிட்டாரு.

அந்தப் பாப்பாவுக்கு அவ சொன்ன மாதிரியே அவ பறவையா மாறிட்டதுல சந்தோஷம். ஆனா அம்மா அவள வெளில அனுப்பறதுக்குப் பயந்தா. வீட்டுக்குள்ளயே இருக்க அந்தப் பாப்பாவுக்குக் கவலையா இருக்கும். அம்மாகிட்ட எவ்ளோ கெஞ்சிப் பாத்தா, அம்மா விடவே இல்ல. அவளோட இறக்கைங்களும் வளந்துகிட்டே போகுது. ஒரு நா அவளவிட அவளோட இறக்கைங்க வளந்துடுச்சு. அம்மாவுக்கு அவ ரூமுக்குள்ள வர்றதுக்கே பயம். இந்த தடவ அந்தப் பாப்பா அம்மா கிட்ட அனுமதி கேக்கல. ஜன்னல் வழியா பறந்து போயிட்டா... பறந்து போயிக்கிட்டே இருக்கா. அந்த ஊரத் தாண்டி, கடலுக்கு மேல பறக்கும்போது பெரிய பொண்ணாகிடறா.”

சத்யா, ஆனந்தியைக் கூர்ந்து பார்த்தாள்.

ஆனந்தி அவளை இறுக அணைத்துக்கொண்டாள். அந்த நாளின் பிரகாசமான வெளிச்சம் அறை முழுக்கப் படர்ந்திருக்க, சத்யாவின் அணைப்பில் அயர்ந்து உறங்கும் விருப்பத்தோடு ஆனந்தி அவள் கைகளுக்குள் சாய்ந்து கண்களை மூடிக்கொண்டாள்.

★★★

ஏழு முகமூடிகளைத் தொலைத்தேன்

நான் எப்படி பித்து கொண்டவனாக ஆனேன் என்று கேட்கிறாய். இப்படித்தான் அது நடந்தது. ஒருநாள், கடவுள்களில் நிறைய பேர் பிறப்பதற்கு முன்னால், நான் ஆழ்ந்த உறக்கத்திலிருந்து எழுந்தேன். எனது எல்லா முகமூடிகளும் திருடப்பட்டதைக் கண்டுகொண்டேன். நானே செய்த ஏழு முகமூடிகள் அவை; அந்த ஏழு முகமூடிகளை அணிந்துதான் ஏழு வாழ்க்கைகளை வாழ்ந்தேன். முகமூடிகள் திருடுபோனதால் முகமூடி அணியாமல் கூட்டமான தெருக்களில் அலைந்து தேடினேன். திருடர்கள், திருடர்கள், சாபத்துக்குள்ளான திருடர்கள் என்று கத்தித் திரிந்தேன். ஆண்களும் பெண்களும் என்னைப் பார்த்துச் சிரித்தனர். சிலர் என்னைப் பார்த்துப் பயந்து அவர்கள் வீட்டுக்குள் போய்ப் பூட்டிக்கொண்டனர்.

நான் சந்தைப் பகுதியை எட்டியபோது, ஒரு இளைஞன் ஒரு வீட்டின் மீது ஏறி நின்று, அவன் பைத்தியக்காரன் என்று கத்தினான். அவன் முகத்தைப் பார்ப்பதற்காக நான் முகத்தை உயர்த்தினேன். முதல் முறையாக சூரியன் எனது வெறும் முகத்தின் மீது முத்தமிட்டது. சூரியன் மேல் கொண்ட அன்பினால் எனது ஆத்மா பற்றி

எரிந்தது. எனக்கு இனி முகமூடிகள் தேவையில்லை. நான் ஆராதனை கிடைத்ததுபோல உரத்துக் கூவினேன். எனது முகமூடிகளைத் திருடிய அந்தத் திருடர்கள் ஆசிர்வதிக்கப்பட்டவர்கள்; ஆசிர்வதிக்கப்பட்டவர்கள்.

இப்படித்தான் நான் பித்தன் ஆனேன்.

எனது பித்தில் நான் சுதந்திரத்தையும் பாதுகாப்பையும் உணர்ந்தேன். அது தனிமையின் விடுதலை மற்றும் புரிந்துகொள்ளப்பட வேண்டியதிலிருந்து கிடைத்த விடுதலை. நம்மைப் புரிந்துகொள்பவர்கள் நம்மில் ஏதோ ஒன்றை அடிமைப்படுத்துகிறார்கள். ஆனால், எனது பாதுகாப்பு குறித்து நான் பெருமிதமெல்லாம் கொள்ளக்கூடாது. சிறையில் இருக்கும் ஒரு திருடன்கூட மற்ற திருடனைவிட பாதுகாப்பாக இருக்கிறான்.

- கலீல் ஜிப்ரான்

பாபு ஜி எழுத நினைத்து முடியாமல் போன கடிதம்

டியர் ஆனந்தி.

நமக்கான உறவில் கடைசி சில தினங்கள்தான் நான் நானாகவும் நீ நீயாகவும் இருந்திருக்கிறோம் இல்லையா? ஒவ்வொரு நாளும் எத்தனை முகமூடிகள் நமக்குத் தேவையாய் இருக்கின்றன? நல்ல நண்பனாக, தந்தையாக, சகோதரனாக, சமூகத்தில் பொறுப்புமிக்க மனிதனாக ஏராளமான வேடங்கள். ஒவ்வொரு தேவைக்காகவும் ஒவ்வொரு வேடம். அந்த வேடத்திற்கான வேலை முடிந்தபின் அடுத்த வேடம். காயங்கள் குறித்த அச்சங்களைக் கைவிடும்போது முகமூடிகளுக்கான தேவை இல்லாமல் போகிறது.

வன்முறையிலிருந்து நாம் ஒருபோதும் விடுபடுவதில்லை. பிறக்கும் போதே நினைவுகளின் வழியாகக் கற்றுக்கொடுக்கப்படும் அந்த உணர்ச்சிகள் பல நூற்றாண்டுகளின் குரலாக நமக்குள் பதிகின்றன. நம்மையறியாமல் அந்தக் குரலுக்குக் கட்டுப்படும் நாம் ஒவ்வொரு பருவத்திலும் அதன் வசீகரத்தால் ஈர்க்கப்படுகிறோம். ரகஸ்யமாக அதன் ஏராளமான சுவைகளை அனுபவித்துப் பார்க்க விரும்புகிறோம். நேசமும் அன்பும் மனிதர்களைப் போலியாக்குகிறது. தற்காலிக சந்தோஷங்களுக்காக அந்தப் போலித்தனங்களை அனுமதிக்கிறோம்.

தனது அருவருப்புகளும் கீழ்மைகளும் வெளிச்சத்திற்கு வந்தபின் ஒரு மனிதன் இழப்பதற்கு எதுவுமில்லை. அவமானங்களும் தண்டனைகளும் அவனைக் காயப்படுத்துவதில்லை. என் நினைவுகளை அழித்ததன்

மூலம் நீண்டகாலம் எனக்குள் ஊர்ந்த புழுக்களைக் கொன்றுவிட்டாய். எனது காயங்களின் குருதி இப்போது பூக்களாகியிருக்கின்றன. குருதியில் நனைந்த மலர். அழிவற்ற அந்த மலரை உனது வெற்றிக்கான அடையாளமாக சூட்டிக் கொள்வாயா கண்மணி? இந்தப் பூக்கள் உன்னை எப்போதும் பின்தொடரும். எனது நினைவுகளிலிருந்து நீ தப்பிக்கிற போதெல்லாம் குருதியும் நிணமும் கசியும் வாசணையால் நீ தூண்டப்படுவாய். லாகிரி வஸ்துக்களின் உதவிகளோடு நீ கடந்து செல்ல நினைத்தால் உறக்கமற்ற பேயாய் என்னைப் பற்றிய நினைவு உன்னைச் சுற்றியலையும். வாதையின் வழியாய் என்னை நீ விடுதலை செய்ததைப் போல் உன்னை யார் விடுதலை செய்யக்கூடும்?

நீ என்னைக் கைவிடவில்லை, நூற்றாண்டுகால வன்முறைகளின் நினைவுகளிலிருந்து விடுதலை செய்திருக்கிறாய். நன்றி கண்மணி.

– பாபுஜி.

www.ingramcontent.com/pod-product-compliance
Ingram Content Group UK Ltd.
Pitfield, Milton Keynes, MK11 3LW, UK
UKHW042133021026
15589UKWH00003B/806

9 789347 206856